இயக்குநர் மணிவண்ணனும் நானும்

கே. ஜீவபாரதி

நம்

பதிப்பகம்

| இயக்குநர் மணிவண்ணனும் நானும் |
| கே. ஜீவபாரதி | கட்டுரைகள் |
உரிமை : ஆசிரியருக்கு
முதல் பதிப்பு : செப்டம்பர் 2023
பக்கங்கள் : 268 | விலை : 399 ரூ
ISBN : 978-93-95954-12-9

வெளியீடு : நம் பதிப்பகம்
64/3, காவேரி தெரு,
சாலிகிராமம், சென்னை - 93
9566110745
nampublication2021@gmail.com
www.namtamilmedia.in

வடிவமைப்பு: நம் கிரியேட்டிவ்ஸ்
namcreativeschennai@gmail.com
Cover Design - B.Nithish Sivasai

****

Iyakkunar Manivannanum Naanum
Articles | K. JeevaBharathy
Copy Right @ K.JeevaBharathy
First Edition : Sep 2023
Pages : 268 | Rs:399
ISBN : 978-93-95954-12-9

NAM Publication,
64/3, Kaveri Street,
Saligramam, Chennai - 93
9566110745
nampublication2021@gmail.com
www.namtamilmedia.in

Layout Designs: NAM Creatives
namcreativeschennai@gmail.com

இயக்குநர் மணிவண்ணனின் இன்னுமொரு பரிமாணம்

எட்டாம் வகுப்புப் படிக்கும்போதுதான் பொதுநூலகத்தில் புத்தகங்கள் எடுத்துப் படிக்கும் பழக்கம் உருவானது. நூலகத்தில் 'சொல்லுறத சொல்லிப்புட்டேன்' என்ற தலைப்பு ஈர்க்கவே அந்த கவிதை நூலை வீட்டுக்கு எடுத்துச் சென்றேன். அதன்பிறகு அந்த எழுத்தாளரின் முகவரிக்கு அந்த நூல் குறித்து கடிதம் எழுதினேன். அவரிடமிருந்து பதில் கடிதம் வந்ததும் உற்சாகமானேன். தொடர்ந்து அவருடைய பல்வேறு நூல்களையும் தேடிப் படித்தேன்.

ஜீவா, பட்டுக்கோட்டை கல்யாண சுந்தரம், முத்துராமலிங்கத் தேவர் என பலரையும் அவர்களது பன்முகத்தன்மையோடு அறிந்துகொள்ள முடிந்தது. ஒவ்வொரு நூலுக்கும் கடிதம் எழுதிவிடுவது வழக்கம்.

ஒருநாள் இரவு கதவு தட்டப்பட்டது. அப்பா கதவைத் திறந்தார். எனக்கு இதுநாள் வரையில் கடிதம் மூலமே பழக்கமான எழுத்தாளரை முதன்முதலாக நேரில் சந்தித்தேன். அவர்தான் எழுத்தாளர் கே.ஜீவபாரதி.

பின்னர் கால ஓட்டத்தில் எல்லாமும் மாறிப்போவதைப் போல வாழ்க்கைச் சூழலில் ஓட்டமெடுத்துக் கொண்டிருந்தேன்.

சென்னை வந்த பத்து வருடங்களில் சிலமுறை மட்டுமே எழுத்தாளர் ஜீவபாரதியுடன் சந்திப்பு நிகழ்ந்தது. ஒரு ஊடகவியலாளராக நக்கீரனுக்கும், நம் தமிழ் மீடியா சேனலுக்கும் அவரை நேர்காணல் செய்தேன்.

மீண்டும் சென்னை சர்வதேசப் புத்தகக்காட்சி அரங்கில் சந்தித்தேன். எழுத்தாளர் ஜீவபாரதியின் வேலுநாச்சியார் புதினத்தை மலையாள மொழிக்குக் கொண்டு வருவது தொடர்பாக பேசிக் கொண்டிருந்தபோது இயக்குநர் மணிவண்ணனிடம் பணியாற்றிய அனுபவத்தை எழுதும்படி கேட்டுக் கொண்டதும் உற்சாகமானார். தலைப்பையும் அங்கேயே முடிவுசெய்துவிட்டோம்.

திரைக்கலைஞர் சத்யராஜ் கூறியிருப்பது போல் இயக்குநர் மணிவண்ணனைப் பற்றி எழுத அவர் உட்பட பலரும் இருக்கிறார்கள். ஆனால் ஒரு ஆய்வாளராக, ஒரு எழுத்தாளராக, ஒரு பொதுவுடைமைச் சிந்தனையாளராக, இயக்குநர் மணிவண்ணனின் உதவி இயக்குநராக, திரைப்பாடலாசிரியராக என பன்முகம் கொண்ட படைப்பாளியான ஜீவபாரதி எழுதியிருக்கும் இந்நூல் அதிலிருந்து வேறுபட்டதாக அமைந்திருக்கும் என்பதே மறுக்க முடியாத உண்மை.

இயக்குநர் மணிவண்ணனுக்கும் பொதுவுடைமைச் சிந்தனையாளர்களுக்குமான நட்பு, பயணங்களின்போது அவர் பரிமாறிக்கொண்ட கருத்துகள், திரையுலக பயணத்தில் அவர் கடந்து வந்த சவால்கள், திரையுலகில் இதற்குமுன் எவரும் நிகழ்த்திராத சாதனைகள் என பல விஷயங்களை இந்த நூலில் பகிர்ந்திருக்கிறார் எழுத்தாளர் ஜீவபாரதி.

திரைப்பட இயக்குநர்களில் பொதுவுடைமைச் சிந்தனையாளர்களாக திகழ்ந்தவர்கள் மிகக் குறைவு. அவர்களில் குறிப்பிடத்தக்கவர்கள் இயக்குநர் மணிவண்ணனும், இயக்குநர் எஸ்.பி.ஜனநாதனும்.

இயக்குநராக மட்டுமின்றி நடிகராகவும் மக்களை மகிழ்வித்த கலைஞன் இயக்குநர் மணிவண்ணன். குணச்சித்திரம், நகைச்சுவை, வில்லன் என எந்தக் கதாபாத்திரத்தினுள்ளும் பொருந்திப் போகக்கூடிய கலையாளுமை. இயக்குநர் மணிவண்ணன் குறித்து இன்னும் ஏராளமான செய்திகளும், தகவல்களும் சொல்லப்பட வேண்டும்.

இயக்குநர் மணிவண்ணனைக் காட்சியினூடாக உள்வாங்கியதைப் போலவே எழுத்தாளர் ஜீவபாரதியின் எழுத்துகளின் வழி இயக்குநர் மணிவண்ணனின் இன்னுமொரு பரிமாணத்தை வாசிப்பில் உணரக்கூடும்.

ஒரு உதவி இயக்குநராக மட்டுமின்றி இயக்குநரின் நண்பராகவும், குடும்ப உறுப்பினர்களில் ஒருவராகவும் திகழ்ந்த எழுத்தாளர் ஜீவபாரதி எழுதியிருக்கும் இந்த நூல் திரையுலகில் மட்டுமல்ல மக்களிடமும் மிகுந்த வரவேற்பைப் பெறக்கூடியதாக அமையும்.

ஒரு தனிமனிதனின் வளர்ச்சி என்பது அவர் மட்டுமே உருவாக்கிவிடுவதில்லை. அவரைச் சுற்றியுள்ள, அவர் பார்த்தறிந்த, உடன் பழகிய, திரையில் காண்கிற என அனைத்து மனிதர்களும், நடக்கும் நிகழ்வுகளுமே ஒரு மனிதனின் வாழ்க்கையை மாற்றக்கூடியது.

என் வாழ்க்கையில் வாசிப்பும், வாசிப்பின் வழி நான் கண்டடைந்த மனிதர்களுமே என்னை உருமாற்றி இருக்கிறார்கள். அந்த வகையில் எழுத்தாளர் ஜீவபாரதிக்கு எப்போதும் தனி இடம் உண்டு. ஒரு வாசகராகவும், ஒரு பதிப்பாளராகவும் எழுத்தாளர் ஜீவபாரதியின் 113 ஆவது நூலை நம் பதிப்பகத்தின் மூலம் வெளியிடுவதைப் பெருமையாகக் கருதுகிறேன்.

பேரன்புடன்
இவள் பாரதி
நம் பதிப்பகம்
9566 110 745
nampublication2021@gmail.com

திரை எல்லைக்குள் அடங்காதவர்!

வாகை சந்திரசேகர்
தலைவர்
தமிழ்நாடு இயல் இசை நாடக மன்றம்
சென்னை

'மணிவண்ணன்' என்ற பெயருக்குள் அந்த மனிதருக்குள் மக்களுக்குப் பரிச்சயமானது இயக்குநர், நடிகர். இவை இரண்டையும் அவர் அடைவதற்கு முன்னால் மணி ஒரு சிந்தனையாளர், சுயமரியாதைக்காரர், இலக்கியவாதி. தமிழ்நாடு, இந்திய, உலக அரசியலை முழுமையாக அறிந்தவர்; இயற்கையைக் காதலித்தவர்; பிரபஞ்சத்தை நேசித்தவர்.

அந்த வகையில் மனிதனின் குணங்களை, குறை நிறைகளைத் தாண்டி மனிதர்களின் அனைத்து மன மொழியையும், உடல் மொழியையும் உள்வாங்கியவர். அவையெல்லாம் முழுமையான குணத்தைப் பெற்றதால்தான் மணிவண்ணன் ஒரு முழுமையான கலைஞனாக பரிமளித்தார். கலைத்துறை தவிர்த்து எந்தத் திசையில் பயணித்திருந்தாலும் மணியின் பயணம் நிறைவானதாக அமைந்திருக்கும். திரையுலகம், அவரை ஒரு எல்லைக்குள் அடக்கி வைத்துக்

கொண்டது. அடக்கிக் கொண்ட திரையுலகில் அடங்காமல் திமிறிக் கொண்டு வந்தவர் மணிவண்ணன்.

மணிவண்ணனும் நானும் 1979 இல் அறிமுகமாகி 33 ஆண்டுகள் எங்களின் நட்பு, திரை உலகைத் தவிர்த்து நீண்டு வளர்ந்திருந்தது. மணியோடு உரையாடிய நாட்களில் நான் அறிந்து கொண்ட உலகம் வியப்பானது. இருவரும் திரையில் அறிமுகமாவதற்கு முன்னிருந்தே எங்களின் நட்பு வளர்ந்தது.

சென்னை நகரிலிருக்கும் முக்கால்வாசி டீக்கடைகள்தான் எங்கள் வீடு. திரையங்கங்கள் காமதேனு தொடங்கி மைலாப்பூர், ராயப்பேட்டை, புரசைவாக்கம், அண்ணாசாலை, வேப்பேரி, டவுட்டன் என வரிசையாக எல்லாத் திரையரங்குகளிலும் விட்டலாச்சாரியார் படத்தில் தொடங்கி, சத்யஜித்ரே, ரித்விக் காட்டாக், அகிரா குரோஸோவா வரைத் திரைப்படங்களை இருவரும் கண்டு மகிழ்ந்துள்ளோம்.

திரை உலகில் இருவரும் அறிமுகமாகி மணிவண்ணன் புகழ்பெற்ற இயக்குநராகப் பணியாற்றிய பல்வேறு திரைப்படங்களில் எனக்குச் சிறந்த கதாபாத்திரங்களைத் தந்து என்னை மக்களுக்குக் கொண்டு சேர்த்தப் பெரும் பங்கு மணிவண்ணனுக்கே உண்டு.

என் குடும்பத்தோடு மிக நெருக்கமானவர் மணி. வாய்ப்புத் தேடி அலையும் பொழுது வெவ்வேறு திசையில் அலைந்துவிட்டு, வீட்டுக்கு வந்து என் அம்மாவிடம் “சோறுபோடும்மா...” என்று நான் கேட்கும்போது, “மணியும் வந்துரட்டும். சேர்ந்து சாப்புடுங்க” என்பார் என் அம்மா.

எங்கள் நட்பு, வறுமையிலும், செழுமையிலும், புகழிலும், பிரச்சனையிலும், போராட்டத்திலும் உறுதியாக இருந்தது. என் எண்ணத்தில் பல ஆண்டுகளாய்த் தொடர்ந்த பல்வேறு உணர்வுகள் முன்நின்று உயிர்ப்போடு முன்நிறுத்துகிறது.

மணிவண்ணனின் 'இங்கேயும் ஒரு கங்கை' என்ற படப்பிடிப்பு கோபிசெட்டிப்பாளையத்தில் நடந்தபோதுதான் உதவி இயக்குநராக கவி ஜீவபாரதியை முதன் முதலாகச் சந்தித்தேன்.

மணிவண்ணனின் 'முதல் வசந்தம்', 'இனி ஒரு சுதந்திரம்' ஆகிய திரைப்படங்களில் நான் நடித்தேன். இந்தப் படங்களில் கவி ஜீவபாரதி உதவி இயக்குநராகப் பணியாற்றியபோது அவரை முழுமையாக அறிந்துகொள்ள முடிந்தது.

'இனி ஒரு சுதந்திரம்' திரைப்படத்தில் கவி ஜீவபாரதி எழுதிய,

"கைகளிலே வலுவிருக்கு
கம்மாக்கரை நெலமிருக்கு
மண்ணநம்பி வெதவெதப்போம்
கண்ணம்மா - அது
கொடுக்கப் போற பலன்நமக்குப்
பொன்னம்மா!"

என்ற பாடலுக்கு நான் நடித்தேன். இது பட்டுக்கோட்டை கல்யாணசுந்தரத்தின் பாடலுக்கு நடித்த உணர்வை எனக்கு ஏற்படுத்தியது.

என்னுடைய ஆருயிர் நண்பர் மணிவண்ணன் நினைவுகளை 'இயக்குநர் மணிவண்ணனும் நானும்' என்ற தலைப்பில் எழுதியிருக்கும் படைப்பாளர் கவி ஜீவபாரதி அவர்களுக்கு என் வாழ்த்துகள்.

அன்புடன்,
வாகை சந்திரசேகர்

பாடித் திரிந்த பறவைகள் நாங்கள்!

- திரைக்கலைஞர் சத்யராஜ்

'இயக்குநர் மணிவண்ணனும் நானும்' என்னும் தலைப்பில் தோழர் ஜீவபாரதி எழுதியிருக்கும் இந்நூல் மிகவும் சிறப்பாக இருக்கிறது.

கடந்தகால நினைவுகள் படிப்பதற்கே மகிழ்ச்சியாக இருக்கிறது. என்றைக்குமே கடந்தகாலங்களை அசைபோடுவது மகிழ்வானது.

நமது தோழர் கே.ஜீவபாரதியும், மணிவண்ணனும் ஆழ்ந்த பொதுவுடைமைச் சிந்தனையாளர்கள். நான் மணிவண்ணன் அவர்களை அன்புடன் 'தலைவர்' என்றுதான் அழைப்பேன். எல்லோரும் தலைவர்கள் என்றாலும் எல்லோரும் தோழர்கள் என்றாலும் ஒன்றுதானே!

தலைவர் மணிவண்ணன் ஆழப்படித்தவர். நானும் மார்க்ஸியம் படித்திருக்கிறேன்; மூலதனமும் படித்திருக்கிறேன். இருந்தாலும் தலைவர் மணிவண்ணனுடனும், தோழர் கே.ஜீவபாரதியுடனும் ஏற்பட்ட பழக்கத்தின் வாயிலாக மார்க்ஸியத்தை எனக்கு எளிமையாகப் புரிய வைத்தனர்.

அதேபோல நடிப்பில் நான் தனி முத்திரை பதிப்பதற்குக் காரணமாக இருந்ததும், தலைவர் மணிவண்ணன்தான். இன்றும்கூட சினிமாவில் எழுதிக்கொடுத்த வசனத்தை அப்படியே எழுத்து மாறாமல் "கற்க கசடற கற்றவை கற்றபின் நிற்க அதற்குத் தக" என்று நடிக்கவேண்டுமென எதிர்பார்க்கிறார்கள்.

ஆனால் மற்ற டைரக்டரிடம் சொல்லி மாற்றுவேன். நடிப்பு இயல்பாக இருக்கவேண்டுமானால் பேச்சு மொழியில் வசனங்களைப் பேசினால்தான் நன்றாக இருக்கும். எழுத்து வடிவில் வசனத்தைப் பேசினால் சரியாக இருக்காது.

நம் தலைவர் வசனம் எழுதவே மாட்டார்... வசனம் எழுதுவதென்ன பேப்பரே இருக்காது. நேரடியாக ஷூட்டிங் ஸ்பாட்டில் அவர் சொல்லச் சொல்ல நடிக்க வேண்டும். நடிப்பு மொழியிலேயே அவரது வசனம் இருக்கும்.

பொதுவாக எழுத்து வடிவில் இருக்கும் வசனத்தை நாம் நடிப்பு மொழியாக மாற்றவேண்டும். நடிகனுக்கு அது கூடுதலான ஒரு வேலை. கொஞ்சம் பளுவான வேலையும்கூட.

தலைவரின் ஒவ்வொரு படத்திலும் எனக்கு வித்தியாசமான கேரக்டர்கள், வித்தியாசமான கதாபாத்திரங்கள், வித்தியாசமான மேக்கப் என வழங்கி என்னை மெருகேற்றியவர்.

மணிவண்ணன் பாசறையில் யாருமே டென்ஷனாக இருக்க மாட்டோம்.

"வேடிக்கையாகப் பொழுது போகணும் - கொஞ்சம்
விளையாட்டா வாழ்ந்து பார்க்கணும்"
என்ற பாடல் வரிதான் நினைவுக்கு வருகிறது.

ஆனால் அதில் தீவிரமான அர்ப்பணிப்பும், ஆழ்ந்த சிந்தனையான வசனங்களும் இருக்கும். அதனால் அது வெற்றிப்படமாக அமையும். அதுதான் அவர் இயக்கத்தின் சிறப்பு.

அதற்கு ஏற்றவாறு காமிராமேன் சபாபதி, கலை இயக்குநர் வி.கலை, சக நடிகர்கள் என எல்லோரும் ஒன்றாகக் கூடி அரட்டை அடித்துக் கொண்டிருப்போம். அந்தக் காலகட்டத்தில் அது ஒரு வித்தியாசமான கூட்டணி.

நாங்கள் ஷாட்டிற்குச் செல்வதற்குமுன் பேசிச் சிரித்துக் கொண்டிருப்பதைப் பார்க்கும் மற்றவர்களுக்கு,

"இவர்களெல்லாம் ஒழுங்காக நடிப்பார்களா?" என்ற சந்தேகம் வரும்.

அதை நினைக்கும்போது 'ரத்த திலகம்' படத்தில் வரும் ஒரு பாடல் வரி எனக்கு ஞாபகம் வருகிறது.

"பசுமை நிறைந்த நினைவுகளே
பாடித் திரிந்த பறவைகளே"

என்று நாங்கள் எல்லோரும் பாடித்திரிந்த பறவைகள்தான்.

தோழர் கே.ஜீவபாரதியின் இந்தப் புத்தகத்தைப் படிக்கும் போது அந்தப் பசுமையான நினைவுகள் வந்தன.

'இயக்குநர் மணிவண்ணனும் நானும்' என்பதே ஓர் அருமையான தலைப்பு. இந்தத் தலைப்பில் எத்தனையோ பேர், எத்தனையோ புத்தகங்களை எழுதியிருக்க முடியும். இந்தத் தலைப்பில் எழுதுவதற்கு நான் உட்பட பலபேர் இருக்கிறோம். தோழர் கே.ஜீவபாரதி முந்திக் கொண்டார்.

தோழர் ஜீவபாரதி எப்போதும்போல் தான் ஏற்றுக்கொண்ட வேலையில் முழு அர்ப்பணிப்போடு பணிபுரிவார். எனக்கு ஏற்படும் சந்தேகங்களை நான் அவரிடம் பேசித்தான் தெளிவுபடுத்திக் கொள்வேன்.

தலைவரிடம் உதவி இயக்குநராகத் தான் பணியாற்றிய அனுபவங்களை மட்டும் தோழர் கே.ஜீவபாரதி இந்த நூலில் பதிவு செய்திருக்கிறார். தலைவரைப் பற்றி அவருடன் நெருக்கமாக இருந்தவர்கள் சொல்லிய கருத்துக்களை அவர்களே பதிவு செய்யட்டும் என்று பெருந்தன்மையோடு விட்டிருக்கிறார்.

தோழர் கே.ஜீவபாரதி தலைவரோடு பணியாற்றியது 11 படங்கள். அதில் 7 படங்களில் நான் நடித்திருக்கிறேன். அதுமட்டும் சிறப்பல்ல, அதில் நான் நாயகனாக நடித்த 'விடிஞ்சா கல்யாணம்', 'பாலைவன ரோஜாக்கள்' ஆகிய இரண்டு படங்களும் ஒரே நாளில் ரிலீஸாகி இரண்டுமே நூறு நாட்களைத் தாண்டி ஓடியது திரையுலகில் ஒரு

வரலாறு. இந்த இரண்டு படங்களிலும் தோழர் கே.ஜீவபாரதி உதவி இயக்குநராகப் பணியாற்றிய அனுபவங்கள் மறக்க முடியாதது.

எனது உற்ற நண்பர் தோழர் ஜீவபாரதி, இப்படி ஒரு சிறப்பான முயற்சி எடுத்ததை நான் மகிழ்ச்சியோடு வாழ்த்துகிறேன். அவருக்குப் பாராட்டுக்களைத் தெரிவிப்பதோடு அவருடன் நானும் இணைகிறேன். நன்றி. வணக்கம்.

அன்புடன்
உங்கள் சத்யராஜ்

சிந்தனையாலும், அறிவினாலும் மணிவண்ணனை ஈர்த்தவர்!

கவிஞர் முத்துலிங்கம்
திரைப்படப் பாடலாசிரியர்
முன்னாள் சட்டமன்ற மேலவை உறுப்பினர்
முன்னாள் அரசவைக் கவிஞர்
செல்பேசி : 94440 46332; 75500 08341

எழுத்துக்குச் சாரதி ஜீவபாரதி. பாரதி நம் துதிப்பிற்கு உரியவர். ஜீவபாரதி நம் மதிப்பிற்குரியவர். கவிஞர், எழுத்தாளர், பேச்சாளர், சிறந்த சிந்தனையாளர். கம்யூனிசக் கொள்கையாளர் என்று பல்வேறு சிறப்புகளுக்குரிய சிறப்புக்குரியவர் இவர். கவிஞர்களில் கம்பீரமான குரல் உடையவர் இவர்தான்.

இவரது திரையுலக வாழ்க்கையை, எழுத்துலக வாழ்க்கையை இவரைப் பற்றி நன்கு அறிந்தவர்கள் அறிவார்கள். இவருடைய எழுத்துக்களைப் பற்றி, கவிதைகளைப் பற்றி பேராசிரியர் நா.வானமாமலை, சிலம்பொலி செல்லப்பன், எழுத்தாளர் ஜெயகாந்தன், பேராசிரியர் சாலமன் பாப்பையா, முத்தமிழ் அறிஞர் கலைஞர், தோழர்கள் நல்லகண்ணு, தா.பாண்டியன், த.ஸ்டாலின் குணசேகரன், இயக்குநர் மணிவண்ணன், பொள்ளாச்சி மகாலிங்கம், வார்த்தைச் சித்தர் வலம்புரிஜான், ஆர். கே. கண்ணன், செந்தில்நாதன், தோழர் சி. மகேந்திரன், எழுதாளர் சு. சமுத்திரம், கவிஞர் பொன்னடியான், இளவேனில் போன்றவர்கள் மிகவும் பாராட்டியிருக்கிறார்கள்.

இத்தனை பெரிய ஆளுமைகள் பாராட்டியிருக்கும்போது நான் இவரைப் பாராட்டுவது இந்துமாக்கடலை ஒரு மழைத்துளி பாராட்டுவதற்குச் சமம்.

இவர் இயக்குநர் மணிவண்ணனிடம் உதவி இயக்குநராகப் பல்லாண்டுக்காலம் பல படங்களில் பணியாற்றியவர். இவர் சிந்தனைத் திறத்தாலும், அறிவுத் திறத்தாலும், மணிவண்ணனை ஈர்த்தவர். மணிவண்ணனின் நம்பிக்கைக்குரியவராகவும் திகழ்ந்தவர். இவரை மணிவண்ணனிடம் அறிமுகப்படுத்தி உதவி இயக்குநராகச் சேர்த்துவிட்டவர் கவிஞரும் இயக்குநருமான ராசி. அழகப்பன். அதனால் இந்த நூலையே ராசி அழகப்பனுக்குக் காணிக்கையாக்கி இருக்கிறார். இந்த பண்பாடு, இந்த நன்றி மறவாத்தன்மை இன்று பல எழுத்தாளர்களிடம் இல்லை.

எந்த உதவி இயக்குநரும் தான் எந்த இயக்குநரின் கீழ் பணியாற்றினார்களோ அந்த இயக்குநரைப் பற்றித் தனிப் புத்தகங்கள் இதுவரை யாரும் எழுதியதில்லை. ஜீவபாரதி ஒருவர்தான் எழுதியிருக்கிறார். அந்த அளவு மணிவண்ணன் இவரைக் கவர்ந்திருக்கிறார். அதற்கு, அவர்கள் இருவரும் கொண்ட கம்யூனிசக் கொள்கைகளே காரணம்.

மணிவண்ணனுடன் மட்டுமல்ல அவர் குடும்பத்தாரிடமும் அளப்பரிய பற்றுடையவராக இருந்திருக்கிறார். இன்னும் சொல்லப்போனால் அவர்கள் குடும்பத்தில் ஒருவராகவும் இருந்திருக்கிறார்.

துணை இயக்குநரின் பணிகள் என்ன? எழுதுகின்ற தாள்களுடன் பேடு வைத்திருக்கும் துணை இயக்குநரின் சிறப்பென்ன? என்பதைப் பற்றியெல்லாம் விரிவாக இந்த நூலில் ஜீவபாரதி எழுதியிருக்கிறார். திரையுலகத்தினர் தெரிந்து கொள்ள வேண்டிய செய்திகள் இதில் நிறைய இருக்கின்றன.

கட்டுரையாக இந்த நூல் இருந்தாலும் கதையைப் போல படிப்பதற்குச் சுவையாகவும், விறுவிறுப்பாகவும் இருக்கிறது.

இயக்குநர் மணிவண்ணன் மீது இவர் காட்டுகின்ற பாசமும் நேசமும் மரியாதையும் பாரதியாரிடம் பாரதிதாசனும், திரிசிரபுரம் மகா வித்துவான் மீனாட்சிசுந்தரம் பிள்ளை யிடம் தமிழ்த்தாத்தா உ.வே.சாவும் காட்டிய பாசத்தையும் நேசத்தையும் மரியாதையையும் போன்றது என்றுகூடச் சொல்லலாம்.

திரையுலகில் நான் அறிந்தவரை எனக்குத் தெரிந்தவரை எந்த உதவி இயக்குநரும் ஜீவபாரதி போல் நன்றி உடையவர்களாக இருந்திருப்பார்களா என்பது சந்தேகம்தான்.

மணிவண்ணனை 'கோபுரங்கள் சாய்வதில்லை' என்ற படம் மூலம் இயக்குநர் ஆக்கியவர் கதை வசனகர்த்தா பி. கலைமணி அவர்கள்தான். அவரது எவரெஸ்ட் பிலிம்ஸ் தயாரித்த முதல் படம்தான் 'கோபுரங்கள் சாய்வதில்லை'. "என் புருஷன் தான் எனக்கு மட்டும்தான்" என்று நான் எழுதிய பாடல் இடம்பெற்ற படம் இது.

முதல் படமே மணிவண்ணனுக்கு நூறு நாட்கள் ஓடிய படமாக அமைந்தது. மணிவண்ணன் இயக்கிய பல படங்களில் நான் பாடல் எழுதியிருக்கிறேன். அவற்றில் 'இளமைக் காலங்கள்', 'இங்கேயும் ஒரு கங்கை', 'முதல் வசந்தம்' போன்ற படங்கள் குறிப்பிடத்தகுந்தவை.

அந்தப் படங்களைப் பற்றியெல்லாம் ஜீவபாரதி இதில் குறிப்பிட்டிருக்கிறார். 'பாலைவன ரோஜாக்கள்' படத்தின்போது கலைஞரிடம் இவர் கூறிய சில நுட்பமானச் செய்திகள் திரைப்படத் துறையைச் சேர்ந்த எவருக்கும் தெரியாத செய்திகள். கலைஞரே அதைக் கேட்டு மகிழ்ச்சியும் புன்முறுவலும் பூத்தார் என்றால் இதைவிட ஜீவபாரதிக்கு என்ன பெருமை வேண்டும்?

'பாலைவன ரோஜாக்ககள்' என்று படத்தின் தலைப்பை வைக்கலாமா? என்று இயக்குநர் மணிவண்ணனிடம் கேட்டுவிட்டு, அண்மையில் முரசொலியில் தென்னாப்பிரிக்க அரசு ஒரு கவிஞனை சாகடித்ததைப் பற்றி எழுதியிருந்தேன். அதை இந்தப் படத்தில் வைத்தால் சிறப்பாக இருக்கும் என்றும் சொல்லிவிட்டு அந்தக் கவிஞனின் பெயர் நினைவில் இல்லையென்று கலைஞர் சொல்லியிருக்கிறார். உடனே மணிவண்ணன் ஜீவபாரதியிடம், "அந்தக் கவிஞன் பெயரென்ன" என்று கேட்டிருக்கிறார்.

"மலாலேயா பெஞ்சமின்" என்று ஜீவபாரதி சொல்ல, "நீங்கள் சொல்வது சரியான பெயர்தானா?" என்று கேட்டிருக்கிறார் கலைஞர்.

"சரியான பெயர்தான். அந்தக் கவிஞன் நெல்சன் மண்டேலாவின் காங்கிரஸ் கட்சியின் உறுப்பினர். நிறவெறியை எதிர்த்துக் கவிதைகள் எழுதிக் குவித்தான். அதை விரும்பாத அந்நாட்டு அரசு அவனைக் கைது செய்து தூக்கில் போட்டது. அவன் சிறையில் இருந்த கொட்டடியில் ஒரு தாள் கிடந்தது. அதில் மலாலேயா பெஞ்சமின் "கடைசிக் கவிதை" என்ற தலைப்பில்,

"பழுத்த இலை உதிரும்
அது மண்ணில் விழுந்து
மடிந்து மக்கி
உரமாகி மீண்டும்
மரமாக வளரும்"

என்று எழுதியிருந்தான் என ஜீவபாரதி சொல்லியிருக்கிறார். அதைக்கேட்டு ஆச்சரியப்பட்டுத்தான் கலைஞர் புன்முறுவல் பூத்தார்.

நினைவாற்றலில் கலைஞருக்கு நிகராக ஜீவபாரதியும் திகழ்கிறார் என்பதை நாம் நினைவில் வைத்துக் கொள்ள வேண்டும்.

ஜீவபாரதி தனது பதிலின் மூலம், தான் ஒரு படைப்பாளி மட்டுமல்ல படிப்பாளியும்கூட என்பதைக் கலைஞருக்கு உணர்த்தியிருக்கிறார்.

இந்தப் புத்தகத்துடன் சேர்த்து இதுவரை 113 புத்தகங்கள் எழுதியிருக்கிறார். 72 வயதிற்குள் இத்தனை புத்தகங்கள் எழுதியது இவர் ஒருவராகத்தான் இருக்க முடியும். இதற்காகவே இவருக்கொரு பாராட்டுவிழா நடத்த வேண்டும்.

இப்படிப்பட்ட சிறந்த கவிஞர் எழுதிய புத்தகத்திற்கு வாழ்த்துரை வழங்குவதில் நான் மகிழ்ச்சியடைகிறேன். இந்த நூல் அனைவரும் படித்துத் தெரிந்து கொள்ள வேண்டிய பல செய்திகளை அடக்கிய நூல். வாழ்க ஜீவபாரதி. வளர்க 'நம் பதிப்பகம்'. வாழ்க வளர்க.

அன்புடன்
முத்துலிங்கம்

18/9, ஸ்டேட் பேங்க் காலனி முதல் தெரு,
சாலிகிராமம், சென்னை - 600 092

உள்ளே புகுமுன்...

எனது முதல் நூலான 'ஒரு முடிவுக்கு வாருங்கள்' 1977 இல் வெளிவந்தது. அன்றிலிருந்து இன்று வரை தமிழ் வாசகர்கள் கடிதங்கள் வழியாக என் படைப்புகளைப் பற்றி தங்கள் கருத்துக்களைப் பதிவு செய்துகொண்டிருக்கிறார்கள்.

அப்படித்தான் சுமார் இருபது வருடங்களுக்கு முன்பு இராமநாதபுரம் மாவட்டம், ஆர்.எஸ்.மங்களம் என்ற ஊரிலிருந்து விவேக பாரதி, விஸ்வ பாரதி என்ற பெயர்களில் என்னுடைய ஒவ்வொரு நூலைப் பற்றியும் கடிதங்கள் வந்தன. நானும் வாசித்து அவர்களுக்குப் பதில் அனுப்புவேன்.

ஆர்.எஸ்.மங்களத்துக்கு அருகில் உள்ள தும்படைக்காக் கோட்டை என்ற கிராமத்தில் பிறந்து பர்மாவில் நேதாஜியின் இந்திய தேசிய இராணுவத்தின் உளவுப் பிரிவில் பணியாற்றியவர் இராமுத் தேவன். இந்தியாவில் இராணுவப் பணிக்காக வந்தபோது வெள்ளையரால் கைது செய்யப்பட்டு சென்னையில் தூக்கிலிடப்பட்டான். அப்போது அவனுக்கு வயது 12.

அந்த மாவீரன் பிறந்த ஊரான தும்படைக்காக்கோட்டை என்ற கிராமத்தைத் தரிசிப்பதற்காக ஒருநாள் இராமுத் தேவனின் சகோதரி மகனையும், 'நேதாஜி' சுவாமிநாதனையும் அழைத்துக்கொண்டு சென்றேன்.

தேவகோட்டையிலிருந்து கனத்த மழையால் சாலையோரத்து மரங்களெல்லாம் முறிந்து சாலையில் கிடந்தன. அதனால் ஆர்.எஸ்.மங்களத்திற்கு நாங்கள் சென்றபோதே இரவு பத்தரை மணி ஆகிவிட்டது. அதற்கு மேல் தும்படைக்காக்கோட்டைக்குச் செல்ல இயலாது என்பதால் என்னுடைய ஆர்.எஸ்.மங்களத் திலிருக்கும் என்னுடைய வாசகர்களான விவேக பாரதி, விஸ்வ பாரதி வீட்டுக் கதவைத் தட்டினேன். அவர்களது வீட்டில் இரவு தங்கிவிட்டு மறுநாள் காலையில் தும்படைக்காக்கோட்டை சென்றேன்.

அன்று என் வாசகியாக இருந்த விவேக பாரதிதான் இன்று கவிஞராகவும், எழுத்தாளராகவும், ஊடகவியலாளராகவும், பதிப்பாளராகவும் இருக்கக்கூடிய இவள் பாரதி.

சென்ற ஆண்டு சென்னையில் நடந்த சர்வதேச புத்தகக் காட்சியில் மலையாளப் பதிப்பாளரைச் சந்தித்து என்னுடைய வேலுநாச்சியார் என்ற வரலாற்றுப் புதினத்தை மலையாளத்தில் கொண்டு வர பேசியிருக்கிறார். அந்தப் பதிப்பாளரிடம், "இயக்குநர் மணிவண்ணனிடம் இவர் பதினொரு படங்கள் பணியாற்றியிருக்கிறார்" என்று கூறியிருக்கிறார்.

அப்போது இவள் பாரதி என்னை அங்கு வரச் சொல்லி அழைக்க, மலையாள மொழிபெயர்ப்பு தொடர்பாக நாங்கள் பேசிக் கொண்டிருந்தோம். அந்த நேரத்தில் "நீங்கள் இயக்குநர் மணிவண்ணனைப் பற்றி ஒரு நூல் எழுதலாமே" என்று கேட்டுக் கொண்டார். அதன் விளைவாக உருவானதுதான் இந்த நூல்.

இந்த நூலை மக்களுக்கு மிகச் சிறப்பாக அறிமுகம் செய்துள்ள நண்பர்கள் வாகை சந்திரசேகர், சத்யராஜ் மற்றும் கவிஞர் முத்துலிங்கம் ஆகியோருக்கும்; இந்த நூலுக்காக இயக்குநரைப் பற்றி பல தகவல்களைப் பகிர்ந்துகொண்ட இயக்குநரின் தங்கை மேகலாவுக்கும், இந்த நூலை மிகச் சிறப்பாக வடிவமைத்து வெளியிடும் 'நம் பதிப்பக'த்தின் உரிமையாளர் இவள் பாரதிக்கும்; இந்த நூலைப் படித்துவிட்டுக் கருத்துக்களைப் பகிர்ந்துகொள்ளவிருக்கும் வாசக அன்பர்களுக்கும் என்னுடைய நன்றி என்றென்றும் உண்டு.

என்றும் அன்புடன்
கே. ஜீவபாரதி

சி-5 (இரண்டாவது மாடி),
டர்ன்புல்ஸ், மூன்றாவது குறுக்குத் தெரு,
நந்தனம், சென்னை - **600 035**
94454 19088

எங்கள் இயக்குநரிடம்
என்னை உதவி இயக்குநராகச் சேர்த்துவிட்ட
கவிஞர், எழுத்தாளர், பத்திரிகையாளர், பாடலாசிரியர்,
இயக்குநர், ஊடகவியலாளர் என
பன்முகத் திறன்கொண்ட
நண்பர் **ராசி.அழகப்பன்**
அவர்களின் அன்புக்கு
இந்த நூல் காணிக்கை

உள்ளே...

1. இப்படித்தான் கண்டடைந்தேன்! - 23
2. பாதை மாறிய பயணம் - 32
3. படம் பார்த்தானாம் படுகொலைகள் செய்தானாம்! - 39
4. இங்கேயும் ஒரு கங்கையில் எனக்குக் கிடைத்த தொடர்புகள்! - 47
5. 24 மணி நேரமும் தட்டச்சு இயந்திரமும் - 59
6. ஜனவரி ஒன்றும் சில சங்கடங்களும் - 66
7. அலை கடலில் சிக்கிய அன்பின் முகவரி - 74
8. முதல் வசந்தமும் நான் வாங்கிய சம்பளமும் - 82
9. விடிஞ்சா கல்யாணமும் எங்கள் இயக்குநரின் மனிதாபிமானமும் - 86
10. பாலைவன ரோஜாக்களில் நான் பட்டபாடு - 94
11. சின்னத்தம்பி பெரிய தம்பியும் நதியாவும் - 126
12. இனி ஒரு சுதந்திரமும் எனக்கு கிடைத்த வாய்ப்பும் - 150
13. எங்கள் இயக்குநரால் கிடைத்த இணையிலா நண்பர் - 159
14. இப்படியும் சில அனுபவங்கள் - 169
15. தெலுங்குப் படத்தில் நான் - 178
16. நடிகர் மோகனுக்கும் எனக்கும் - 183
17. பிரிந்துபோன பின்பும் பிரியாத தோழமை! - 188
18. எங்கள் இயக்குநரும் அவருடைய தந்தையும் - 209
19. பிறந்த நாள் அன்று... - 218

* பின் இணைப்பு 1
நேர்காணல் - அப்பாவாக அமைந்த அண்ணன் - 223

* பின் இணைப்பு 2
இயக்குநர் மணிவண்ணனைப் பற்றிய குறிப்புகள் - 237

* பின் இணைப்பு 3

நடித்த திரைப்படங்கள் - 240

எங்கள் இயக்குநரின் காலடிச்சுவடுகள் - 255

1

இப்படித்தான் கண்டடைந்தேன்!

தோழர் கே. பாலதண்டாயுதம் பரிந்துரையினால் 1969 மார்ச் மாதத்தில் சென்னை அண்ணா சாலை(அப்போது மவுண்ட் ரோடு)யில் இருந்த நியூ செஞ்சுரி புத்தக நிறுவனத்தின் விற்பனைப் பிரிவில் வேலைக்குச் சேர்ந்தேன்.

1977 காலகட்டத்தில் சென்னை அம்பத்தூரில் உள்ள நியூ செஞ்சுரி புத்தக நிறுவனத்தின் வெளியீட்டுத் துறையில் நான் பணியாற்றிக் கொண்டிருந்தபோது, தமிழ்நாடு கலை இலக்கியப் பெருமன்றத்தின் செங்கற்பட்டு மாவட்டத் தலைவராக சில காலமும், அதன்பின் மாவட்டச் செயலாளராக நீண்ட காலமும், அம்பத்தூரில் ‘மாங்குயில்கள்’ என்ற இலக்கிய அமைப்பின் தலைவராகவும் செயல்பட்டுக் கொண்டிருந்தேன்.

இதன் பொருட்டு ஒவ்வொரு ஞாயிறன்றும் செங்கற்பட்டு மாவட்டத்தில் உள்ள ஏதாவது ஒரு நகரத்தில் நடக்கும் கலை இலக்கியக் கூட்டங்களில் நான் பேசுவது வழக்கம். அப்படித்தான் ஒரு ஞாயிற்றுக்கிழமை சென்னை குரோம்பேட்டையில் தமிழ்நாடு கலை இலக்கிய பெருமன்ற அமைப்புக் கூட்டத்தை முடித்துவிட்டு, அங்குள்ள வழக்கறிஞர் அங்குசாமி இல்லத்தில் அன்று இரவு தங்கினேன்.

மறுநாள் காலையில் அங்கு வந்த வழக்கறிஞர் அங்குசாமியின் நண்பர்கள் சிலர், 'சிதறிய முத்துக்கள்' என்ற திரைப்படத்தை எடுக்கப் போவதாகவும், அதற்கு நான் பாடல் எழுத வேண்டுமென்றும் கூறினர்.

சினிமா ஆசையின்றி என்.சி.பி.ஹெச். பணிகளிலும் இலக்கியப் பணிகளிலும் கவனம் செலுத்திக் கொண்டிருந்த என்னை வழக்கறிஞர் அங்குசாமியும், இந்தியக் கம்யூனிஸ்ட் கட்சியின் செங்கற்பட்டு மாவட்டத் துணைச் செயலாளர் தோழர் ஜி.களஞ்சியமும் பாடல் எழுத என்னைச் சம்மதிக்க வைத்தனர். இப்படித்தான் என் மனதில் சினிமா நுழையத் தொடங்கியது.

படம் தயாரிக்க முன்வந்த நண்பர்கள் பாடல் எழுதிவிட்டு, அதற்கு இசையமைத்துக் கொள்ளலாம் என்று கூறினர். அதனால்,

'கனவு கனிந்து நனவானதே - நம்
காதல் கனிந்து உறவானதே!'

என்ற பாடலை எழுதினேன். ஆனால் என் கனவும் நனவாகவில்லை; படம் எடுப்போரின் முயற்சியும் கனிந்து கைகூடவில்லை. ஆம்! பேச்சோடு இந்த முயற்சி நின்று விட்டது!

இதன்பின் தேவர் பிலிம்ஸில் தயாரிப்பு நிர்வாகியாகப் பணியாற்றிக் கொண்டிருந்த ஒருவரிடம் தோழர் ஜி.களஞ்சியம் என்னை அறிமுகப்படுத்தி, எனக்கு சினிமாவில் பாட்டெழுதும் வாய்ப்பை வாங்கித் தரும்படி வேண்டினார். இதுவும் கானல் நீரானது!

தோழர் தா.பாண்டியனோடு காரைக்குடி அழகப்பா கல்லூரியில் பயின்றவரும்; தோழர் தா.பாண்டியனோடு ஒரே நேரத்தில் இந்தியக் கம்யூனிஸ்ட் கட்சியில் இணைந்தவருமான தோழர் எஸ்.சோமசுந்தரம் சென்னை வில்லிவாக்கம் சிங்காரம்பிள்ளை மேல்நிலைப் பள்ளியில் உதவித் தலைமை

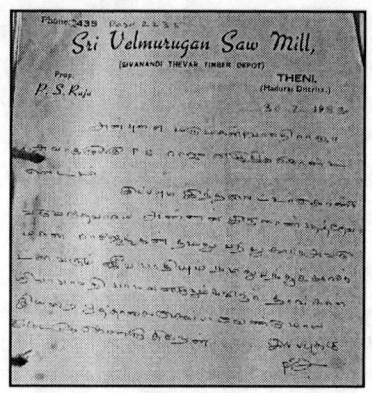

Phone: 3435

Sri Velmurugan Saw Mill,

(SIVANANDI THEVAR TIMBER DEPOT)

Prop.

P. S. Raju

THENI.

(Madurai District.)

ஆசிரியராகப் பணியாற்றிக் கொண்டிருந்தார். இவர் என் மீது பாசம் கொண்டவர். இவரோடு பணியாற்றிய ஆசிரியர் ராஜேந்திரன் என்பவர் இயக்குநர் பாரதிராஜாவுக்கு உறவினர். இவரிடம் ஆசிரியர் சோமசுந்தரம் பாரதிராஜாவிடம் எனக்கு பாட்டெழுதும் வாய்ப்பை வாங்கித்தரச் சொன்னார்.

ஆசிரியர் ராஜேந்திரன் என்னை இயக்குநர் பாரதிராஜாவின் மைத்துனரும் உதவி இயக்குநருமான மனோஜ்குமாரிடம் அழைத்துச் சென்று, நான் எழுதிய சில கவிதைகளை அவரிடம் காட்டி, என்னை இயக்குநர் பாரதிராஜாவிடம் அறிமுகப்படுத்தும்படி கூறினார். இதுவும் நடக்கவில்லை.

ஆனால் ஆசிரியர் சோமசுந்தரம் எப்படியாவது எனக்கு சினிமாத் தொடர்பை ஏற்படுத்திக் கொடுப்பதில் தீவிரமாக இருந்தார். இதுபற்றி ஆசிரியர் ராஜேந்திரனிடம் ஆசிரியர் சோமசுந்தரம் வலுவாக வலியுறுத்தியிருக்கிறார். இதன் விளைவு?

சொந்த ஊருக்குச் சென்ற ஆசிரியர் ராஜேந்திரன் தேனியில் உள்ள ஸ்ரீ வேல்முருகன் மில் உரிமையாளர் பி.எஸ். ராஜூவிடமிருந்து,

“அன்புள்ள மருமகன் பி.பாரதிராஜா அவர்களுக்கு பி.எஸ்.ராஜூ எழுதிக் கொண்ட லெட்டர்.

இப்பவும் இந்த லெட்டர் கொண்டு வரும் தேவாரம் அண்ணன் இருளாண்டித் தேவர் மகன் ராஜேந்திரன் நமது பந்துக்காரர். அவருடன் வரும் ஜீவபாரதியும் நமது பந்துக்காரர். ஜீவபாரதி பாடல் எழுதும் கவிஞர். தாங்கள் இயன்ற ஒத்தாசை செய்ய வேண்டுமாய்க் கேட்டுக்கொள்கின்றேன்"

என்ற கடிதத்தை ஆசிரியர் ராஜேந்திரன் கொண்டுவந்தார். இந்தக் கடிதத்துடன் இயக்குநர் பாரதிராஜாவைச் சந்திக்கலாம் என்றார் ஆசிரியர் ராஜேந்திரன்.

அந்தக் கடிதத்தை வாங்கிக் கொண்டு அடுத்த வாரம் இயக்குநர் பாரதிராஜாவைச் சந்திக்கலாம் என்று சொல்லிவிட்டு வந்த நான், அதன்பின் என்ன காரணத்தினாலோ ஆசிரியர் ராஜேந்திரனைச் சந்திப்பதைத் தவிர்த்துவிட்டேன்.

விற்பனையாளன், விநியோக எழுத்தர், கையிருப்புக் கணக்காளர், காசாளர், நான்கு கிளைகளின் கணக்காளர், கண்காட்சி நடத்துபவர், கிடங்குப் பிரிவு பொறுப்பாளர், மெய்ப்புத் திருத்துபவர் என நியூ செஞ்சுரி புத்தக நிறுவனத்தின் பல பிரிவுகளில் 15 ஆண்டுகள் பணியாற்றினேன். இருப்பினும் எதிர்காலம் பற்றிய கவலையும், கசப்பான அனுபவங்களும் என்னை அங்கிருந்து வெளியேற்றத் தூண்டியது.

1977இல் என்னுடைய 'ஒரு முடிவுக்கு வாருங்கள்!' என்ற கவிதைத் தொகுப்பை நியூ செஞ்சுரி புத்தக நிறுவனம் வெளி யிட்டது. இதுதான் அச்சில் பார்த்த என்னுடைய முதல் நூல். இந்த நூலின் இரண்டு பதிப்புகள் விரைந்து விற்பனையாகின. ஆயினும் நூலின் மூன்றாம் பதிப்பை வெளியிட நிர்வாகம் விரும்பவில்லை. இதுவும் என்னை அங்கிருந்து விடுபடத் தூண்டியது.

இதன் விளைவு? இயக்குநர் கே.பாலச்சந்தருக்கு என்னுடைய 'ஒரு முடிவுக்கு வாருங்கள்' கவிதை நூலுடன் திரைப்படப் பாடல் எழுத வாய்ப்புக் கேட்டு ஒரு கடிதத்தையும் பதிவுத் தபாலில் அனுப்பி வைத்தேன். ஒரு வாரத்தில் நான் இயக்குநர் கே.பாலச்சந்தருக்கு அனுப்பிய பதிவுத்

தபால் பிரிக்கப்படாமலேயே திரும்பி வந்தது. ஆம்! அறிமுகமில்லாதவர்கள் அனுப்பும் பார்சல்களைத் திரைத் துறையினர் பெற்றுக் கொள்வதில்லை என்பது அப்போதுதான் எனக்குப் புரிந்தது.

சில நண்பர்கள் 'கண் சிவந்தால் மண் சிவக்கும்' திரைப்பட இயக்குநர் ஸ்ரீதர்ராஜனிடம் என்னை அழைத்துச் சென்று எனக்குப் பாடல் எழுத வாய்ப்பளிக்கும்படி வேண்டினர். அதுவும் கைகூடவில்லை.

'**ஏழாவது** மனிதன்' திரைப்படத்தைத் தயாரித்த வழக்கறிஞர் பாளை சண்முகம் இந்தியக் கம்யூனிஸ்ட் கட்சியில் பல காலம் பணியாற்றியவர். என் பெரியப்பா தியாகி பூதலப்புரம் ஆர்.வேலுச்சாமித் தேவரை நன்கறிந்தவர். அதனால் வழக்கறிஞர் பாளை சண்முகத்தைச் சந்தித்து அவருடைய படத்தில் பாடல் எழுத வாய்ப்புக் கேட்டேன். இதுவும் எனக்கு வாய்ப்பை வாங்கித் தரவில்லை.

இந்தக் காலகட்டத்தில் தோழர் பி.இ.பாலகிருஷ்ணனையும் என்னையும் தலைமை அலுவலகமான அம்பத்தூரில் இருந்து சென்னை அண்ணா சாலை நல்லதம்பி செட்டித்தெருவில் இருந்த அலுவலகத்தில் இருந்து வெளியீட்டுத் துறைப் பணிகளைக் கவனிக்க நிர்வாகம் பணித்தது.

ஒருநாள் காலையில் சென்னை உஸ்மான் ரோட்டில் இருந்த இசைஞானி இளையராஜா வீட்டிற்கு தோழர் பாலகிருஷ்ணன் என்னை அழைத்துச் சென்று இசைஞானி இளையராஜாவிடம் என்னுடைய 'ஒரு முடிவுக்கு வாருங்கள்!' கவிதை நூலைக் கொடுத்து என்னை அவருக்கு அறிமுகம் செய்துவிட்டு, பாட்டெழுத எனக்கு ஒரு வாய்ப்பு வழங்கும்படி கேட்டார். இதுவும் கிணற்றில் போட்ட கல்லாகிவிட்டது.

எழுத்தாளர் சு.சமுத்திரத்தின் கதையை 'ஊமை வெயில்கள்' என்ற தலைப்பில் திரைப்படம் தயாரிக்க முடிவு செய்தனர். இந்தப் படத்தில் எப்படியாவது என்னை ஒரு பாடல் எழுத வைக்க வேண்டும் என்று எழுத்தாளர் சு.சமுத்திரம் முயன்றார். இந்த முயற்சியும் வெற்றி காணவில்லை.

இந்தக் காலகட்டத்தில் எனக்கு அறிமுகமான தோழர் இளவேனில் அவர் டிசைனராகப் பணியாற்றிய 'மலையூர் மம்பட்டியான்' திரைப்படக் கம்பெனிக்கு என்னை அழைத்துச் சென்று படத் தயாரிப்பாளரிடம் எனக்கொரு பாடல் எழுத வாய்ப்பு வழங்கும்படி கேட்டார். இதுவும் விழலுக்கு இறைத்த நீராயிற்று.

இதன்பின் 'சுவரில்லாத சித்திரங்கள்' படத்தைத் தயாரித்த கோவை நஞ்சப்பனிடம் என்னை அழைத்துச் சென்ற தோழர் இளவேனில், "நீங்கள் எடுக்கப் போகும் 'காலையும் நீயே மாலையும் நீயே!' படத்தில் எனக்கொரு பாடல் எழுத வாய்ப்புத் தருவதாகச் சொன்னீர்கள். அந்த வாய்ப்பை என்னைவிடச் சிறப்பாகப் பாடல் எழுதும் ஜீவபாரதிக்குக் கொடுங்கள்" என்றார். இந்தப் படம் தயாரிக்கப்பட்டதாகத் தெரியவில்லை.

அடுத்து கதை வசனகர்த்தா ஆர்.செல்வராஜிடம் என்னை அழைத்துச் சென்ற தோழர் இளவேனில், "நீங்கள் தயாரிக்கப் போகும் 'ஊசியிலைக் காடுகள்' திரைப்படத்தில் எனக்கு ஒரு பாட்டெழுதும் வாய்ப்பைத் தருவதாகச் சொன்னீர்கள். அந்த வாய்ப்பை என்னைவிட சிறப்பாகப் பாடல் எழுதும் ஜீவபாரதிக்குத் தாருங்கள்" என்றார். சுமார் ஒரு மணி நேரம் 'ஊசியிலைக் காடுகள்' கதையை ஆர்.செல்வராஜ் எங்களிடம் சொன்னாரே தவிர பாடல் எழுத வாய்ப்பு வழங்குவது பற்றி வாய்திறக்கவில்லை!

இந்தச் சூழலில்தான் அப்போது 'தாய்' பத்திரிகையில் உதவி ஆசியராகப் பணியாற்றிக் கொண்டிருந்த ராசி. அழகப்பன் எனக்கு அறிமுகமானார்.

இவருடைய அறிமுகம் என் வாழ்வில் புதிய கதவைத் திறந்துவிடும் என்று அப்போது நான் எண்ணவில்லை.

ஒருநாள் ராசி.அழகப்பனிடம், "திரைப்படத்திற்கு நான் பாட்டெழுத வேண்டும்" என்றேன்.

உடனே ராசி.அழகப்பன், "நான் அதற்கு ஏற்பாடு செய்கிறேன்" என்றார்.

பல தோல்விகளைச் சந்தித்திருந்த எனக்கு ராசி. அழகப்பனின் முயற்சியும் தோல்வியைத்தான் தழுவும் என்று நான் எண்ணிக் கொண்டிருந்தேன்.

1983 ஆம் ஆண்டில் ஒருநாள் ராசி. அழகப்பன் படத் தயாரிப்பாளர் பஞ்சு அருணாசலம் அலுவலகத்திற்கு என்னை அழைத்துச் சென்றார். அப்போது பஞ்சு அருணாசலத்திற்காக எங்கள் இயக்குநர் ‘குவாகுவா வாத்துக்கள்’ என்ற படத்தை இயக்கிக் கொண்டிருந்தார்.

படத்தயாரிப்பாளர் பஞ்சு அருணாசலம் அலுவலகத்தில் இருந்த எங்கள் இயக்குநரிடம் என்னை அழைத்துச் சென்ற ராசி.அழகப்பன், “சார்! இவர் ஜீவபாரதி, நல்ல கவிஞர். இவருக்கு உங்கள் படத்தில் ஒரு பாட்டெழுதும் வாய்ப்பைத் தாருங்கள்” என்றார்.

அப்போது ஆச்சரியத்தோடு என்னைப் பார்த்த எங்கள் இயக்குநர், “இவர்தான் ஜீவபாரதியா? இவருடைய கவிதைகளை நான் படித்திருக்கிறேன்; இப்போதுதான் இவரை நேரில் பார்க்கிறேன்” என்றார்.

அதைக் கேட்டு நான் சிரித்தேன்.

உடனே எங்கள் இயக்குநர், “என்ன சிரிக்கிறீர்கள்?” என்றார்.

“இல்லை, சார்! குமுதம், ஆனந்தவிகடன் போன்ற பத்திரிகைகளில் நான் கவிதை எழுதியதில்லை; அதனால் நீங்கள் என் கவிதையைப் படிக்க வாய்ப்பில்லையே!” என்றேன்.

எங்கள் இயக்குநர் சிரித்துக் கொண்டே, “இல்லை ஜீவா! (என்னைச் சந்தித்த நாளிலிருந்து அவர் மறையும் வரை என் முழுப் பெயரான ‘ஜீவபாரதி’ என்று அழைத்ததில்லை. அவருடைய குருநாதர் ‘பாரதிராஜா’வின் முன்பகுதி என் பெயரின் பின்பகுதியில் இருந்ததால், தன் குருவை மதிக்கும் வண்ணம் என்னை ‘ஜீவா!’ என்று மட்டும்தான் அழைப்பார்)

நான் நக்சலைட் மூவ்மெண்டில் இருந்தேன். மசூம்தாருடன் சில நாட்கள் அலைந்திருக்கிறேன்.

அதன்பின் அந்த இயக்கத்தில் இருந்து நான் ஒதுங்கிவிட்டேன்.

இந்தியக் கம்யூனிஸ்ட் கட்சி விலைவாசிப் போராட்டம் நடத்திய போது தோழர்கள் எம். கல்யாணசுந்தரம், கே. பாலதண்டாயுதம், தா.பாண்டியன் ஆகியோருடன் காவல் துறையினர் என்னையும் கைது செய்து கோவை சிறையில் அடைத்தனர். 63 நாட்கள் நாங்கள் சிறையில் இருந்தோம். அப்போது வாராவாரம் 'ஜனசக்தி' பத்திரிகை சிறைக்கு வரும். அதில் உங்கள் கவிதைகள் அடிக்கடி வெளிவரும். இப்படித்தான் நான் உங்கள் கவிதைகளைப் படித்தேன்" என்றார்.

அதைக் கேட்டு எனக்கு வெட்கமாகிவிட்டது. ஆம்! ஒரு இடதுசாரி இயக்கத்தில் பணியாற்றியவரை சினிமாக்காரராக மட்டும் நான் எதிர்பார்த்தது தவறல்லவா?

இதன்பின் எங்கள் இயக்குநர் 'குவாகுவா வாத்துக்கள்' கதையை என்னிடம் சொல்லி, என்னுடைய கருத்தைக் கேட்டார். அதன்பின் 'வால்கா முதல் கங்கை வரை' படித்திருக்கிறீர்களா?" என்றார்.

நான், "பலமுறை படித்திருக்கிறேன்" என்றேன்.

அப்போது மழை பெய்து கொண்டிருந்ததால் எங்கள் இயக்குநருடன் நீண்ட நேரம் பேசுகின்ற வாய்ப்பு எனக்கு வாய்த்தது. அப்போது 'சிலந்தியும் ஈயும்' என்ற புத்தகத்தைப் பற்றி எங்கள் இயக்குநர் விதந்து பேசினார்.

மழை ஓய்ந்ததும் நாங்கள் விடைபெற்றோம். வாசல் வரை வந்து எங்களை வழியனுப்பிய எங்கள் இயக்குநர் என்னிடம், "அடுத்த படத்தில் நிச்சயம் உங்களுக்குப் பாடல் எழுதும் வாய்ப்பை நான் தருகிறேன்" என்றார்.

அப்போது வாசலில் நின்ற ஒரு இளைஞரை காட்டி எங்கள் இயக்குநர், "இவர் ஜீவபாலன்; என்னுடைய அசிஸ்டெண்ட்" என்றார்.

இடதுசாரி இயக்கத்தின் மீது எங்கள் இயக்குநர் பற்றுக் கொண்டவர் என்பதும், அவருடைய உதவியாளர் இலக்கியப் பேராசான் ஜீவாவையும்; தியாகச் செம்மல் பாலதண்டாயுதத்தையும் நினைவுபடுத்தும் வகையில் 'ஜீவபாலன்' என்று பெயர் வைத்திருந்ததும் என்னுள் நம்பிக்கை விதைகளை நட்டன!

ஆம்! இப்படித்தான் எங்கள் இயக்குநரை நான் கண்டடைந்தேன்.

2

பாதை மாறிய பயணம்

இயக்குநரிடம் என்னை அறிமுகம் செய்ததுடன் ராசி.அழகப்பன் ஒதுங்கிக் கொள்ளவில்லை. எப்படியாவது எங்கள் இயக்குநர் படத்தில் என்னைப் பாடல் எழுத வைத்துவிட வேண்டும் என்பதில் உறுதியாக இருந்தார்; அதற்காகத் தொடர்ந்து உழைத்தார்.

ஒருநாள் என்னைச் சந்தித்த ராசி.அழகப்பன், "சார்! மணிவண்ணன் உங்களுக்குப் பாடல் எழுதும் வாய்ப்பைக் கொடுப்பார். அதற்குமுன் தத்தகரத்திற்கு நீங்கள் பாட்டெழுதப் பயிற்சி எடுத்துக் கொள்ள வேண்டும்; தேனாம்பேட்டை இளங்கோ வீதியில் சிவகுமார் என்ற இசையமைப்பாளர் இருக்கிறார். அவரிடம் உங்களை அழைத்துச் செல்கிறேன். ஓய்வு நேரத்தில் அவரிடம் சென்று தத்தகரத்திற்குப் பாட்டெழுதப் பயிற்சி எடுத்துக் கொள்ளுங்கள்" என்று சொல்லிவிட்டு என்னை தேனாம்பேட்டைக்கு அழைத்துச் சென்று சிவகுமாரிடம் எனக்கு உதவிட வேண்டினார். அவரும் "மாலை வாருங்கள்" என்றார்.

சென்னை அண்ணாசாலை நல்லதம்பி செட்டித் தெருவில் நான் பணியாற்றும் அலுவலகம்; அதே பகுதியில் எல்லீஸ் சாலையில் உள்ள முக்தாருன்னிஸா பேகம் மூன்றாவது குறுக்குத் தெருவில் நான் குடியிருந்தேன்.

ஒவ்வொரு நாளும் பணி முடிந்ததும் நான் தேனாம்பேட்டைக்குச் சென்று இசையமைப்பாளர் சிவகுமார் கொடுக்கும் தத்தகரத்திற்குப் பாட்டெழுதப் பயிற்சி எடுத்துவிட்டு, இரவு வீட்டிற்கு வருவேன். இப்படி சிவகுமாரின் தத்தகரத்திற்கு நான் பல பாடல்களை எழுதினேன்.

ஒருநாள் இசையமைப்பாளர் சிவகுமார் என்னிடம், "சார்! படகோட்டி படத்தில் இடம்பெற்ற பாடல்கள் சோகமாக இருக்கும். இப்ப நான் கொடுக்கப்போகும் தத்தகரத்திற்கு ஒரு மீனவன் நம்பிக்கையோடு பாடுவது போன்று பாடல் எழுதுங்கள்!" என்று சொல்லிவிட்டு ஆர்மோனியத்தில் இசையமைப்பாளர் சிவகுமார் தத்தகரத்தை வாசித்தார். அந்த தத்தகரத்திற்கு நான் எழுதிய பாடல்:

கடலோரம் அலைபாயும் நேரம்
கதிரவன் அரசாளும் வானம்
மேகமே ஓடுதே
ஏனோ? ஏனோ?
கடலலைகள் தானோ?

- கடலோரம்

எண்ணங்கள் ஆயிரம் உண்டு
என்றாலும் புதுமைகள் என்று?
காற்றோடு போராட வேண்டும்
கைநோக உழைத்தாக வேண்டும்
ஆனாலுமே ஆனந்தமே
காலம் விடிந்தால் மாறும்
மாறும் புதுமை சேரும்
கடலலையிலே படகிருக்குது
கட்டியபுள்ளையின் நினைவிருக்குது

- கடலோரம்

விண்மீன்கள் எனைக்கண்டு சிரிக்கும்

> விழிமீன்கள் அதுகண்டு துடிக்கும்
> கடல்மீன்கள் கிடைக்காது போனால்
> கரைசேர மனமின்றி ஏங்கும்
> ஆனாலுமே ஆனந்தமே
> காலம் கனிந்தால் போதும்
> கைகள் புதுமை காணும்
> கடலலையிலே படகிருக்குது
> கட்டியபுள்ளையின் நினைவிருக்குது
>
> - கடலோரம்

இத்துடன் ராசி.அழகப்பன் ஓய்ந்து விடவில்லை. பள்ளிகொண்டானில் நடந்த அவருடைய நண்பர் திருமணத்தில் எங்கள் இயக்குநர், ஒளிப்பதிவாளர் சபாபதி, கவிஞர் நா.காமராசன் ஆகியோருடன் மணமக்களை வாழ்த்த ராசி.அழகப்பன் என்னையும் அழைத்துச் சென்றார். ஆம்! எப்படியாவது எங்கள் இயக்குநர் உள்ளத்தில் நான் இடம் பெற்றுவிட வேண்டும்; அதன் மூலம் எனக்குப் பாட்டெழுதும் வாய்ப்புக் கிடைக்க வேண்டும் என்பதே ராசி. அழகப்பனின் நோக்கம்! இந்த நிகழ்வினால் எங்கள் இயக்குநர், ஒளிப்பதிவாளர் சபாபதி ஆகியோருடன் நெருங்கிப் பழகும் வாய்ப்பு எனக்கு கிடைத்தது.

1983 ஆம் ஆண்டு என்னுடைய 'கனல் மணக்கும் பூக்கள்', 'புதுயுகக் கவிஞனும் புதியவன் குரல்களும்' என்கிற கவிதை நூல்களை அணு பதிப்பகம் அச்சுக்கு எடுத்தது. இந்த நூல்களின் வெளியீட்டு விழாவை நடத்த வேண்டும் என்று ராசி. அழகப்பன் விரும்பினார். இதுவும் இயக்குநருடன் என்னுடைய நட்பு நெருக்கமாவதற்காகத்தான்!

தோழர் இளவேனில் அன்றைய வேளாண்மைத் துறை அமைச்சர் கா.காளிமுத்துவை என்னுடைய நூல்களை வெளியிட அனுமதி வாங்கித் தந்தார்.

முதல் பிரதிகளை எங்கள் இயக்குநர் பெற்றுக் கொள்ளவும்; 'தாய்' பத்திரிகை ஆசிரியர் வலம்புரிஜான் மற்றும் பேராசிரியர் தி.இராசகோபால் ஆகியோரை வாழ்த்துரைக்கவும் ராசி. அழகப்பன் ஏற்பாடு செய்தார்.

என்னுடைய நூல்கள் வெளியீட்டு விழாவில் பேராசிரியர் தி.இராசகோபால் பேசுகிறார். இடமிருந்து: தோழர் எம்.வி.சுந்தரம் கவிஞர் பொன்னடியான், வார்த்தைச் சித்தர் வலம்புரிஜான், தோழர் தா.பாண்டியன், எங்கள் இயக்குநர், பின் வரிசையில் நின்றபடி நான்

விழாவுக்குத் தலைமை ஏற்க நியூ செஞ்சுரி புத்தக நிறுவனத்தின் தலைவர் எம். வி. சுந்தரத்தையும்; வாழ்த்துரைக்க தோழர் தா. பாண்டியனையும், கவிஞர் பொன்னடியானையும் நான் ஏற்பாடு செய்தேன்.

27.10.1983 அன்று மாலை சென்னை தேனாம்பேட்டை எல்டாம்ஸ் சாலையில் உள்ள கிறித்துவ கலைத் தொடர்பு நிலையத்தில் நூல் வெளியீட்டு விழா நடத்துவதற்கும், விழாவின் விளம்பரச் சுவரொட்டி அடிக்கும் செலவை ஜெகத் ரட்சகனை ஏற்றுக்கொள்ளச் செய்ததும் ராசி.அழகப்பன்தான். மொத்தத்தில் இந்த விழா சிறக்கப் பெரிதும் பாடுபட்டது ராசி.அழகப்பன்தான்.

20.10.1983 அன்று விழா அழைப்பிதழைக் கொடுக்க எங்கள் இயக்குநரின் இல்லத்திற்கு ராசி.அழகப்பனும் நானும் சென்றோம். அப்போது எங்கள் இயக்குநர் டைரக்டர்ஸ் காலனியில் வாடகை வீட்டில் வாழ்ந்தார்.

ராசி.அழகப்பனும் நானும் தேனாம்பேட்டையிலிருந்து 12பி பேருந்தில் எங்கள் இயக்குநர் இல்லத்திற்குச்

சென்றோம். பேருந்து கோடம்பாக்கம் மேம்பாலத்தில் சென்று கொண்டிருந்தபோது ராசி. அழகப்பனிடம் நான், "அழகப்பன் எனக்கு திரைப்படத்திற்குப் பாட்டெழுத விருப்பம் இல்லை. அதற்குப் பதிலாக சினிமாவில் தொழிலைக் கற்றுக்கொள்ள விரும்புகிறேன். அதனால் இயக்குநரிடம் என்னை உதவி இயக்குநராகச் சேர்த்து விடுங்கள்" என்றேன்.

உடனே ராசி. அழகப்பன், "சார்! அது உங்களுக்கு ஒத்து வராது. உங்களுக்குக் குடும்பம் ஆகிவிட்டது. நிரந்தர வருமானம் இருக்கிறது. சினிமாவில் நிரந்தர வருமானத்தை எதிர்பார்க்க இயலாது. அதனால் அந்த ஆசையை விட்டுவிடுங்கள்" என்றார்.

அதற்கு நான், "அழகப்பன்! நான் ஒரு மாதம் லீவு போடுகிறேன். அந்த ஒரு மாதம் இயக்குநரிடம் நான் உதவி இயக்குநராகப் பணியாற்றுகிறேன். சரிப்பட்டு வந்தால் சினிமாவில் தொடர்கிறேன். சரிப்பட்டு வரவில்லை என்றால் மீண்டும் பணியில் சேர்ந்து விடுகிறேன்" என்றேன்

அதற்கு ராசி.அழகப்பன் அவ்வளவு எளிதாக ஒத்துக்கொள்ளவில்லை.

இறுதியாக ராசி.அழகப்பன், "இன்று இயக்குநர் மணிவண்ணிடம் பேசிப் பார்க்கிறேன்" என்றார்.

அப்போது நான், "அழகப்பன்! இயக்குநர் என் மீது மரியாதை வைத்திருக்கிறார். அதனால் அவரைத் தனியாக அழைத்துச் சென்று என் விருப்பத்தைச் சொல்லுங்கள்" என்றேன்.

ராசி. அழகப்பனும் அதற்குச் சம்மதித்தார்.

எங்கள் இயக்குநர் இல்லத்தை அடைந்தோம். மகிழ்வோடு எங்களை வரவேற்ற எங்கள் இயக்குநர், அன்று அவருடைய மகள் ஜோதி பிறந்தநாள் என்பதால் எங்களுக்கு இனிப்பு, காரம் கொடுத்தார்.

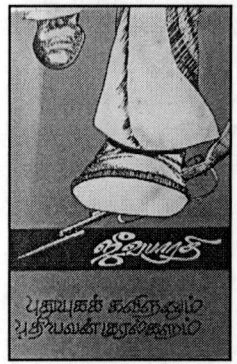

வெளியீட்டு விழா!

நூல் வெளியீட்டு விழா அழைப்பிதழைக் கொடுத்தோம். அவசியம் கலந்து கொள்வதாக இயக்குநர் உறுதி அளித்தார்.

சிறிது நேரம் சென்றதும் ராசி. அழகப்பன் இயக்குநரை வாசல் அருகே அழைத்துச் சென்று, "சார்! ஒரு அற்புதமான சிந்தனையாளர் உங்களிடம் உதவியாளராகச் சேர விரும்புகிறார்" என்றார்.

எப்போதும் நகைச்சுவையுடன் பேசுகின்ற ராசி.அழகப்பன், தான் உதவியளராகச் சேர விரும்புவதைத்தான் இப்படிச் சொல்கிறார் என்று எண்ணிய எங்கள் இயக்குநர், "என்ன அழகப்பன், நீங்க எப்போது வேண்டுமானாலும் எங்கள் யூனிட்டில் அசிஸ்டெண்டாகச் சேர்ந்து கொள்ளுங்கள்" என்றார்.

அதற்கு ராசி.அழகப்பன், "நான் இல்லை சார்! ஜீவா உங்களிடம் அசிஸ்டெண்டாகச் சேர ஆசைப்படுகிறார்" என்றார்.

அதைக் கேட்ட இயக்குநர் என் அருகில் வந்து அமர்ந்து, "நல்ல முடிவு ஜீவா! நூறாவது நாள் முடியப்போகிறது. அடுத்த படத்தில் உங்களைச் சேர்த்துக் கொள்கிறேன்" என்றார்.

மகிழ்வோடு எங்கள் இயக்குநர் வீட்டை விட்டு நான் வெளியேறினேன். ஆனால் என் எதிர்காலத்தை நினைத்து

ராசி. அழகப்பன் தயங்கியது அவர் முகத்தில் எனக்குத் தெரிந்தது.

27.10.1983 அன்று என்னுடைய நூல்கள் வெளியீட்டு விழாவில் கலந்து கொண்ட எங்கள் இயக்குநர் முதல் பிரதிகளைப் பெற்றுக் கொண்டு, "தோழர் தா. பாண்டியனுடன் நான் சிறையில் இருந்திருக்கிறேன். ஆனால் அவருடன் ஒரே மேடையில் பேசுகின்ற வாய்ப்பு எனக்கு இன்று கிடைத்திருக்கிறது. தோழர் எம்.வி. சுந்தரம் பற்றி நான் நிறைய கேள்விப்பட்டிருக்கிறேன். இன்றுதான் அவரை நான் நேரில் பார்க்கிறேன். இந்த அரிய வாய்ப்பை உருவாக்கிக் கொடுத்த கவிஞர் ஜீவபாரதிக்கு நன்றி" என்றார்.

நான் ஏற்புரை ஆற்றும்போது தோழர் தா.பாண்டியன் அப்போது எடுத்துக் கொண்டிருந்த 'சங்கநாதம்' திரைப்படம் பற்றியும், அதுபற்றி நான் கேள்விப்பட்டது பற்றியும் விமர்சித்துப் பேசினேன். இதுதான் எங்கள் இயக்குநர் என் மேடைப்பேச்சைக் கேட்ட முதல் நிகழ்வாகும்.

விழா முடிந்து விடைபெறும் போது எங்கள் இயக்குநர் ராசி. அழகப்பனையும் என்னையும் அழைத்து, "அடுத்த படத்தில் ஜீவாவை உதவி இயக்குநராகச் சேர்த்துக் கொள்கிறேன்" என்றார்.

3

படம் பார்த்தானாம்...

படுகொலைகள் செய்தானாம்!

என்னுடைய புத்தகங்களின் வெளியீட்டு விழா நடந்த ஒரு வாரத்திலேயே என்னைச் சந்தித்த ராசி. அழகப்பன், "சார்! டைரக்டர் மணிவண்ணன் அசிஸ்டெண்ட் டைரக்டராகச் சேர பாம்குரோவ் ஓட்டல் அறை எண் 110-க்கு நாளைக் காலை உங்களை வரச் சொன்னார்" என்றார்.

அன்று இரவு எப்போது விடியும் என்று நான் காத்திருந்தேன். பாங்குரோவ் ஓட்டலுக்குச் சென்று ராசி.அழகப்பன் சொன்ன அறைக் கதவைத் தட்டினேன். ஒருவர் அறைக் கதவைத் திறந்தார். அவர்தான் பிற்காலத்தில் சிறந்த நகைச்சுவை நடிகராக வளர்ந்து கொண்டிருந்த சில ஆண்டுகளுக்கு முன் மறைந்த வாசு. அப்போது எங்கள் இயக்குநரிடம் உதவி இயக்குநராக வாசு பணியாற்றிக் கொண்டிருந்தார்.

கதவைத் திறந்த வாசு, "யார் நீங்கள்?" என்றார்.

"என் பெயர் ஜீவபாரதி. இயக்குநர் என்னை இங்கு வரச் சொன்னார்" என்றேன்.

"எதற்கு?" என்றார் வாசு.

"அசிஸ்டெண்ட் டைரக்டராகச் சேருவதற்கு" என்றேன்.

"இதற்குமுன் யாரிடம் பணியாற்றினீர்கள்?" என்றார் வாசு.

"இதுவரை எந்த டைரக்டரிடமும் நான் பணியாற்றியது இல்லை" என்றேன்.

என்னுடைய இந்தப் பதிலைக் கேட்டு சற்று ஏளனத்துடன் வாசு என்னைப் பார்த்தார்.

அதன்பின் வாசு ஏதோ வேலையில் மூழ்கிவிட்டார்.

நான் ஏதும் புரியாமல் அங்கு அமர்ந்திருந்தேன்.

சிறிது நேரத்தில் அங்கு வந்த இயக்குநர், "ஜீவா! எப்ப வந்தீங்க?" என்றார்.

"இப்பத்தான் சார்" என்றேன்.

உடனே வாசுவிடம் இயக்குநர், "வாசு! இவர் நல்ல கவிஞர்... சிறந்த பேச்சாளர். அதனால் அசிஸ்டெண்ட் டைரக்டர்களுக்குள்ள குசும்புகளை எல்லாம் இவரிடம் காட்ட வேண்டாம்" என்றார் சிரித்துக் கொண்டே!

வாசு தலையாட்டினார்.

இயக்குநரிடம் உதவியாளராகச் சேர்ந்த மறுநாள் அவருடைய வீட்டிற்கு நான் சென்றேன். அப்போது என்னிடம் இயக்குநரின் தாயார், "தம்பி! நீ என் மகன்கிட்ட அசிஸ்டெண்டாகச் சேர்ந்திருக்கிறாயா?" என்றார்.

"ஆம்" என்றேன்.

"என் மகன் கொஞ்சம் கோபக்காரன். அவனை அனுசரித்து நீ நடந்து கொள்" என்றார்.

நான் தலையாட்டினேன்.

இதன்பின் ஒவ்வொரு நாளும் பாம்குரோவ் ஓட்டலுக்குச் செல்வேன். அங்கு நடக்கும் பணிகளைக் கவனிப்பேன். இந்தக் காலகட்டத்தில் வாசு எனக்கு நெருக்கமாகிவிட்டார்.

ஒருநாள் வாசுவிடம், "டைரக்டரிடம் நீங்கள் மட்டும்தான் உதவியாளரா?" என்றேன்.

அதற்கு வாசு, "ஈ.ராம்தாஸ் ('ஆயிரம் பூக்கள் மலரட்டும்' போன்ற படங்களின் இயக்குநர், திரைக்கதை வசனம் எழுதியவர், தொலைக்காட்சி தொடர்களிலும் நடித்தவர், அண்மையில் மறைந்தவர்), ஜீவபாலன் (வளையல் சத்தம், தப்புக் கணக்கு போன்ற படங்களை இயக்கியவர்), முத்துக்குமார், கல்யாணகுமார் (பிற்காலத்தில் பல பத்திரிகைகளில் பணியாற்றியவர்), பெருமாள் (கதை வசனகர்த்தா கலைமணியின் தம்பி, பிள்ளை நிலா என்ற படத்தைத் தயாரித்தவர்), விக்ரமன் (புதுவசந்தம் போன்ற சிறந்த படங்களின் இயக்குநர்), கோபி (பீம்சிங்கின் மகன், எடிட்டர் லெனினின் தம்பி) ஆகியோர் நம் இயக்குநரிடம் உதவி இயக்குநர்களாகப் பணியாற்றினர். ஏதோ காரணத்தால் அனைவரும் ஒதுங்கிக் கொண்டனர். அதனால்தான் இயக்குநர் உங்களைச் சேர்த்திருக்கிறார்" என்றார்.

இயக்குநரிடம் நான் உதவியாளராகச் சேர்ந்த சில நாட்களில் நடிகர் சத்யராஜ் சிபாரிசில் காங்கேயம் குகன் என்பவர் எங்கள் இயக்குநரிடம் உதவி இயக்குநராகச் சேர்ந்தார்.

ஒருநாள் இயக்குநர் என்னையும் காங்கேயம் குகனையும் பாம்குரோவ் ஓட்டலில் அடுத்த இரண்டு அறை தள்ளியிருந்த அறைக்கு அனுப்பினார். அது இயக்குநர் இயக்கப் போகும் 'என்றும் பதினாறு' என்ற படத்துக்கான அறை.

'என்றும் பதினாறு' படத்தைத் தயாரிக்கப் போகும் தயாரிப்பாளர் பெயர் ஜெயராமன், 'மன்மத ராஜக்கள்' என்ற படத்தைத் தயாரித்தவர்.

நாங்கள் இருந்த அறைக்கு வந்த ஒருவர், "தயாரிப்பாளர் வருகிறார்" என்றார். அப்படிச் சொன்னவர் தயாரிப்பாளரின் டிரைவர்.

காங்கேயம் குகனும் நானும் எழுந்து நின்றோம். வெள்ளை பேண்ட், வெள்ளைச் சட்டையில் ஒருவர் வந்தார். அவரை நாங்கள் வணங்கினோம்.

அவர், "நீங்கள் யார்?" என்றார்.

நான், "அசிஸ்டெண்ட் டைரக்டர்கள்" என்றேன்.

அதற்கு அவர், "அப்ரண்டிஸா?" என்றார்.

நாங்கள் ஒன்றும் புரியாமல் நின்று கொண்டிருந்தோம்.

"படத்தின் பூஜையின் போதே அசிஸ்டெண்ட் டைரக்டர்கள் என்னிடம் முன் பணம் வாங்கி விட்டார்கள். அதனால் உங்களுக்குப் பணம் இல்லை" என்றார்.

நாங்கள் ஒன்றும் புரியாமல் விழித்தோம்.

காங்கேயம் குகன் ஏவிஎம் குகனோடு நெருங்கிய நட்பில் இருந்தவர். அதனால் பாக்யராஜின் 'முந்தானை முடிச்சு' திரைப்படத்தில் ஒரு காட்சியில் காங்கேயம் குகன் நடித்திருப்பார். ஏவிஎம் குகன் மீது கொண்டிருந்த பற்றினால் அவர் பெயரையும், தன் ஊர் பெயரையும் இணைத்து 'காங்கேயம் குகன்' என்று புனைபெயர் வைத்திருந்தார். ஓரளவு சினிமா அனுபவம் கொண்டவர் காங்கேயம் குகன்.

நடிகர் சத்யராஜுக்கு தூரத்து உறவினர் காங்கேயம் குகன். பழனி நாடாளுமன்ற உறுப்பினராக இருந்த காங்கிரஸ் கட்சியின் மன்றாடியாருக்குச் சொந்தமான சென்னை மயிலாப்பூர் குளத்திற்கு அருகில் இருந்த வீட்டில்தான் காங்கேயம் குகன் தங்கியிருந்தார்.

ஒருநாள் 'என்றும் பதினாறு' திரைப்படக் கம்பெனி போட்டிருந்த பாம்குரோவ் ஓட்டல் அறையில் இயக்குநரும்

நானும் இருந்தோம். அப்போது உயரமான, கம்பீரமான, சிவப்பான ஒருவர் வந்தார். அதுநாள் வரை அதிகமாக திரைப்படங்களை நான் பார்க்காததால் வந்தவரை யார் என்று எனக்குத் தெரியவில்லை.

இயக்குநர் வந்தவரிடம் என்னைக் காட்டி, "இவர் ஜீவபாரதி! நல்ல கவிஞர். என்னிடம் உதவியாளராகச் சேர்ந்திருக்கிறார்" என்றார். நான் வந்தவருக்கு, "வணக்கம்" சொன்னேன்.

இயக்குநர் வந்தவரை, "இவர் சத்யராஜ்; நடிகர், எனக்கு மிகவும் வேண்டியவர்" என்று எனக்கு அறிமுகம் செய்தார்.

இப்படித்தான் நடிகர் சத்யராஜ் எனக்கு அறிமுகமானார். இந்த அறிமுகம் பற்றி நடிகர் சத்யராஜ் சொன்னதைப் பிறிதொரு பக்கத்தில் சொல்கிறேன்.

சில மாதங்கள் கழித்து 'என்றும் பதினாறு' படப்பிடிப்பு சென்னைக்கு அருகில் உள்ள குன்றத்தூரில் நடந்தது. இந்தப் படத்தின் ஹீரோ விஜயகாந்த். ஹீரோயின் தாரா.

இந்தப் படத்தின் முதல் காட்சியை விஜயகாந்தும், நானும், இன்னும் சிலரும் சீட்டாடுவது போல் இயக்குநர் எடுத்தார். இந்தப் படத்தின் படப்பிடிப்பு இரண்டொருநாள் மட்டுமே நடந்தது.

இதன்பின் வெவ்வேறு படங்களின் பணிகளில் இயக்குநர் இறங்கிவிட்டார். விஜயகாந்த் கால்ஷீட்டும் கிடைத்தபாடில்லை. தயாரிப்பாளர் ஜெயராமனால் பணம் ஏற்பாடு செய்ய முடியவில்லை.

தயாரிப்பாளர் ஜெயராமனுக்கு எந்த வழியிலாவது உதவ வேண்டுமென்று எங்கள் இயக்குநர் முயன்றார்.

ஆனால் எங்கள் இயக்குநரால் இயலவில்லை. பணம் வாங்காமல்கூட எங்கள் இயக்குநர் இந்தப் படத்தை முடித்துக் கொடுக்க விரும்பினார். மற்ற செலவுகளுக்கும், நடிகர்களுக்கும் தயாரிப்பாளரால் பணம் கொடுக்க இயலவில்லை

காலப்போக்கில் காரில் வந்த தயாரிப்பாளர் ஜெயராமன் எங்கள் இயக்குநரைச் சந்திக்க ஆட்டோவில் வரத் தொடங்கினார். அதன்பின் பேருந்தில் வரத் தொடங்கினார்.

முதன்முதலில் என்னைச் சந்தித்தபோது, "அப்ரண்டிஸ்தானே?" என்று இளக்காரமாகக் கேட்ட தயாரிப்பாளர் ஜெயராமன் என்னிடம், "எப்படியாவது இயக்குநரிடம் சொல்லி என் படத்தை ஆரம்பிக்கச் சொல்லுங்கள்" என்றார்.

ஆனால் இந்தப் படம் கடைசி வரை தயாரிக்கப்படவில்லை என்பது வேதனை.

திரையுலகில் திட்டமிட்டுச் செயல்படவில்லை என்றால் என்ன நடக்கும் என்பதைத் தயாரிப்பாளர் ஜெயராமன் வாழ்க்கை எனக்கு உணர்த்தியது.

நூறாவது நாள் பின்னணி இசையை இளையராஜா இரவில்தான் செய்தார். அதனால் இயக்குநரும் நானும் இரவு முழுவதும் பிரசாத் ஸ்டுடியோவிலேயே இருந்தோம்.

இரவு நேரங்களில் கண்விழித்துப் பழக்கம் இல்லாததால் ஒருநாள் இரவு பின்னணி இசை நடந்து கொண்டிருந்த கட்டிடத்தின் ஓரறையில் நான் தூங்கிக் கொண்டிருந்தேன். ஓடிவந்து என்னை எழுப்பிய இயக்குநர், "ஜீவா! தூங்காதீங்க.. உங்க குறட்டைச் சத்தமும் ரீரெக்கார்டிங்கில் சேர்ந்துவிடப் போகிறது. இது தெரிந்தால் இளையராஜா திட்டப் போகிறார்" என்றார்.

இதன்பின் இரவு நேரத்தில் வேலை நேரத்தில் தூக்கம் என்னைத் தழுவ மறுத்தது.

'நூறாவது நாள்' பின்னணி இசை நடந்து கொண்டிருந்தபோது ஒவ்வொரு நாளும் இரவு முழுவதும் அங்கு வந்து இளையராஜா பின்னணி இசை சேர்ப்பதை இருவர் பார்த்துக் கொண்டிருப்பர்.

ஒரு வழியாக 'நூறாவது நாள்' படம் முடிந்தது. பத்திரிகையாளர்களுக்குப் படத்தைப் போட்டுக் காட்ட படத் தயாரிப்பாளர் எஸ்.என்.திருமால் ஏற்பாடு செய்தார். பத்திரிகையாளர்களோடு படத்தைப் பார்க்க நானும், இயக்குநரும் படம் போடப்படும் தியேட்டருக்குச் சென்றோம்.

அப்போது இயக்குநர் என்னிடம், "ஜீவா! நூறாவது நாள் ரீ ரெக்கார்டிங் நடந்து கொண்டிருந்தபோது ஒவ்வொரு நாள் இரவும் இரண்டு பேர் வந்து பார்த்துக் கொண்டிருந்தார்களே, அவர்கள் இருவரும் கோவைக்காரர்கள். என்னை வைத்து படம் எடுப்பதற்காக வந்திருக்கிறார்கள். அதுபற்றி உங்களிடம் அவர்களைப் பேசச் சொல்லியிருக்கிறேன்" என்றார்.

நான் தயக்கத்தோடு, "அவர்களிடம் நான் என்ன பேச வேண்டும் சார்?" என்றேன்.

அதற்கு இயக்குநர், "அவர்கள் படம் எடுப்பது சம்பந்தமாக உங்களிடம் பேசுவார்கள். அவர்களிடம் 25,000 ரூபாய் இயக்குநருக்கு அட்வான்ஸாகக் கொடுங்கள். நான் இயக்குரிடம் பேசி அதற்கு ஏற்பாடு செய்கிறேன் என்று சொல்லுங்கள்" என்றார்.

படத்தைப் பார்த்த பத்திரிகையாளர்கள் இயக்குநரைப் பாராட்டிச் சென்றனர். இயக்குநர் என்னிடம் சொன்ன கோவைக்காரர்கள் என்னிடம், "அண்ணே! உங்களுக்கு வீடு எங்கே?" என்றனர்.

"அண்ணா சாலை, எல்லீஸ் ரோட்டில் உள்ளது" என்றேன்.

"வாங்க! இயக்குநர் அண்ணன் உங்களிடம் பேசச் சொல்லி இருக்கிறார். காரில் பேசிக்கொண்டே செல்வோம்" என்றனர்.

காரில் ஏறியதும், "இயக்குநர் அண்ணன் படம் விஷயமாக உங்களிடம் பேசச் சொன்னார்" என்றனர்.

"இயக்குநருக்கு ரூபாய் 25 ஆயிரம் அட்வான்ஸாகக் கொடுங்கள். மற்றவற்றைப் பேசி முடிவு செய்யலாம்" என்றேன்.

இதற்குள் கார் அண்ணாசாலையில் இருந்த கஜேந்திரா விலாஸ் முன் நின்றது. அங்கு எனக்கு புரோட்டா பாயா வாங்கிக் கொடுத்த அவர்கள், "கோவை சென்றதும் நாங்கள் பணத்தோடு வருகிறோம்" என்று சொல்லிவிட்டு என்னை என் வீட்டில் இறக்கிவிட்டுச் சென்றனர்.

'நூறாவது நாள்' படம் கமலா தியேட்டரில் ரிலீஸானது.

இயக்குநரும் நானும் ஜனங்களோடு அமர்ந்து படம் பார்த்தோம். படத்தைப் பார்த்த மக்கள் திகைப்போடு வெளியே வந்தனர்.

மறுநாள் காலை பத்திரிகைகளில் ஜெயப்பிரகாஷ் என்பவன், 'நூறாவது நாள்' படம் பார்த்து உறவினர் ஒன்பது பேரைக் கொலை செய்ததாகப் பேட்டி கொடுத்திருந்தான்.

இந்தக் கொலைச் செய்தி மக்களை 'நூறாவது நாள்' திரைப்படம் ஓடுகின்ற தியேட்டரில் குவியச் செய்தது.

4

இங்கேயும் ஒரு கங்கையில் எனக்குக் கிடைத்த தொடர்புகள்!

கதை வசனகர்த்தா கலைமணியின் எவரெஸ்ட் பிலிம்ஸுக்காக 'இங்கேயும் ஒரு கங்கை' என்ற படத்தை இயக்க எங்கள் இயக்குநர் ஒத்துக்கொண்டார். கதை, வசனம் கலைமணி. திரைக்கதை, இயக்கம் எங்கள் இயக்குநர்.

கோபிசெட்டிப்பாளையத்தில் படப்பிடிப்பு நடத்தத் திட்டமிட்டனர். எங்கள் இயக்குநரிடம் இருந்து விலகிச் சென்ற முத்துக்குமாரும், கல்யாணகுமாரும் இந்தப் படத்தில் எங்கள் இயக்குநரிடம் சேர்ந்துவிட்டனர்.

அசோசியேட் டைரக்டராக பெரியவர் கிருஷ்ணன் பணியாற்றினார். இந்தப் படத்தில் என்னையும் இணைத்துக் கொண்டார் எங்கள் இயக்குநர்.

கோபிசெட்டிப்பாளையம் செல்வதற்கு முன் எங்கள் இயக்குநர் என்னிடம், "நானும் இன்னும் சிலரும் ரயிலில் செல்கிறோம். இன்னும் சிலர் காரில் செல்கிறார்கள். ஒரு வேனில் தயாரிப்பு நிர்வாகி முத்துவும் இன்னும் சிலரும் வருகிறார்கள். நீங்கள் எதில் வருகிறீர்கள்?" என்றார்.

அதற்கு நான், "சார்! தயாரிப்பு நிர்வாகி முத்துவோடு வேனில் வருகிறேன்" என்றேன்.

"ஏன்?" என்றார் இயக்குநர்.

"வேனில் வந்தால் வழியில் தென்படுகிற கிராமங்களைப் பார்க்கலாம். முத்து போன்றவர்களோடு நெருங்கிப் பழகும் வாய்ப்பும் எனக்குக் கிடைக்கும்" என்றேன்.

இயக்குநர், "சரி, உங்க இஷ்டம்" என்றார்.

குறிப்பிட்ட நாளில் கோபிசெட்டிப்பாளையத்திற்கு புறப்பட்ட வேனில் நான்.

வேன் தாம்பரத்தைத் தாண்டியது.

தயாரிப்பு நிர்வாகி கெட்ட கெட்ட வார்த்தைகளால் பேசிக்கொண்டு வந்தார். அதுவரை கவிதை, கவியரங்கம், மேடைப்பேச்சு, இயக்கம் என வாழ்ந்து கொண்டிருந்த எனக்கு தயாரிப்பு நிர்வாகி முத்து, கெட்ட வார்த்தைகளைப் பயன்படுத்தியது பிடிக்கவில்லை.

நான் அவரைக் கண்டித்தேன். சிறிது நேரம் தயாரிப்பு நிர்வாகி முத்து அமைதியாக இருப்பார். அதன்பின் வழக்கம் போல கெட்ட வார்த்தைகளைப் பயன்படுத்துவார். இவரைத் திருத்த முடியாது என்ற முடிவுக்கு வந்த நான், அதை கண்டுகொள்ளாமல் தவிர்த்தேன்.

முதல்நாள் கொடிவேரு ஆற்றில் படப்பிடிப்பு. இந்தப் படத்தில் நடிக்க வந்த சந்திரசேகர் (இப்போது வாகை சந்திரசேகர்) 'நிழல்கள்' படத்திலிருந்து எங்கள் இயக்குநருக்கு நெருக்கமானவர்.

எங்கள் இயக்குநரிடம் பேசிக் கொண்டிருந்த நடிகர் சந்திரசேகர், என் தோள் மீது கை போட்டு, "வாங்க கவிஞரே, உங்களிடம் தனியாகப் பேச வேண்டும்" என்றார்.

அதற்கு நான், "நீங்க நடித்த படங்களை நான் பார்த்திருக்கிறேன். நீங்கள் நடித்த 'சிவப்பு மல்லி' படம் ஆவடியில் ஒரு தியேட்டரில் வெளியானபோது நானும் சில தோழர்களும் தோரணம் கட்டிப் படத்தை வரவேற்றிருக்கிறோம். என்னை உங்களுக்குத் தெரிய வாய்ப்பில்லை. எதற்கு என்னைத் தனியாக அழைக்கிறீர்கள்?" என்றேன்.

"கவிஞரே! உங்களை எனக்குத் தெரியும். அதுபற்றி சொல்லத்தான் உங்களைத் தனியாக அழைக்கிறேன்" என்றார் சந்திரசேகர்.

அவரோடு சென்றேன். சிறிது தூரம் சென்றதும் நடிகர் சந்திரசேகர் கெட்ட கெட்ட வார்த்தைகளைப் பேசினார். நான் முறைத்தேன். சிரித்துக் கொண்டே இயக்குநரிடம் ஓடிவிட்டார் நடிகர் சந்திரசேகர்.

மறுநாள் படப்பிடிப்பின் போதும் நடிகர் செந்தில் என்னைத் தனியாக அழைத்து கெட்டக் கெட்ட வார்த்தைகளைப் பேசினார். என் முகம் மாறுவதைப் பார்த்து நடிகர் செந்தில் சிரித்துக் கொண்டே அங்கிருந்து சென்றுவிட்டார். இதைக் கவனித்துக் கொண்டிருந்த எங்கள் இயக்குநரும் சிரிப்பதை நான் பார்த்துவிட்டேன்.

அதைப் புரிந்து கொண்ட எங்கள் இயக்குநர் என்னை அழைத்து, "ஜீவா இங்கு பணியாற்றும் அனைவரோடும் சகஜமாக நீங்கள் பழக வேண்டும். ஒரு கவிஞனுக்குரிய தனித்துவம் உங்களிடம் இருக்கிறதே தவிர, யூனிட்டில் ஒன்றக் கூடிய வகையில் உங்களுடைய செயல்கள் இல்லை. அதனால்தான் இந்த ஏற்பாட்டை நான் செய்தேன்" என்றார்.

இதன்பின் எங்கள் இயக்குநரின் யூனிட்டில் நான் இரண்டறக் கலந்துவிட்டேன்.

கோபிசெட்டிப்பாளையத்தில் வெற்றிவேல் மன்றத்தில்தான் நாங்கள் தங்கி இருந்தோம். எங்களுக்கு ஒதுக்கப்பட்டிருந்த அறைக்கு ஒருநாள் ஒருவர் வந்தார். அவரை உதவி இயக்குநர்

கல்யாணகுமார், "ஜீவா! இவர் ஈ.ராமதாஸ். நம்ம இயக்குநரிடம் அசோசியேட் டைரக்டராகப் பணியாற்றினார்" என்றார்.

ஆம்! எங்கள் இயக்குநரிடம் இருந்து விலகிச் சென்ற ஈ.ராம்தாஸ் மீண்டும் எங்கள் இயக்குநரிடம் பணியாற்ற வந்திருக்கிறார். சுமார் மூன்று நாட்கள் ஈ.ராம்தாஸ் எங்களோடு தங்கியிருந்தார்.

ஒருநாள் ஈ.ராம்தாஸ், "ஜீவா! ஏதோ அவசரத்தில் நம் இயக்குநரிடமிருந்து விலகிவிட்டேன். விலகிய பின்புதான் விலகியதன் விளைவு தெரிந்தது. பொருளாதார ரீதியாக மிகவும் சிரமப்படுகிறேன். மீண்டும் நம் இயக்குநரிடம் சேருவதற்காகத்தான் இங்கு வந்தேன். நம் இயக்குநரிடம் எனக்கு வேலை கேட்டேன். அவர் பிடிகொடுக்காமல் பேசுகிறார். எனக்காக நீங்கள் இயக்குநரிடம் பேசுங்கள்" என்றார்.

அதற்கு நான், "சார்! நீங்க சீனியர். நான் இப்பத்தான் இயக்குநரிடம் சேர்ந்திருக்கிறேன். நான் எப்படி இயக்குநரிடம் உங்களுக்காகப் பேச முடியும்?" என்றேன்.

"இல்லை ஜீவா, நம்ம இயக்குநர் உங்கள் மீது தனித்த அன்பு வைத்திருப்பதை நான் பார்த்தேன். மற்றவர்களும் உங்கள் மீது இயக்குநர் வைத்திருக்கும் அன்பைச் சொன்னார்கள். அதனால்தான் உங்களை நம் இயக்குநரிடம் என் நிலைமையைப் பற்றி பேசச் சொன்னேன்" என்றார்.

"சரி சார்! நான் இயக்குநரிடம் பேசிப் பார்க்கிறேன்" என்றேன்.

அன்று மாலை படப்பிடிப்பு முடிந்து அறையில் எங்கள் இயக்குநர் தனியாக இருந்தார். அப்போது அவரிடம் நான், "சார்! ராமதாஸ் சார் மூன்று நாட்களாக இங்கு இருக்கிறார். பொருளாதார ரீதியாக ரொம்பவும் கஷ்டப்படுகிறாராம். அவரை நம்ம யூனிட்டில் தயவுசெய்து சேர்த்துக் கொள்ளுங்கள்" என்றேன்.

அதற்கு எங்கள் இயக்குநர், "ஜீவா! என்னிடமிருந்து விலகிப் போன முத்துக்குமார், கல்யாணகுமார் இருவரையும் மீண்டும் இந்தப் படத்தில் சேர்த்துக் கொண்டேன். ஈ.ராம்தாசை நான் சேர்த்துக் கொள்ளாததற்கு ஒரு காரணம் இருக்கிறது. ஈ.ராம்தாஸ் படித்தவர்; விவரம் தெரிந்தவர். முழுமையாக சினிமாவைக் கற்றுக் கொண்டவர். அப்படிப்பட்டவரை மீண்டும் நான் சேர்த்துக் கொண்டால் இதுவே போதும் என்கிற முடிவுக்கு வந்துவிடுவார். அடுத்த கட்டத்திற்கு அவர் முயற்சிக்கமாட்டார். டைரக்டர் ஆகக்கூடிய அத்தனை தகுதியும் அவருக்கு இருக்கிறது. அதனால் அதற்கு முயற்சிப்பதே அவருக்கு நல்லது" என்றார்.

இந்த விஷயத்தை ஈ.ராம்தாசிடம் நான் சொன்னேன். அன்று இரவே அவர் சென்னைக்குப் புறப்பட்டு விட்டார். காலப்போக்கில் ஈ.ராம்தாஸ் இயக்குநராகவும், கதை வசனகர்த்தாவாகவும், நடிகராகவும் திகழ்ந்ததை தமிழகம் அறியும்.

இந்தப் படத்தில் கதை வசனகர்த்தா கலைமணி சொல்லச் சொல்ல வசனத்தை எழுதுவதுதான் என் பணி. இந்தப் பணி இல்லாதபோது படப்பிடிப்பில் கலந்து கொண்டு நடப்பதை கவனித்துக் கொண்டிருப்பேன்.

இந்தப் படத்தின் கதாநாயகன் முரளிக்கு இந்தப் படம் இரண்டாவது படம். எனக்கும் இந்தப் படம் இரண்டாவது படமாகும். நடிகர் முரளியின் நடிப்பைக் கண்டு நான் வியந்திருக்கிறேன். அற்புதமான கலைஞன் முரளி.

ஒருநாள் படப்பிடிப்பின் போது நடிகர் முரளி என்னிடம், "சார்! எதிர்காலத்தில் நாம் இருவரும் சேர்ந்து ஒரு படம் பண்ண வேண்டும்" என்றார்

அதைக் கேட்டு நான் மனதிற்குள் சிரித்துக் கொண்டேன்.

ஆம்! வேலையே தெரியாமல் நான் வேலை கற்றுக் கொண்டிருந்த காலம் அது. இயக்குநர் என் மீது கொண்டிருந்த

அன்பைக் கண்டு நடிகர் முரளி சொல்லிய வார்த்தைகள்தான் அது.

பிற்காலத்தில் நானும், நடிகர் முரளியும் இணைந்து பணியாற்றும் வாய்ப்பு வந்ததை 'தமிழ்சினிமாவும் நானும்' என்ற நூலில் விரிவாகச் சொல்கிறேன்.

இந்தப் படத்தில் ஒரு பஞ்சாயத்துக் காட்சியில் இயக்குநர் என்னை நடிக்க வைத்தார். என் நடிப்பைப் பார்த்து அப்போது நடிகர் சந்திரசேகர் பாராட்டினார். ஆனால் படத்தின் நீளத்தைக் குறைக்க வேண்டிய சூழல் வந்தபோது இந்தக் காட்சியின் பெரும்பகுதியை இயக்குநர் நீக்கிவிட்டார். ஆனால் பஞ்சாயத்துக் காட்சியில் நடுநாயகமாக நான் இருப்பது மட்டும் படத்தில் இடம் பெற்றிருக்கும்.

எழுத்தாளர் சு.சமுத்திரம் கதையை 'ஊமை வெயில்' என்கிற தலைப்பில் படம் எடுக்க முயன்றபோது படத்தில் எனக்கு ஒரு பாடல் எழுதும் வாய்ப்பை சு.சமுத்திரம் வாங்கித் தர முயன்றதும், அது கைகூடாமல் போனது பற்றியும் ஏற்கனவே நான் சொல்லி இருக்கிறேன்.

'ஊமை வெயில்' படம் தயாரிக்கப்படவில்லை. இந்தப் படத்திற்கு இசைஞானி இளையராஜா போட்டுக் கொடுத்த பாடல்களைத்தான் கதை, வசனகர்த்தா கலைமணி 'இங்கேயும் ஒரு கங்கை' படத்திற்கு வாங்கியிருந்தார்.

இந்தப் பாடல்களின் படப்பிடிப்பின் போது 'ஊமை வெயில்' படத்தில் நமக்குப் பாடல் எழுதும் வாய்ப்புக் கிடைத்திருந்தால் இன்று நமது பாடலை இயக்குநர் எடுப்பதை ரசித்திருக்கலாம் என்று நினைத்துக் கொள்வேன்.

கோபிசெட்டிப்பாளையத்தில் 'இங்கேயும் ஒரு கங்கை' படப்பிடிப்பு முடிந்து சென்னைக்குத் திரும்பினோம். இந்தப் படத்தின் படப்பிடிப்புக்குச் செல்லும்போது, தனிமரமாகச் சென்ற நான் படப்பிடிப்பு முடிந்தபோது சந்திரசேகர், ஒளிப்பதிவாளர் சபாபதி, ஆர்ட் டைரக்டர் வி.கலை, பி.ஏ.பி. அவுட்டோர் யூனிட்

டி.சங்கர், கண்ணன் மற்றும் தொழில்நுட்பக் கலைஞர்களுடன் நெருங்கிப் பழகிவிட்டேன்.

இந்தப் படத்தின் கிளைமாக்ஸ் காட்சி ஏ.வி.எம். ஸ்டுடியோவில் இரவில் எடுக்கப்பட்டது. சிறிது நேரம் அங்கு இயக்குநரைக் காணவில்லை.

எங்கோ போய்விட்டு வந்த இயக்குநர் என்னிடம், "ஜீவா! தோழர் தா.பாண்டியன் வந்திருக்கிறார்" என்றார்.

"அவர் எதற்கு இங்கு இந்த நள்ளிரவில் வந்தார்?" என்றேன்.

"படம் எடுக்க வேண்டுமாம். அதுபற்றிப் பேச வந்திருக்கிறார்" என்று சொல்லிவிட்டு தோழர் தா.பாண்டியன் இருக்கும் இடத்திற்கு என்னை இயக்குநர் அனுப்பி வைத்தார்.

தோழர் தா. பாண்டியன் 'சங்க நாதம்' என்கிற படத்தை எடுத்தார். இந்தப் படம் மிகப்பெரிய தோல்வியைத் தழுவியது. இதில் விட்ட காசைப் பிடிப்பதற்காக எங்கள் இயக்குநரை வைத்துப் படம் எடுப்பது பற்றிப் பேசுவதற்காக அங்கு வந்திருக்கிறார்.

இயக்குநர் சொல்லிய இடத்தில் தோழர்கள் தா. பாண்டியனும் குடியாத்தம் வழக்கறிஞர் சுந்தரராஜனும் இருந்தனர். என்னைக் கண்டதும் தோழர் தா. பாண்டியன், "என்ன கவிஞா இங்கே?" என்றார்.

"நான் இயக்குநர் மணிவண்ணனிடம் உதவி இயக்குநராகப் பணியாற்றுகிறேன்" என்றேன். அதைக் கேட்டு ஆச்சரியத்தோடு தோழர் தா.பாண்டியன் என்னைப் பார்த்தார்.

தோழர் தா.பாண்டியனிடம் நான், "தா.பா. இயக்குநரை நான் கட்சி அலுவலகத்திற்கு அழைத்து வருகிறேன். அங்கு பேசிக் கொள்ளலாம்" என்று சொல்லி அங்கிருந்து அவரை அனுப்பி வைத்தேன்.

சொன்னபடி மறுவாரம் இயக்குநரை தோழர் தா. பாண்டியனைச் சந்திக்கக் கட்சி அலுவலகமான பாலன் இல்லத்திற்கு அழைத்துச் சென்றேன்.

ஆனால் எங்கள் இயக்குநரை வைத்துப் படம் எடுக்க விரும்பிய தோழர் தா. பாண்டியனின் ஆசை நிராசையாகவே முடிந்தது.

'இங்கேயும் ஒரு கங்கை' பேட்ச் ஒர்க் நடந்து கொண்டிருந்தபோது நியூ செஞ்சுரி புத்தக நிறுவனத்தின் மேலாண்மை இயக்குநர் ஆர்.இராதா கிருஷ்ணமூர்த்தி 'பணியில் வந்து சேரவும்' என்று எனக்குக் கடிதம் அனுப்பினார்.

அந்தக் கடிதத்தை இயக்குநரிடம் காட்டினேன்.

அதைப் படித்துவிட்டு, "உங்களுக்கு எவ்வளவு சம்பளம் தருகிறார்கள் ஜீவா?" என்றார் இயக்குநர்.

"மாதம் 900 ரூபாய்" என்றேன்.

"எத்தனை ஆண்டுகளாக அங்கு வேலை பார்க்கிறீர்கள்?" என்றார் இயக்குநர்.

"பதினைந்து ஆண்டுகள்" என்றேன்.

"நீங்கள் அங்கு வேலை பார்த்தது போதும்... உடனே வேலையை ராஜினாமா செய்யுங்கள்" என்றார் இயக்குநர்.

இயக்குநர் சொன்னபடி நான் நியூ செஞ்சுரி புத்தக நிறுவனத்திலிருந்து விடுபட்டேன். 15 ஆண்டுகள் நான் அங்கு பணியாற்றிய போது நான் சந்தித்த கசப்பான நினைவுகள் ஏராளம்.

ஆனால் அந்த நிறுவனத்தில் நான் கற்றுக் கொண்டது அதைவிட அதிகம்.

'இங்கேயும் ஒரு கங்கை' திரைப்படம் வெளிவந்தது.

திரைப்படத்தின் டைட்டிலில் உதவி இயக்குநர் பட்டியலில் என் பெயரும் இடம் பெற்றது. அதைக் கண்டு நான் மகிழ்ச்சி அடைந்ததை விட என் நண்பர்கள் அடைந்த மகிழ்வை வார்த்தைகளால் விவரிக்க இயலாது.

நாகலாபுரத்தில் என்னோடு பயின்ற நண்பர்கள் சுப்பிரமணி, கருப்பசாமி போன்றவர்களும்; நியூ செஞ்சுரி புத்தக நிறுவனத்தில் என்னோடு பணியாற்றியவரும் 'இங்கேயும் ஒரு கங்கை' படம் வெளிவந்த போது சேலம் கிளையின் மேலாளராக இருந்தவரும், தற்போது என்னுடைய நூல்களைத் தொடர்ந்து வெளியிட்டு வரும் ஜீவா பதிப்பக உரிமையாளருமான கந்தசாமியும் கடிதத்தின் வழியாக என்னைப் பாராட்டி மகிழ்ந்தனர்.

ஆம்! ஒரு கதவு அடைத்தால் மறு கதவு திறக்கும் என்பதை 'இங்கேயும் ஒரு கங்கை' எனக்கு உணர்த்தியது.

'இங்கேயும் ஒரு கங்கை' திரைப்படத்தின் டப்பிங் நடந்தபோது நடிகர் வினுசக்கரவர்த்திக்கும், காங்கேயம் குகனுக்கும் ஏதோ பிரச்சினை ஏற்பட்டிருக்கிறது. நான் அங்கிருந்திருந்தால் அப்படி ஒரு நிகழ்வு நடந்திருக்காது.

இந்த நிகழ்வினால் காங்கேயம் குகன் தன் சொந்த ஊருக்குச் சென்று விட்டார். கடிதம் வழியாக நடந்த நிகழ்வை காங்கேயம் குகன் எனக்குத் தெரிவித்தார்.

உடனே அவரைச் சென்னைக்கு வரும்படி கடிதம் எழுதினேன். எங்கள் இயக்குநர் கவனத்திற்கும் இந்த நிகழ்வை நான் கொண்டு சென்றேன். அவரும் என்னிடம், "காங்கேயம் குகனை உடனே சென்னைக்கு வரச் சொல்லுங்கள்" என்றார். ஆனால் குடும்பச் சிக்கலால் காங்கேயம் குகன் சென்னைக்கு வரவில்லை.

காலம் செல்லச் செல்ல காங்கேயம் குகன் பற்றிய நினைவுகள் எனக்கு அடிக்கடி வரும். ஆனால் அவருடைய முகவரியை நான் தொலைத்துவிட்டதால் தொடர்பு கொள்ள இயலவில்லை. இதே நிலைதான் காங்கேயம் குகனுக்கும் ஏற்பட்டிருக்கிறது.

சுமார் கால் நூற்றாண்டு காலம் எனக்கும் காங்கேயம் குகனுக்கும் எந்தத் தொடர்பும் இல்லை. அவரைப் பற்றிப் பலரிடம் நான் விசாரித்தும் அவரைப் பற்றிய சரியான தகவல்கள் எனக்குக் கிடைக்கவில்லை.

சென்ற ஆண்டில் (2022) ஒருநாள் இந்திராபாரதி என்பவர், என்னைத் தொடர்புகொண்டு, "மாமா! நான் காங்கேயம் குகன் மகள்" என்றார். அது தேடியும் கிடைக்காத திரவியம் கிடைத்தது போல் என் காதில் ஒலித்தது.

அதன்பின் காங்கேயம் குகனும் அவருடைய மனைவியும் மகளும் நீண்ட நேரம் என்னிடம் பேசினர்.

"கோவைப் பகுதிக்கு நீங்கள் வந்தால் அவசியம் எங்கள் வீட்டிற்கு வர வேண்டும்" என்றார்.

"29.01.2023 அன்று சத்தியமங்கலத்தில் நடக்கும் இலக்கியப் பேராசான் ஜீவா விழாவிலும், 30.01.2023 அன்று ஈரோட்டில் சித்தார்த்தா மெட்ரிக் மேல்நிலைப் பள்ளியில் நடக்கும் தியாகிகள் தின நிகழ்விலும் பேசுவதற்காக நான் வருகிறேன்" என்ற தகவலைக் காங்கேயம் குகனுக்குத் தெரிவித்தேன்.

அப்போது அவரும் அவருடைய மகளும் அவசியம் தங்கள் வீட்டிற்கு வரவேண்டும் என்று வலியுறுத்தினர்.

28.1.2023 அன்று இரவு 7.40க்கு வெஸ்ட்கோஸ்ட் ரயிலிலிருந்து இறங்கி ரயில்வே ஸ்டேஷனுக்கு வெளியே வந்தேன். காங்கேயம் குகனும், அவருடைய மகளும் எனக்காகக் காருடன் காத்திருந்தனர். என்னைக் கண்டதும் அவர்கள் முகத்தில் ஆயிரம் சூரியன்.

காங்கேயத்திற்கு அருகில் உள்ள ரெட்டியார்வலசில் உள்ள அவருடைய இல்லத்திற்கு காங்கேயம் குகன் என்னை அழைத்துச் சென்றார்.

மலர் செடிகளும், கனி மரங்களும், கத்தரி, வெண்டை போன்ற செடிகளும் சூழ அழகிய பங்களா. திரைப்பட

இயக்குநர் மணிவண்ணனும் நானும் / 57

ரெட்டியார்வலசில் உள்ள காங்கேயம் குகன் இல்லத்தில் இடமிருந்து : காங்கேயம் குகன் மனைவி, காங்கேயம் குகன், நான், காங்கேயம் குகன் மகள்.

நடிகர்கள் வீடுகளை மிஞ்சும் அளவுக்கு காங்கேயம் குகன் வீட்டை ரசித்துக் கட்டியிருந்தார்.

இரவு முழுவதும் காங்கேயம் குகனும், நானும் எங்கள் இயக்குநரைப் பற்றி பேசிப் பேசி மகிழ்ந்தோம். அதை அவருடைய மனைவியும், மகளும் ரசித்தனர்.

மறுநாள் காங்கேயம் குகனும் அவருடைய மகளும் என்னை சத்தியமங்கலம் செல்வதற்காக காங்கேயம் பேருந்து நிலையத்திற்கு அருகில் காத்திருந்த தோழர்களிடம் என்னை ஒப்படைத்து விட்டு விடைபெற்றனர்.

அப்போதும் எங்கள் இயக்குநர் நினைவுகளே என் உள்ளம் முழுவதும்.

நான் எங்கள் இயக்குநர் யூனிட்டில் சேருவதற்குமுன் எங்கள் இயக்குநரிடம் பணியாற்றியவர் கல்யாணகுமார். நான் எங்கள் இயக்குநரிடம் சேருவதற்குமுன் என்னுடைய கவிதை நூல்கள் வெளியீட்டு விழா ராசி. அழகப்பன் முயற்சியால்

நடந்தபோது அந்த நிகழ்விற்கு எங்கள் இயக்குநருடன் வந்தவர் கல்யாணகுமார்.

'இங்கேயும் ஒரு கங்கை' படத்தில் கல்யாணகுமாரிடம் இணைந்து பணியாற்றும் வாய்ப்பு எனக்கு வாய்த்தது. கல்யாணகுமார் அற்புதமான சிந்தனையாளர். நகைச்சுவை உணர்வு மிக்கவர்.

'இங்கேயும் ஒரு கங்கை' படம் கோபிசெட்டிப்பாளையத்தில் நடந்துகொண்டிருந்தது. ஓய்வு நேரத்தில் நானும் கல்யாணகுமாரும் பேசிக்கொண்டிருந்தோம். அப்போது கல்யாணகுமார் என்னிடம், "ஜீவா! நான் சின்ன வயதில் எம்.ஜி.ஆர். நடித்து இயக்கிய படங்களைப் பார்க்கின்ற போது கேமிராவை ஆன் பண்ணிவிட்டு ஓடிச்சென்று கேமிராவுக்கு முன் எம்.ஜி.ஆர் நடிப்பாரோ என்று எண்ணியிருக்கிறேன்" என்று சொல்லி கல்யாணகுமார் சிரித்தது இன்றும் என் நினைவில் வாழ்கிறது. இதுபோன்று கல்யாணகுமாருடன் எத்தனையோ நிகழ்வுகள்!

ஆவணப்படங்கள், குறும்படங்கள் இயக்குநராகவும், பத்திரிகையாளராகவும், திரைப்பட வசனகர்த்தாகவும் இப்போதும் பவனிவரும் கல்யாணகுமார் சினிமாத்தனங்கள் இல்லாத சீரிய சிந்தனையாளர்.

5

24 மணி நேரமும்
தட்டச்சு இயந்திரமும்

'நூறாவது நாள்' திரைப்படம் முடிந்ததும் தயாரிப்பாளர் எஸ்.என்.திருமாலுக்கு '24 மணி நேரம்' படத்தை எங்கள் இயக்குநர் ஆரம்பித்தார்.

இந்தப் படத்தில் வாசு, காங்கேயம் குகன், நான் ஆகியோர் உதவி இயக்குநர்கள். வடபழனியில் இருந்த எஸ்.என்.திருமால் அலுவலகத்திலேயே கதை விவாதம் நடந்தது. அதில் நடிகர் சத்யராஜ் முழுமையாகக் கலந்து கொண்டார்.

ஒருநாள் அந்த அலுவலகத்திற்கு எடிட்டர் கந்தசாமி வந்தார். அவர் மீது எங்கள் இயக்குநர் பெருமதிப்புக் கொண்டிருந்தார். அவருக்கு முன் எங்கள் இயக்குநர் சிகரெட் குடிக்க மாட்டார். இவரை எங்கள் இயக்குநர் 'அப்பா' என்றுதான் அழைப்பார்.

எடிட்டர் கந்தசாமியுடன் எங்கள் இயக்குநரிடம் உதவி இயக்குநராகப் பணியாற்றி விட்டு ஏதோ காரணத்தால் எங்கள் இயக்குநரிடம் இருந்து விலகிச் சென்ற ஜீவபாலனும் வந்திருந்தார்.

எடிட்டர் கந்தசாமி எங்கள் இயக்குநரிடம், "சார்! பாலன்

நம்ம பையன். அவனை மீண்டும் வேலைக்குச் சேர்த்துக் கொள்ளுங்கள்'' என்றார்.

இயக்குநர் எதுவும் யோசிக்கவில்லை. உடனே, ''பாலா! வா! வந்து வேலை செய்'' என்று சொல்லி ஜீவபாலன் கையைப் பிடித்துக் கதை விவாதம் நடந்து கொண்டிருந்த அறைக்கு அழைத்து வந்தார். எடிட்டர் கந்தசாமி இயக்குநருக்கு நன்றி சொல்லிவிட்டுச் சென்றார்.

ஜீவபாலன் எங்கள் யூனிட்டுக்குத் திரும்பி வந்தது, எங்கள் யூனிட்டுக்குப் பலம் சேர்த்தது.

ஒருநாள் ஜீவபாலன் என்னிடம், ''ஜீவா! என்னைத் தெரியவில்லையா?'' என்றார்.

அதற்கு நான், ''குவாகுவா வாத்துக்கள் படக் கம்பெனிக்கு இயக்குநரைச் சந்திக்க ராசி. அழகப்பனுடன் நான் வந்திருந்தபோது உங்களைச் சந்தித்திருக்கிறேன்'' என்றேன்.

''அதற்கு முன்பே நான் உங்களைப் பார்த்திருக்கிறேன் ஜீவா!'' என்றார் ஜீவபாலன்.

நான் புரியாமல் விழித்தேன்.

நான் சிதம்பரத்தில் பிறந்தேன். பாண்டிச்சேரியில் படித்தேன். அங்கு படிக்கும்போது இந்தியக் கம்யூனிஸ்ட் கட்சியின் மாணவர் சங்கத்தில் செயல்பட்டேன். மாணவர் போராட்டத்தில் சிறை சென்றேன். தோழர்கள் வ.சுப்பையா, குருசாமி ஆகியோரை நான் அறிவேன்.

வேலை தேடி சென்னைக்கு வந்தேன்... சென்னை எல்லீஸ் சாலையில் பிளாக் மேக்கிங் வைத்திருந்த அந்தோணியிடம் நான் வேலை பார்த்தேன். நா.பார்த்தசாரதியின் 'தீபம்' பத்திரிகைக்கு அந்தோணிதான் பிளாக் செய்தார். அதைக் கொடுப்பதற்கும், ஆர்டர்கள் வாங்குவதற்கும் நல்லதம்பி

செட்டித் தெருவில் இருந்த 'தீபம்' அலுவலகத்திற்கு நான் அடிக்கடி வருவேன்.

அந்த அலுவலகத்தின் கீழ்தளத்தில் நியூ செஞ்சுரி புத்தக நிறுவனத்தின் கிடங்குப் பிரிவு இருந்தது., அப்போது நீங்கள் அங்கு பணியாற்றிக் கொண்டிருந்தீர்கள். அப்போது நான் உங்களைப் பலமுறை பார்த்திருக்கிறேன். ஆனால் அப்போது நான் உங்களோடு பழகியதில்லை" என்றார்.

இதைக் கேட்டு எனக்கு வியப்பு! அதே நேரத்தில் இடதுசாரி இயக்கத்தில் பணியாற்றிய எங்கள் இயக்குநரின் யூனிட்டில் இடதுசாரி இயக்கத்தில் பணியாற்றிய ஜீவபாலன் சேர்ந்தது எனக்குப் பெரும் மகிழ்வைத் தந்தது.

எங்கள் இயக்குநரும், நடிகர் சத்யராஜும் கதையைப் பற்றி விவாதம் என்ற பெயரில் ஏதோ பேசிக் கொண்டிருப்பர். அதைக் கவனித்துக் கொண்டிருப்பது எங்கள் பணியாயிற்று.

எங்கள் இயக்குநரின் யூனிட்டில் என் பணியை நிரந்தரமாக்கிக் கொள்வதற்காக ஒருநாள் இயக்குநரிடம் நான், "சார்! ஆங்கிலம், தமிழ் தட்டச்சு எனக்குத் தெரியும்" என்றேன்.

"அப்படியா?" என்றார் இயக்குநர்.

"தமிழ் தட்டச்சு உயர்நிலைத் தேர்வில் நான் முதல் வகுப்பில் தேர்ச்சி பெற்றேன்" என்றேன்.

"அப்ப நம்ம படத்துக்கான வசனத்தை எல்லாம் டைப் அடித்து வைத்துக் கொண்டால் சிறப்பாக இருக்கும். அதனால் புதிய டைப்ரைட்டிங் மெஷின் வாங்கி வாருங்கள்" என்று சொல்லி இயக்குநர் பணம் கொடுத்து அனுப்பினார்.

சென்னை அண்ணா சாலையில் இருந்த ரெமிங்டன் கம்பெனிக்குச் சென்று ரெமிங்டன் தமிழ் தட்டச்சு மெஷினை வாங்கி வந்தேன்.

இனி எங்கள் இயக்குநர் யூனிட்டில் வேலை எனக்கு நிரந்தரம் என்று எனக்குள் முடிவு செய்து கொண்டேன்.

எங்கள் இயக்குநரின் ரசிகர்கள் எழுதிய கடிதங்களுக்கு இயக்குநர் சார்பில் எழுத வேண்டிய பதில் கடிதங்களை தனித்தனியே டைப் அடித்து அவர்களுக்கு அனுப்பி வைத்தேன். அதைப் பார்த்து எங்கள் இயக்குநர் மகிழ்ந்தார்.

ஆனால் படத்திற்கான வசனத்தை நான் டைப் அடித்ததே இல்லை. எங்கள் இயக்குநர் வசனத்தை எழுதினால்தானே நான் டைப் அடிக்க முடியும். இயக்குநர் வசனத்தை பேப்பரில் எழுதியதே இல்லை. எல்லாம் அவருடைய மனதில் இருக்கும். படப்பிடிப்பின் போது அந்தக் காட்சிக்கு ஏற்ற வசனத்தை நடிகர்களிடம் இயக்குநர் சொல்வார். அதைக் கேட்டு உதவியாளர்கள் எழுதிக் கொள்வர். அதனால் டைப்ரைட்டிங் இயந்திரத்திற்கு வேலையில்லை. வேறுவழியின்றி டைப்ரைட்டிங் இயந்திரத்தை இயக்குநர் வீட்டில் ஒப்படைத்தேன்.

'**24** மணி நேரம்' படப்பிடிப்புத் தொடங்கியது. இந்த படத்தின் ஒளிப்பதிவாளர் சபாபதிக்கு பழனி, ரவி, சந்தனப் பாண்டியன் என மூன்று உதவியாளர்கள்.

ஒளிப்பதிவாளர் சபாபதியும், எங்கள் இயக்குநரும் ஒளிப்பதிவாளரின் உதவியாளர்கள் பழநியையும், ரவியையும் "வா, போ" என்றுதான் பேசுவர். ஆனால் சந்தனப்பாண்டியனை "வாங்க போங்க" என்று மரியாதையுடன் அழைப்பர்.

இதுபற்றி ஒருநாள் ஜீவபாலனிடம் நான் விசாரித்தேன். "ஜீவா! சந்தனப்பாண்டியன் கல்வி அமைச்சர் அரங்க நாயகத்தின் மகன். எம்.பி.ஏ. படித்திருக்கிறார். சினிமா ஆசையால் வேறு வேலைக்குப் போகாமல் சபாபதியிடம் உதவியாளராய்ச் சேர்ந்திருக்கிறார்" என்றார்.

ஆனால், சந்தனப்பாண்டியன் தன்னை அமைச்சர் மகனாகக் காட்டிக் கொள்வதில்லை. அனைவரோடும் அன்பாகப் பழகுவார். மற்ற உதவியாளர்களோடு போட்டி போட்டு வேலைகளைச் செய்வார். இவருடைய இந்தப் பணிவு என்னை அவரை நேசிக்கச் செய்தது. என்னிடம் என்ன தனித்

சந்தனப்பாண்டியனும் நானும்

திறமையைக் கண்டாரோ தெரியவில்லை. என்மீது தனித்த அன்பைச் செலுத்தி வந்தார் சந்தனப்பாண்டியன்.

நான் தனியாகப் படம் இயக்க முயன்று, அது கைகூடாதபோதும்; சந்தனப்பாண்டியன் நடிப்பதற்கு முயன்று அதில் வாய்ப்புக் கிடைக்காதபோதும் எங்கள் நட்பு தொடர்ந்தது.

இந்தச் சூழலில் ஆறு மாதத்திற்கு ஒரு முறை முதுமலைக்கு என்னை சந்தனப்பாண்டியன் அழைத்துச் செல்வார். தோல்விகளால் நான் துவண்டுவிடக்கூடாது என்பதால் சந்தனப்பாண்டியன் இப்படி செய்தார். சந்தனப்பாண்டியனின் நட்பு அவருடைய தந்தை அரங்கநாயகத்திடமும், அவருடைய தங்கை கணவர் ராஜாவிடமும் எனக்கு தனித்த மரியாதையைத் தேடித் தந்தது.

ஒரு கட்டத்தில் ஒளிப்பதிவாளரும் டைரக்டருக்குமான நிவாஷிடம் சந்தனப்பாண்டியன் உதவியாளராகச் சேர்ந்தார். அதன்பின் நிவாஷின் 'செவ்வந்தி' என்ற திரைப்படத்தில் சந்தனப்பாண்டியன் கதாநாயகனாக நடித்தார். இந்தப் படம் சரியாக ஓடவில்லை. ஆனால் இந்தப் படத்தில் கதாநாயகியாக நடித்த ஸ்ரீஷாவைத் திருமணம் செய்துகொண்டு திரையுலகை விட்டு விலகி மகன், மகள் ஆகியோருடன் சிறப்பான வாழ்க்கையை வாழ்ந்து கொண்டிருக்கிறார் சந்தனப்பாண்டியன்.

'**நூறாவது** நாள்' ரீரெக்கார்டிங் நடந்தபோது இரவெல்லாம் அங்கு வந்து பார்த்துக் கொண்டிருந்தவர்களும், எங்கள் இயக்குநரைக் கொண்டு புதிய படம் தயாரிக்க விரும்பியவர்களும், இயக்குநர் சார்பில் அவர்களிடம் "இயக்குநருக்கு 25,000 ரூபாய் முன்பணம் கொடுங்கள். படத்தை ஆரம்பித்து விடலாம்" என்று நான் சொல்லியதையும், கோவைக்குச் சென்று பணத்துடன் வருவதாக அவர்கள் சொல்லிச் சென்றதையும் ஏற்கனவே நான் குறிப்பிட்டிருக்கிறேன்.

அந்த இருவர் '24 மணி நேரம்' படம் நடந்து கொண்டிருந்தபோது எங்கள் இயக்குநரைச் சந்தித்து அட்வான்ஸ் கொடுக்க வந்திருந்தார்கள். 'நூறாவது நாள்' வெற்றியைத் தொடர்ந்து சில கம்பெனிகளில் எங்கள் இயக்குநர் முன்பணம் வாங்கி விட்டார். அதனால் அவர்கள் கொடுத்த முன் பணத்தை எங்கள் இயக்குநர் வாங்க மறுத்துவிட்டார்.

ஒருநாள் அந்தக் கோவைக்காரர்கள் என் வீடு தேடி வந்து "இயக்குநர் முன்பணம் வாங்க மறுத்துவிட்டார். நீங்கள் வாங்கிக் கொண்டு எங்களுக்கு ஒரு படத்தை இயக்கித் தாருங்கள்" என்றனர்.

அதற்கு நான், "சினிமாவின் தொழில்நுட்பம் முழுமையாக எனக்குத் தெரியாது. தொழில் தெரியாமல் ஒரு படத்தை நான் எப்படி இயக்குவது?" என்று சொல்லி மறுத்தேன்.

அதற்கு அவர்கள், "பரவாயில்லை, மேற்பார்வை 'இயக்குநர் மணிவண்ணன்' என்று போட்டால் படம் வியாபாரமாகிவிடும். அதனால் இயக்குநரிடம் பேசி நீங்கள் முன்பணத்தை வாங்கிக்கொண்டு எங்களுக்கு ஒரு படத்தை இயக்கித் தாருங்கள்" என்றனர்.

அதற்கு நான், "வேலையே தெரியாத நான் உங்கள் விருப்பத்தை எங்கள் இயக்குநரிடம் சொன்னால் அவர் சிரிப்பார். அதனால் உங்கள் விருப்பத்திற்கு என்னால் உடன்பட முடியாது" என்று சொல்லி மறுத்துவிட்டேன்.

அந்தக் கோவைக்காரர்கள் அதன்பின் இயக்குநர் ராஜ ஸ்ரீதரை வைத்து 'கடைக்கண் பார்வை' என்ற படத்தைத் தயாரித்தனர்.

'24 மணி நேரம்' படப்பிடிப்புத் தீவிரமாக இரவும் பகலும் நடந்தது. இந்தப் படத்தில் கண்டினியூட்டி எழுதும் பணியை ஜீவபாலன் என்னிடம் ஒப்படைத்தார்.

அதாவது காட்சியில் நடிக்கும் நடிகைகள், நடிகர்கள் என்ன ஆடை அணிந்திருக்கிறார்கள், என்ன நகை போட்டிருக்கிறார்கள் என்பதை ஒரு நோட்டில் எழுதி வைப்பதுதான் கண்டினியூட்டி எழுதுவதாகும். மீண்டும் அந்தக் காட்சியின் தொடர்ச்சியை எடுக்கிறபோது கண்டினியூட்டி சரியாக இருக்கிறதா என்பதைச் சரிபார்ப்பதற்குத்தான் இந்த வேலை.

எங்கள் இயக்குநர் நடிகர்களுக்கு வசனத்தை சொல்லிக் கொடுக்கும்போது அதை அருகில் இருந்து பார்த்து நான் வியப்பேன். பேனா பிடிப்பதில்லை; பேப்பரில் எழுதுவதில்லை. ஆனால் அந்த நேரத்தில் வசனத்தை அவரால் அருவிபோல் எப்படிக் கொட்ட முடிகிறது என்று ஆச்சரியத்தோடு நான் பார்த்துக் கொண்டிருப்பேன்.

அப்படி ஆச்சரியத்தோடு '24 மணி நேரம்' படத்தில் நான் பார்த்துக் கொண்டிருந்த எங்கள் இயக்குநர் சொல்லி நடிகர் சத்யராஜ் பேசிய 'என் கேரக்டரையே புரிஞ்சுக்க மாட்டேங்கிறியே' என்ற வசனம்.

இந்தப் படம் 65 நாட்கள் ஓடியது. இந்தப் படம் ஓடி முடிந்தபின் கல்பாக்கத்தில் ஒருவன் "'24 மணி நேரம்' படம் பார்த்துத்தான் கொலை செய்தேன்" என்று பேட்டி கொடுத்தான்.

அதனால் சென்சார் போர்டு உறுப்பினர்கள் எங்கள் இயக்குநர் படங்களை உன்னிப்பாகக் கவனிக்கத் தொடங்கினர்.

இந்தப் படத்தில் நடித்த சத்யராஜுடன் ஏற்பட்ட நட்பு இன்றும் தொடர்ந்து கொண்டிருப்பது என் வாழ்வின் பயனாகும்!

6

ஜனவரி 1-இல்
சில சங்கடங்கள்!

தெலுங்குப் படத் தயாரிப்பாளர் நாகேஸ்வரராவுக்கு 'ஜனவரி 1' என்ற படத்தை இயக்க எங்கள் இயக்குநர் ஒத்துக் கொண்டார். இந்தப் படத்தின் அலுவலகம் சென்னை தி.நகர், பாண்டிபஜார் அஞ்சல் நிலையத்திற்கு அருகில் முன்னாள் முதல்வர் செல்வி ஜெயலலிதாவின் அண்ணன் ஜெயராம் வீட்டு மாடியில் இருந்தது. இந்தப் படத்தின் தயாரிப்பு நிர்வாகி வெங்கடேஸ்வரராவ்.

இந்தப் படத்தின் பணி நடந்து கொண்டிருந்தபோது எங்கள் இயக்குநர் என்னிடம், "ஜீவா! உங்களுக்கு ஒரு டி.வி.எஸ். 50 வாங்கித் தருகிறேன். போக வர உங்களுக்கு வசதியாக இருக்கும்" என்றார்.

அதற்கு நான், "வேண்டாம் சார்" என்றேன்.

"ஏன்?" என்றார் இயக்குநர்.

"வீதியில் நடந்து செல்கின்றபோது ஒரே சிந்தனையில் என்னால் இருக்க இயலாது. அக்கம் பக்கத்தில் நடக்கின்ற

நிகழ்வுகளையும், நடமாடும் மனிதர்களையும் கவனித்துக் கொண்டே செல்வேன். இத்தகைய பழக்கமுள்ள என்னால் சந்தடி மிக்க சென்னையில் டி.வி.எஸ். 50ஐ ஓட்ட இயலாது" என்றேன்.

அதனால் ஜீவபாலனுக்கு எங்கள் இயக்குநர் டி.வி.எஸ். 50 வாங்கிக் கொடுத்தார். அப்போது சென்னை தேனாம்பேட்டை மார்க்கெட் வீதியில் இருந்த நடிகர் ஜனகராஜ் வீட்டின் கீழ்தளத்தில் ஜீவபாலன், பிற்காலத்தில் இயக்குநராகவும் நடிகராகவும் பரிணமித்த பார்த்திபன், புகைப்படக் கலைஞர் கார்த்திக் ஆகியோர் வாடகைக்குக் குடியிருந்தனர். இதற்கு அருகில் காமராஜர் வீதியில் நான் குடியிருந்தேன்.

சில நாட்கள் நான் நடந்தே 'ஜனவரி 1' நிறுவனத்திற்குச் சென்றுவிடுவேன். சில நாட்கள் நிறுவனத்தின் கார் வந்து என்னை அழைத்துச் செல்லும்.

ஒருநாள் ஜீவபாலன் என்னிடம், "ஜீவா! நாளை டி.வி.எஸ்.50இல் உங்களை உங்கள் வீட்டிற்கு வந்து அழைத்துச் செல்கிறேன்" என்றார்.

அதேபோன்று ஜீவபாலன் டி.வி.எஸ். 50இல் என்னை அழைத்துக் கொண்டு எல்டாம்ஸ் வீதியில் வந்தார். தேனாம்பேட்டை சிக்னலில் பச்சை விளக்குக்காக நாங்கள் காத்திருந்தோம். அப்போது ஹெல்மெட் போடுவதை அரசு அவசியமாக்கியிருந்தது. ஜீவபாலன் ஹெல்மெட் போடவில்லை. எதிர் திசையில் இருந்த காவல்காரர் அதைக் கவனித்துவிட்டார். உடனே ஜீவபாலன் என்னைக் கீழே இறங்கச் சொல்லிவிட்டு வண்டியை ரிவர்ஸ் எடுத்து வேகமாகச் சென்றுவிட்டார். அவர் வருவார் என்று இறங்கிய இடத்திலேயே நான் நின்று கொண்டிருந்தேன்.

எதிர் திசையிலிருந்து வந்த காவலர், "எங்கே அவன்?" என்றார். அப்போதுதான் ஹெல்மெட் போடாததால் காவலரிடம் சிக்கி விடுவோம் என்று எண்ணி என்னை விட்டுவிட்டு ஜீவபாலன் ஓடிவிட்டார் என்பதை அறிந்தேன்.

நான் காவலரிடம், "கடைக்கிட்ட நிற்கிறார். நான் அழைத்து வருகிறேன்" என்று சொல்லிவிட்டு அப்போது வந்த 12பி பேருந்தில் ஏறி அலுவலகத்திற்கு வந்தேன். அங்கே இருந்த ஜீவபாலன் என்னைப் பார்த்து விழுந்து விழுந்து சிரித்தார்.

இதைக் கண்ட எங்கள் இயக்குநர் காரணம் கேட்டார்.

நான் நடந்ததைச் சொன்னேன்.

எங்கள் இயக்குநர் ஜீவபாலனிடம், "என்ன பாலா? கூட வந்தவரை விட்டுட்டு வந்திருக்க?" என்றார்.

அதற்கு ஜீவபாலன், "இல்ல சார்! போலீஸ்காரரிடம் நான் சிக்கிவிட்டால் 50, 100 அழ வேண்டும். ஜீவா எப்படியும் சமாளித்து வந்துவிடுவார் என்று எண்ணினேன். அதே மாதிரி ஜீவபாரதி வந்துவிட்டார்" என்றார்.

அதைக் கேட்டு எங்கள் இயக்குநர் சிரித்தது இன்னும் என் கண்களில் வாழ்கிறது.

இதன்பின் ஜீவபாலனுடன் டி.வி.எஸ்.50இல் செல்வதென்றால் என்னுள் எச்சரிக்கை மணி அடிக்கும்.

ஒருநாள் இரவு சென்னை நந்தனம் புதிய டவர் பிளாக் அருகில் படப்பிடிப்பு நடந்து கொண்டிருந்தது, இரவு உணவாக வந்த அனைவருக்கும் பிரியாணி, புரோட்டாவை சாப்பிட்டுக் கொண்டிருந்தனர். நான் எப்போதும் இரவில் பன் பட்டர் ஜாம் தான் சாப்பிடுவேன் என்பதால் அதை வாங்கி வந்திருந்தனர். அதை நான் சாப்பிட்டுக் கொண்டிருந்தபோது படத்தின் கதாநாயகன் விஜயகாந்த் என் பின்னால் நின்று கொண்டிருந்தார். நான் கவனிக்கவில்லை. சிறிது நேரம் கழித்து நான் திரும்பிப் பார்த்தபோது அங்கே நடிகர் விஜயகாந்த்.

அவரிடம் நான், "என்ன சார்?" என்றேன்.

"உங்ககிட்ட ஒரு விஷயம் பேசணும்" என்றார் விஜயகாந்த்.

"என்ன விஷயம்?" என்றேன் நான்.

"ஒரு பையனை இந்த யூனிட்டில் உதவி இயக்குநராகச் சேர்க்க வேண்டும்" என்றார்.

"இயக்குநரிடம் பேசுங்கள்" என்றேன்.

"இந்த யூனிட்டில் எல்லாம் நீங்கள்தான் என்பதை நான் அறிவேன். அதனால்தான் உங்களிடம் சொன்னேன்" என்றார் விஜயகாந்த்.

"அப்படி இல்லை சார், இந்த யூனிட்டில் நான் ஒரு அசிஸ்டெண்ட் டைரக்டர் மட்டும்தான். எதுவாக இருந்தாலும் இயக்குநர்தான் முடிவு செய்வார்" என்றேன்.

மேலும், "நீங்கள் சொன்னால் இயக்குநர் தட்டமாட்டார்" என்றேன்.

உடனே என்னையும் அழைத்துக் கொண்டு இயக்குநரிடம் சென்ற நடிகர் விஜயகாந்த், "சார் நமக்கு வேண்டிய பையன் ரொம்பவும் கஷ்டப்படுகிறான். அவனை நீங்க அசிஸ்டெண்டா சேர்த்துக் கொள்ள வேண்டும்" என்றார்.

அதற்கு உடனே இயக்குநர் சம்மதம் தெரிவித்தார்.

சில நாட்களில் நடிகர் விஜயகாந்த் சிபாரிசில் ராதாகிருஷ்ணன் என்பவர் எங்கள் யூனிட்டில் அசிஸ்டெண்ட் டைரக்டராக சேர்ந்தார், அந்த ராதாகிருஷ்ணன்தான் பிற்காலத்தில் 'வைகாசி பொறந்தாச்சு' என்ற வெற்றிப் படத்தை தந்த ராதா பாரதி

ஒருநாள் இரவு... சென்னை தேனாம்பேட்டை எல்டாம்ஸ் ஓட்டலின் வாசலில் நின்று கொண்டிருந்தேன். பைக்கில் வந்த நகைச்சுவை நடிகர், "ஜீவா! வாங்க ரஞ்சித் ஓட்டலில் டிபன் சாப்பிட்டுவிட்டு வருவோம்" என்றார்.

"எனக்கு வேண்டாம்" என்றேன்.

"துணைக்கு வாங்க" என்றார்.

தட்ட முடியாமல் அவருடன் சென்றேன். அப்படிச் செல்கின்ற போதுதான் அந்த நகைச்சுவை நடிகர் தண்ணி போட்டிருந்தார் என்பதை அறிந்தேன். அவரோடு தகராறு செய்யவும் இயலாது. பாதியில் இறங்கி வரவும் முடியாது. ஓட்டலுக்குள் நுழைந்தோம். அங்கே எங்கள் இயக்குநர் தன் நண்பருடன் டிபன் சாப்பிட்டுக் கொண்டிருந்தார்.

அந்த நகைச்சுவை நடிகர் எங்கள் இயக்குநரின் டேபிள் அருகே போய் நின்று சிரித்தார். அவரைப் பார்த்த எங்கள் இயக்குநர் என்னையும் பார்த்துவிட்டார். அப்போதே எங்கள் இயக்குநர் கோபத்தில் இருந்ததை நானறிந்திருந்தேன்.

அருகில் இருந்த டேபிளைக் காட்டி, "அங்கே உட்காருங்க" என்றார் எங்களை இயக்குநர்.

சிறிது நேரத்தில் எழுந்த எங்கள் இயக்குநர், "சாப்பாட்டுச் செலவுக்கு வைத்துக் கொள்ளுங்கள்" என்று சொல்லி என் பையில் ஆயிரம் ரூபாயை வைத்து விட்டுச் சென்றார்

நாங்கள் சாப்பிட்டு முடித்தபின் நகைச்சுவை நடிகர் போதையில் தள்ளாடினார். எப்படியோ சமாளித்து அவரை அவருடைய வீட்டில் விட்டுவிட்டு ஆட்டோ பிடித்து என் வீட்டிற்கு நான் வந்தேன்.

மறுநாள் வண்டலூர் அறிஞர் அண்ணா பூங்காவில் 'ஜனவரி 1' படப்பிடிப்பு. இப்போது போன்று அப்போது வளர்ச்சி பெறவில்லை அந்தப் பூங்கா.

படப்பிடிப்புக்கான ஆயத்த வேலைகளில் நானும் ஜீவபாலனும் ஈடுபட்டுக் கொண்டிருந்தோம். அப்போது அங்கு வந்த எங்கள் இயக்குநர் ஜீவபாலனிடம் ஏதோ சொன்னார்.

என்னருகில் வந்த ஜீவபாலன், "படப்பிடிப்பில் உங்களைக் கலந்து கொள்ள வேண்டாம் என்று இயக்குநர் சொல்லிவிட்டார்" என்று வருத்தத்துடன் சொன்னார்.

இயக்குநர் மணிவண்ணனும் நானும் / 71

வண்டலூர் அறிஞர் அண்ணா பூங்காவில் 'ஜனவரி 1' படப்பிடிப்பில் ஜீவபாலனுடன் நான்.

இயக்குநர் ஏன் அப்படிச் சொன்னார் என்பது ஜீவபாலனுக்குத் தெரியாது.

ஆனால் இயக்குநரின் கோபத்துக்கான காரணம் எனக்குப் புரிந்தது. அதனால் படப்பிடிப்பில் கலந்து கொள்ளாமல் ஒரு மரத்தின் கீழ் அமர்ந்து விட்டேன்.

படத் தயாரிப்பு நிர்வாகி வெங்கடேஸ்வரராவ் ஏதும் புரியாமலும், இயக்குநரிடம் காரணம் கேட்க இயலாமலும் தவித்துக் கொண்டிருந்தார்.

மதியச் சாப்பாடு முடிந்தது.

இயக்குநர் என்னை அழைத்து, "அந்த நடிகனோடு தண்ணி அடித்து விட்டு அந்த நேரத்தில் ஊர் சுற்றுகிறீர்கள். பேண்ட் ஜிப்பைக்கூட போடாமல் அந்த நடிகன் தள்ளாடிக் கொண்டு வந்தான். ஏதாவது நடந்தால் என்ன செய்வது?" என்று கோபம் குறையாமல் குமுறினார்.

அருகில் வெங்கடேஸ்வரராவும், ஜீவபாலனும் இருந்தனர். "நான் அந்த நடிகரோடு வந்தது தவறுதான். ஆனால் நான் தண்ணி போட்டிருந்தேன் என்று நீங்கள் சொல்வது தவறு. வழியில் அந்த நடிகர் என்னைப் பார்த்தார். டிபன் சாப்பிட அழைத்தார். உடன் வந்தேன். வரும்போதுதான் அந்த நடிகர்

தண்ணி போட்டிருந்தார் என்பதறிந்தேன். அந்தச் சூழலில் அவரை நான் விட்டுச் செல்வது மனிதாபிமானமில்லை. மேலும் அந்தச் சூழ்நிலையில் அந்த நடிகர் ஜிப்பைப் போட்டிருக்கிறாரா? இல்லையா? என்று எப்படி நான் பார்க்க முடியும்?" என்றேன்.

அதைக் கேட்டு எங்கள் இயக்குநரும், வெங்கடேஸ்வரராவும் ஜீவபாலனும் சிரித்து விட்டனர்.

இதன்பின் நான் படப்பிடிப்பில் கலந்து கொண்டேன்.

இந்த நிகழ்வுக்குப் பின் நான் எச்சரிக்கையாக நடந்து கொள்ளத் தொடங்கினேன்.

அதே நேரத்தில் தன் உதவியாளன் எந்தச் சிக்கலிலும் மாட்டிக் கொள்ளக் கூடாது என்று எண்ணிய எங்கள் இயக்குநரின் தாயுள்ளத்தையும், சாப்பிட்டுவிட்டு அந்த நடிகனை எதிர்பார்க்கக் கூடாது என்று நினைத்து என் சட்டைப் பையில் ஆயிரம் ரூபாயை வைத்துச் சென்ற எங்கள் இயக்குநரின் மனிதாபிமானத்தையும் இப்போது நினைத்தாலும் என் கண்கள் கலங்குகின்றன.

படப்பிடிப்பில் பேசப்பட்ட வசனங்களை ஒலிநாடாவிலிருந்து டேப் ரெக்கார்டில் ஏற்றி அதைக்கேட்டு வசனங்களை எழுதுவது பெரும்பாலும் என்னுடைய வேலையாகத்தான் இருக்கும்.

அப்படித்தான் 'ஜனவரி 1' திரைப்பட அலுவலகத்தில் டேப்பில் வசனத்தை ஓடவிட்டு நான் எழுதிக் கொண்டிருந்தேன். அப்போது நான் இருக்கும் அறைக்குள் எவரையும் வெங்கடேஸ்வரராவ் அனுமதிக்க மாட்டார். நான் வசனங்களை எழுதிக் கொண்டிருந்தபோது நான் இருந்த அறைக் கதவு தட்டப்பட்டது. கதவைத் திறந்தேன். அங்கு நின்ற வெங்கடேஸ்வரராவ், "இந்திரா காந்தியைக் கொன்று விட்டார்கள். ஊரே களேபரமாக இருக்கிறது. உடனே வாருங்கள். உங்களைக் காரில் உங்கள் வீட்டில் விட்டு விடுகிறேன்" என்றார்.

"இல்லை சார். நான் நடந்தே என் வீட்டிற்குச் செல்கிறேன்" என்றேன்.

அதை மறுத்து வெங்கடேஸ்வரராவ் காரில், என்னை என் வீட்டிற்கு அழைத்துச் சென்றார். தெருவெல்லாம் அமைதி. சில இடங்களில் மக்கள் ஆவேசமாக கத்திக் கொண்டிருந்தனர். ஒருவழியாக நான் வீடு வந்து சேர்ந்தேன்.

இந்திரா காந்தியார் கொலையை நினைக்கும்போது 'ஜனவரி 1' படமும்; 'ஜனவரி 1' படத்தை நினைக்கும்போது இந்திரா காந்தியார் கொலையும் என் நினைவுக்கு வருவது வழக்கமாயிற்று.

7

அலைகடலில் சிக்கிய அன்பின் முகவரி

இயக்குநர் சுந்தரராஜனிடம் 'பயணங்கள் முடிவதில்லை' படத்தில் உதவி இயக்குநராகப் பணியாற்றிய சுப்பையா, 'பாபி' இந்திப் படத்தைத் தமிழகத்தில் வெளியிட உரிமை பெற்ற இராஜேந்திரன் (இதன்பின் இவர் 'பாபி' ராஜேந்திரன் என்று அழைக்கப்பட்டார்). ஒரு சில படங்களில் பாடல்கள் எழுதிக் கொண்டிருந்த கவிஞர் திருப்பத்தூரான் ஆகியோர் இணைந்து 'நரி' என்று ஒரு படம் தயாரித்திருக்கின்றார். இந்தப் படம் என்ன ஆனது என்பது எனக்குத் தெரியாது.

ஆனால், 'பயணங்கள் முடிவதில்லை' படத்தில் உதவி இயக்குநராகப் பணியாற்றிய சுப்பையாவுக்கு நடிகர் மோகன் நல்ல அறிமுகம். நடிகர் மோகனும் சுப்பையாவுக்கு ஏதாவது செய்ய வேண்டும் என்று எண்ணியிருக்கிறார். அதைப் பயன்படுத்தி சுப்பையா படம் தயாரிக்க முயன்றார்.

பாபி ராஜேந்திரன், பாலசுப்பிரமணியம், ஒரு ஐயர் (இவர் பெயர் என் நினைவில் இல்லை) ஆகியோரை இணைத்துக் கொண்டு படம் தயாரிக்கும் முயற்சியில் சுப்பையா இறங்கினார்.

எங்கள் இயக்குநரின் பல படங்களில் கதாநாயகனாக நடித்திருந்த நடிகர் மோகனை கதாநாயகனாகவும், எங்கள் இயக்குநரின் 'இளமைக் காலங்கள்' படத்தில் கதாநாயகியாக நடித்த சசிகலாவையும் கொண்டு படம் தயாரிப்பது சுப்பையாவின் திட்டம். படத்தை இயக்கும் பொறுப்பை எங்கள் இயக்குநரிடம் ஒப்படைத்தனர். இப்படித்தான் 'அன்பின் முகவரி' படம் உருவானது.

இந்தப் படத்தில் வாசு, நான், ராதாகிருஷ்ணன் (பிற்காலத்தில் ராதாபாரதி) ஆகியோர் உதவி இயக்குநர்கள்.

இந்தப் படத்திற்கு புலவர் புலமைப்பித்தன் எழுதிய,

"ஏ கிழவி ஏ கிழவி
ஏரோப்பிளான் பாத்தியா..?
சீமையிலே செஞ்சு வந்த
சீப்பு சோப்பு பாத்தியா..?"

என்ற பாடலை நான்தான் பிரதி எடுத்தேன். 'ஜனவரி 1' படத்திற்கு முன் ஆரம்பிக்கப்பட்ட இந்தப் படம் பொருளாதார நெருக்கடியால் காலம் கடந்து வெளிவந்தது.

இந்தப் படத்தின் படப்பிடிப்பு குமரி மாவட்டத்திலும் அதன் சுற்று வட்டாரப் பகுதியிலும் நடந்தது. நாகர்கோவிலில் தங்கி யிருந்தோம். இந்தப் படத்தில் சத்யராஜும் உண்டு.

பெரும் பொருளாதார நெருக்கடிக்குள்தான் இந்தப் படத்தின் படப்பிடிப்பு நடந்தது.

குறிப்பிட்ட நாட்களில் பணம் ஏற்பாடு செய்ய முடியாததால் எங்கள் இயக்குநர் மற்ற படங்களில் கவனம் செலுத்தத் தொடங்கினார். சில நாட்கள் இந்தப் படத்தின் படப்பிடிப்பு நடக்கும். பல மாதங்கள் படப்பிடிப்பு தள்ளிக் கொண்டே போகும்.

இந்தப் படத்தின் படப்பிடிப்பு சென்னை ஸ்டுடியோ ஒன்றில் நடந்துகொண்டிருந்த போது எடிட்டர் கந்தசாமி ஒரு இளைஞரை எங்கள் இயக்குநரிடம் அழைத்து வந்து,

"சார்! இந்தப் பையன் எனக்கு வேண்டியவன். பிலிம் இன்ஸ்ட்யூட்டில் படித்துக் கொண்டிருக்கிறான். இவனை நீங்கள் அசிஸ்டெண்டாகச் சேர்த்துக் கொள்ள வேண்டும்" என்றார்.

மறுப்பேதும் சொல்லாமல் அந்த இளைஞரை எங்கள் இயக்குநர் சேர்த்துக் கொண்டார். அந்த இளைஞர்தான் ஆர். கே. செல்வமணி.

எங்கள் இயக்குநரின் சில படங்களில் பணியாற்றிய ஆர். கே. செல்வமணி 'புலன் விசாரணை', 'கேப்டன் பிரபாகரன்', 'செம்பருத்தி' போன்ற படங்களை இயக்கி புகழின் உச்சியைத் தொட்டார்.

'செம்பருத்தி' படத்தில் கதாநாயகியாக நடித்த ரோஜாவைத் திருமணம் செய்தார் ஆர்.கே. செல்வமணி.

தற்போது ரோஜா ஆந்திர மாநிலத்தில் அமைச்சராகவும், ஆர்.கே.செல்வமணி தொழிலாளர்களின் அமைப்பான பெப்சியின் தலைவராகவும் பணியாற்றுகின்றனர்.

ஒருவழியாக பெரும் பாடுபட்டு இந்தப் படத்தை முடித்தனர்.

இந்தப் படத்தில் லட்சிய நடிகர் எஸ்.எஸ்.ராஜேந்திரனும் நடித்திருந்தார்.

லூப் சிஸ்டத்தில் டப்பிங் பேசி பழக்கப்பட்ட எஸ்.எஸ். ஆருக்கு கம்ப்யூட்டர் சிஸ்டத்தில் டப்பிங் பேசுவது சிரமமாக இருந்தது.

உதட்டின் அசைவு தொடங்கியபின் பேசத் தொடங்கி உதட்டின் அசைவு முடிந்தபின் பேசுவதை நிறுத்துவார் எஸ்.எஸ்.ஆர். இதைக் கவனித்த எங்கள் இயக்குநர் என்னை அழைத்து, "உதட்டின் அசைவு தொடங்கியவுடன் எஸ்.எஸ்.ஆர் முதுகில் நீங்கள் கையை வையுங்கள். நீங்கள் கையை வைத்ததும் எஸ்.எஸ்.ஆர். பேசத் தொடங்கட்டும்;

நீங்கள் எஸ்.எஸ்.ஆர். முதுகிலிருந்து கையை எடுத்ததும் எஸ்.எஸ்.ஆர். பேச்சை நிறுத்தட்டும்" என்றார்.

இந்த முயற்சி கைகொடுத்தது. இப்படித்தான் இந்தப் படத்தில் எஸ்.எஸ்.ஆர். டப்பிங் பேசி முடித்தார்.

இந்தப் படத்தின் ரீரெக்கார்டிங் கங்கை அமரன். தயாரிப்பாளர் சுப்பையாவின் பரிந்துரையால் இந்தப் படத்தின் டைட்டில் பாடலை எழுதுகின்ற வாய்ப்பு கவிஞர் திருப்பத்தூரானுக்குக் கிடைத்தது.

ஒருநாள் இரவு முழுவதும் ரீ ரிக்காடிங்க் நடந்த தியேட்டரில் என்னோடு கவிஞர் திருப்பத்தூரான் இருந்தார்.

அப்போதுதான் கவிஞர் திருப்பத்தூரான் தாம் முஸ்லீம் என்றும், திருப்பத்தூரில் பிறந்தவர் என்றும், ஒரு ஓட்டலில் சிப்பந்தியாகச் சேர்ந்து அந்த ஓட்டலில் நிர்வாகியாக உயர்ந்தவர் என்றும், பாட்டெழுதும் ஆசையால் பல போராட்டங்களுக்குப் பின் சில படங்களுக்குப் பாடல் எழுதியதாகவும் திருப்பத்தூரான் என்னிடம் சொன்னார்.

சிறிது காலத்தில் சென்னை தேனாம்பேட்டை முருகன் கோயிலுக்கு எதிரில் உள்ள வீட்டின் மாடியில் திருப்பத்தூரான் குடியிருந்தார். அப்போது நான் தேனாம்பேட்டை காமராஜர் சாலை முதலியாண்டான் தோட்டத்தில் குடியிருந்தேன். அதனால் அடிக்கடி நாங்கள் சந்தித்துக் கொள்வோம். என்ன காரணமோ என்மீது மதிப்பும், மரியாதையும் கொண்டிருந்ததுடன் அவருடைய சொந்த விஷயங்களை எல்லாம் என்னிடம் திருப்பத்தூரான் பகிர்ந்து கொள்வார்.

இசையமைப்பாளர் தேவாவும், கவிஞர் திருப்பத்தூரானும் இணைந்தே திரையுலகில் பயணித்தனர். இருவரும் இணைந்தே வாய்ப்புக் கேட்பர். நடிகர் ராமராஜன் படத்திற்கு தேவா இசையமைக்கவும், அந்த இசைக்கு திருப்பத்தூரான் பாடல் எழுதவும் ஆரம்பித்தபின் இந்த இருவரும் திரையுலகில் வலுவாகக் காலூன்றினர்.

இந்தச் சூழலில் என் வீட்டிற்கு வந்த கவிஞர் திருப்பத்தூரான், "ஜீவா! ராமராஜன் 'திருப்பத்தூரான்' என்ற பெயர் நன்றாக இல்லை. அதனால் வேறு பெயர் வைத்துக் கொள்ளுங்கள் என்றார். அதனால் மயிலாப்பூரில் இருக்கும் எண் கணித ஜோதிடர் பார்த்தசாரதியைச் சந்தித்து என் நிலைமையைச் சொன்னேன். அவர் க, கா, கு, கி ஆகிய எழுத்துக்களில் ஆரம்பமாகும் வகையில் பெயர் வைத்துக் கொள்ளுங்கள் என்கிறார். நான் 'குமாரராஜா' என்று வைத்துக் கொள்ளட்டுமா?" என்றார்.

அதற்கு நான், "நீங்கள் இயக்குநர் என்றால் குமாரராஜா என்று வைத்துக் கொள்ளலாம். கவிஞர் என்பதால் 'காளிதாசன்' என்று வைத்துக் கொண்டால் சிறப்பாக இருக்கும்" என்றேன்.

இதன்பின் திருப்பத்தூரான் திரைப்பாடல்களை 'காளிதாசன்' என்ற புனைபெயரிலேயே எழுதினார்.

எங்கள் இயக்குநரின் உதவி இயக்குநராகப் பணியாற்றிய ராதாகிருஷ்ணன் (இந்தப் படத்தில் இருந்துதான் இவர் ராதாபாரதியானார்) 'வைகாசி பொறந்தாச்சு' என்ற படத்தில் தேவா இசையமைக்கவும், கவிஞர் காளிதாசன் பாடல் எழுதவும் வாய்ப்பைப் பெற்றனர். இந்தப் படத்தின் வெற்றி, ராதாபாரதி, தேவா, காளிதாசன் ஆகியோரை மக்களிடம் வெகுவாகக் கொண்டு சென்றது.

இதன்பின் தேவாவும், காளிதாசனும் இணைந்து பல படங்களில் தங்கள் திறமையைக் காட்டினர். வாய்ப்புகள் இவர்களுடைய வாசல்களைத் தட்டின.

பொன்னேரியில் பம்ப்செட்டோடு சேர்ந்து வயல் வாங்கினார் கவிஞர் காளிதாசன். ஒரே மகனுக்கு திருவொற்றியூரில் பணக்கார வீட்டில் பெண் எடுத்தார் காளிதாசன். சிறப்பாகப் போய்க்கொண்டிருந்த தேவா, காளிதாசன் நட்பில் கீறல் விழுந்தது.

இதன்பின் கவிஞர் காளிதாசனுக்கு அவ்வளவாக வாய்ப்புகள் இல்லாமல் போயிற்று. கலைஞர் கருணாநிதி நகரில் தனியாக

சிறிது காலம் கவிஞர் காளிதாசன் தங்கியிருந்தார். இறுதியில் தஞ்சையில் ஒரு மருத்துவமனையில் கவிஞர் காளிதாசன் இறந்துவிட்டார் என்ற செய்தியை அறிந்து கலங்கினேன்.

ஆம்! பட்டறிவை மட்டுமே துணை கொண்டு திரைத்துறையில் நுழைந்து அற்புதமான பல பாடல்கள் எழுதிய கவிஞர் காளிதாசன் நீண்ட காலம் வாழ வேண்டியவர்; வாழாமல் போனது வேதனைச் செய்தியாகும்.

'அன்பின் முகவரி' படத்தின் இரண்டாவது நாயகி விஜி. எங்கள் இயக்குநர் வாடகைக்குக் குடியிருந்த டைரக்டர்ஸ் காலனி வீட்டின் எதிரே விஜி குடியிருந்தார்.

அலட்டிக் கொள்ளாத, ஆடம்பரத்தை விரும்பாத மரியாதையோடு பழகக்கூடியவர் விஜி என்பதை 'அன்பின் முகவரி' படத்தில் நடித்துக் கொண்டிருந்தபோது நானறிந்தேன்.

நடிகை விஜியின் இந்தப் பண்புதான் எங்கள் இயக்குநரின் தங்கை மேகலாவையும் கவர்ந்தது. நடிகை விஜியும், மேகலாவும் அன்பின் வழியாக இணைந்து உயிர்த் தோழிகளாயினர். நடிகை விஜியின் மரணம் எதிர்பாராதது. இந்த மரணம் மேகலாவையும் பாதித்தது என்பதை நானறிவேன்.

ஒருவழியாக 'அன்பின் முகவரி' படம் முடிந்து வெளியாகும் நாளும் முடிவானது. சென்னை அண்ணா சாலையில் உள்ள சாந்தி தியேட்டரில் காலைக் காட்சியாக படம் ரிலீஸாக இருந்தது.

'அன்பின் முகவரி' திரைப்படக் கம்பெனி சென்னை தி.நகர் ஹபிபுல்லா சாலையில் இருந்தது. படம் வெளிவருவதற்கு முதல்நாள் நான் அங்கு சென்றிருந்தேன். அங்கிருந்த தயாரிப்பாளர் சுப்பையாவிடம் படம் வெளியாவது பற்றி பேசிக் கொண்டிருந்தேன். அவர், "நாளைக் காலை படப்பெட்டியைக் கொண்டு வந்து நம் அலுவலகத்தில் சாமி படங்களுக்கு

அருகில் படப்பெட்டியை வைத்து வணங்கிவிட்டுச் சாந்தி தியேட்டருக்கு அனுப்ப வேண்டும்" என்றார்.

அதற்கு நான், "படப்பெட்டியை நேரடியாக சாந்தி தியேட்டருக்குக் கொண்டு செல்லலாமே! எதற்கு வெட்டி அலைச்சல்?" என்றேன்.

அதற்கு தயாரிப்பாளர் சுப்பையா ஒத்துக் கொள்ளவில்லை.

மறுநாள் காலையில் 'அன்பின் முகவரி' அலுவலகத்தின் முன் அறையில் நான் இருந்தேன்.

படத் தயாரிப்பாளர்களில் ஒருவரான ஐயர் உள் அறையில் இருந்தார்.

சிறிது நேரத்தில் தடித் தடியாக சிலர் அலுவலகத்திற்குள் நுழைந்தனர். அவர்களில் ஒருவர் என்னிடம் வந்து, "நீங்கள் யார்?" என்றார்.

"நான் அசிஸ்டெண்ட் டைரக்டர்" என்றேன்.

உள்ளறைக்குச் சென்ற ஒருவர் ஐயரிடம், "நீங்கள் யார்?" என்றார்.

அவர், "நான் தயாரிப்பாளர்" என்றார்.

அவ்வளவுதான்... வந்தவர்கள் அவரிடம் கேள்வி மேல் கேள்வி கேட்டுத் தொலைத்து எடுத்தனர்.

ஆம்! வந்தவர்கள் வருமானவரித்துறை அதிகாரிகள். வருமான வரித்துறையின் விசாரணை எப்படி இருக்கும்? என்று அன்றுதான் நான் அறிந்தேன்.

கடைசியில் படப்பெட்டி அலுவலகத்திற்கு வராமல் நேரடியாக சாந்தி தியேட்டருக்குக் கொண்டு செல்லப்பட்டது.

'அன்பின் முகவரி' எங்கள் இயக்குநருக்குப் பெயரையும் வாங்கிக் கொடுக்கவில்லை; தயாரிப்பாளர்களுக்கு லாபத்தையும் தேடித் தரவில்லை.

நட்பை மட்டுமே மூலதனமாகக் கொண்டு போதுமான மூலதனத்தைத் திரட்டாமல் படம் தயாரித்தால் எப்படிப்பட்ட சிக்கல்களை எல்லாம் சந்திக்க வேண்டியது வரும் என்பதை 'அன்பின் முகவரி' படத்தில் நான் கற்றுக் கொண்டேன்.

8

முதல் வசந்தமும் நான் வாங்கிய சம்பளமும்!

கதை வசனகர்த்தா கலைமணியின் எவரெஸ்ட் பிலிம்ஸ் கம்பெனிக்கு எங்கள் இயக்குநர் 'கோபுரங்கள் சாய்வதில்லை', 'இங்கேயும் ஒரு கங்கை' ஆகிய படங்களைத் தொடர்ந்து 'முதல் வசந்தம்' படத்தை இயக்கினார்.

கதை, வசனம், தயாரிப்பு கலைமணி; திரைக்கதை இயக்கம் எங்கள் இயக்குநர்.

'இங்கேயும் ஒரு கங்கை' படத்தின் போது சினிமாவைப் பற்றி எனக்கு எதுவும் தெரியாது. ஆனால் 'முதல் வசந்தம்' படத்தின் போது சினிமாவை ஓரளவு நான் கற்றுக் கொண்டு விட்டேன்.

சத்யராஜ், மலேசியா வாசுதேவன், மண்வாசனை பாண்டியன், சந்திரசேகர், ரம்யா கிருஷ்ணன் ஆகியோர் இந்த படத்தின் முக்கிய கதாபாத்திரங்களில் நடித்தனர்.

எனக்கு சென்னையில் வேறு பணியைக் கொடுத்துவிட்டு எங்கள் இயக்குநர் மற்ற உதவியாளர்களை அழைத்துக் கொண்டு வெளியூரில் படப்பிடிப்புக்குச் சென்று விட்டார்.

இந்த படத்தின் ஒரு ஷெட்யூல் முடிந்து சென்னைக்கு வந்த பின், எடுத்தவரை போட்டுப் பார்த்தனர். இதற்கு நானும் சென்றிருந்தேன்.

எங்கள் இயக்குநருக்கு எடுத்தவரை படத்தின் கதை திருப்தி அளிக்கவில்லை. மீண்டும் கதை வசனகர்த்தா கலைமணியும், எங்கள் இயக்குநரும் கதை பற்றி விவாதித்தனர். அப்போது நானும் உடன் இருந்தேன்.

அப்போது எங்கள் இயக்குநர் கலைமணியிடம், “சார்! மக்கள் சத்யராஜை விரும்புகின்றபோது நாம் மண்வாசனை பாண்டியன் மீது கதையைச் சொல்வதை மக்கள் ஏற்றுக் கொள்வார்களா? அதனால் கதையில் சத்யராஜை முதன்மைப்படுத்தினால்தான் படம் மக்களால் பேசப்படும்” என்றார்.

அதை கதை வசனகர்த்தா கலைமணியும் ஏற்றுக் கொண்டார்.

இதன்பின் கதையில் கலைமணி மிகப் பெரிய மாற்றங்களைச் செய்தார்.

மீண்டும் சென்னைக்கு அருகில் உள்ள குன்றத்தூரில் ‘முதல் வசந்தம்’ படப்பிடிப்புத் தொடங்கியது.

கதை வசனகர்த்தா கலைமணி சொல்லச் சொல்ல வசனத்தை எழுதுகின்ற பணியை எங்கள் இயக்குநர் எனக்கு அளித்தார்.

ஓரிடத்தில் அமர்ந்து கலைமணி வசனங்களைச் சொல்ல அதை நான் எழுத, சுடச்சுட படப்பிடிப்பு நடந்தது.

இந்தப் படத்தின் போதுதான் கதை வசனகர்த்தா கலைமணியின் திறமையைக் கண்டேன்.

கலைமணி சிறிது நேரம் யோசிப்பார். பின் அருவி போல் வசனங்களைக் கொட்டுவார்.

கலைமணி செங்கற்பட்டு மாவட்டத்தின் சின்னஞ்சிறு கிராமத்தில் பிறந்தவர். சென்னை கெல்லெட் பள்ளியில் இவர் படித்துக் கொண்டிருந்தபோது இவருக்கு ஆசிரியராக இருந்தவர் ஏ.எஸ்.பிரகாசம். இங்கு பணியாற்றிக் கொண்டிருந்த போதே ஏ.எஸ்.பிரகாசம் திரைப்படங்களுக்கு கதை வசனம் எழுதத் தொடங்கி விட்டார். இவருடைய உதவியாளராகத்தான் திரையுலகில் கலைமணி கால் பதித்தார்.

பாரதிராஜாவின் ‘16 வயதினிலே’ படத்திற்கு இவர் எழுதிய வசனங்கள் மக்களிடம் மகத்தான வரவேற்பைப் பெற்றது. அதிலிருந்து இவருடைய திரையுலக வாழ்க்கை ஏறுமுகம்தான்.

கிராமத்திலிருந்து சென்னைக்கு வந்து பல ஆண்டுகள் ஆன பின்னாலும் கிராமிய மண்வாசனையோடு கலைமணி வசனங்களை எழுதியதைக் கண்டு நான் வியந்திருக்கிறேன்.

சென்னையில் ஒரு வீட்டின் வெளிப்புறத்தில் படத்தின் கிளைமாக்ஸை இயக்குநர் எடுக்கத் திட்டமிட்டார். அந்த வீட்டை மலேசியா வாசுதேவன் வீடாகப் படத்தில் காட்டியிருந்தனர்.

கிளைமாக்ஸுக்கு வேண்டிய ஆரம்பக் காட்சிகளை எங்கள் இயக்குநர் இந்த வீட்டின் வெளிப்புறத்தில் எடுத்துக் கொண்டிருந்தார். வீட்டின் உள்ளே இயக்குநர்கள் மனோ பாலா, மது, சேர்வை ஆகியோருடன் கலைமணி படத்திற்கான கிளைமாக்ஸ் பற்றி பேசிக் கொண்டிருந்தார்.

கிளைமாக்ஸ் முடிவானதும் கலைமணி வசனத்தைச் சொல்ல வேண்டும். அதை எங்கள் இயக்குநரிடம் நான் கொடுக்க வேண்டும்.

கலைமணி இந்தப் படத்திற்கு மூன்று விதமான கிளைமாக்ஸைச் சொன்னார். அதுபற்றி உடனிருந்தவர்கள் விவாதித்தனர். கலைமணி சொன்ன மூன்று கிளைமாக்ஸில் எது முடிவாகும் என்கிற ஆர்வம் என்னைப் பற்றியது.

ஒரு வழியாக கிளைமாக்ஸ் முடிவு செய்யப்பட்டு, அதை எழுதி எங்கள் இயக்குநரிடம் கொடுத்தேன். இது இரவு நேரக் காட்சி. இரவெல்லாம் படப்பிடிப்பு நடந்தது.

ஒரு வழியாகப் படம் முடிந்தது.

இந்தப் படத்தில் நான் சம்பளமாக பெற்றுக் கொண்டது ரூபாய் 650 மட்டும்தான். ஆம்! படத்தின் பெரும்பகுதியை மீண்டும் எடுக்க வேண்டிய நிலை ஏற்பட்டதால் சம்பளம் பற்றிப் பேச எனக்கு விருப்பமில்லை. அத்துடன் ஒரு வெற்றிப் படத்தில் பணியாற்றியதே போதும் என்ற மனநிலையில் நான் அப்போது இருந்தேன்.

சென்னை ராதாகிருஷ்ணன் சாலையில் இருந்த மேனா தியேட்டரில் பத்திரிகையாளர்களுக்காக 'முதல் வசந்தம்' படம் திரையிடப்பட்டது.

படத்தைப் பார்த்த பத்திரிகையாளர்கள் எங்கள் இயக்குநர், கலைமணி, நடிகர் சத்யராஜை வாழ்த்திவிட்டுச் சென்றனர்.

அனைவரும் சென்றபின் அந்தத் தியேட்டரின் ஒரு பகுதியில் எங்கள் இயக்குநர், கதை வசனகர்த்தா கலைமணி, நடிகர் சத்யராஜ், ஒளிப்பதிவாளர் சபாபதி, ஆர்ட் டைரக்டர் கலை ஆகியோர் பேசிக் கொண்டிருந்தனர். அப்போது தூரத்தில் நின்று கொண்டிருந்த என்னை அழைத்த கலைமணி என்னிடம், "படம் எப்படி இருக்கிறது கவிஞரே?" என்றார்.

"படம் உறுதியாக 100 நாள் ஓடும் சார்" என்றேன்.

நான் சொன்னதைப் போன்று 100 நாட்கள் ஓடியது. இந்தப் படத்தில் குங்குமப்பொட்டுக் கவுண்டராக நடிகர் சத்யராஜ் நடித்தது மக்களிடம் மகத்தான வரவேற்பைப் பெற்றது.

9

விடிஞ்சா கல்யாணமும் எங்கள் இயக்குநரின் மனிதாபிமானமும்

விவேகானந்தா பிக்சர்ஸ் திருப்பூர் மணிக்கு 'விடிஞ்சா கல்யாணம்' படத்தை இயக்க எங்கள் இயக்குநர் ஒத்துக் கொண்டார்.

விவேகானந்தா பிக்சர்ஸில் ஆரம்ப காலங்களில் தயாரிப்பு நிர்வாகியாக நடிகர் சத்யராஜ் பணியாற்றியதை பலமுறை நேர்காணல்களில் சத்யராஜ் சொல்லியிருக்கிறார்.

இந்தப் படத்தின் படப்பிடிப்பு மூன்று நாட்கள் சென்னையில் நடந்தது. கதாநாயகனாக கார்த்திக் நடித்தார். இதன்பின் இந்தப் படத்தின் படப்பிடிப்பை ஊட்டியில் நடத்தத் திட்டமிட்டு அனைவரும் ஊட்டிக்குச் சென்றோம். மூன்று நாட்களாகியும் கதாநாயகன் கார்த்திக் ஊட்டிக்கு வரவில்லை. அவருக்கு மஞ்சக் காமாலை என்று சென்னையிலிருந்து தயாரிப்பாளர் தகவல் அனுப்பினார்.

அத்துடன் கார்த்திக்குப் பதிலாக ரவீந்திரனை தயாரிப்பாளர் ஊட்டிக்கு அனுப்பி வைத்தார்.

நடிகர் கார்த்திக் வராததால் எங்கள் இயக்குநர் சோர்வாகிவிட்டார். ஊட்டியின் வெளிப்புறத்தில் மலைச்சரிவில் தேக்குமரக் காட்டில் படப்பிடிப்புக்கு ஏற்பாடு செய்யப்பட்டிருந்தது.

கதாநாயகி ஜெயஸ்ரீயும், அவருடைய அம்மாவும் நாற்காலியில் அமர்ந்திருந்தனர். ரவீந்தரனை நடக்கச் சொல்லியும் ஓடச் சொல்லியும் எங்கள் இயக்குநர் வேலைவாங்கிக் கொண்டிருந்தார்.

இந்தச் சூழலில் ஷூட்டிங்கை வேடிக்கை பார்க்கக் கல்லூரி மாணவர்கள் 10 பேர் வந்தனர். அவர்கள் வேடிக்கை பார்த்ததுடன் நிற்காமல் ஏதேதோ கமெண்ட் அடித்துக் கொண்டிருந்தனர். அதில் ஒரு மாணவன், "கதாநாயகியைவிட கதாநாயகியின் அம்மா அழகாக இருக்கிறாங்க!" என்றான். இது எங்கள் இயக்குநர் காதில் விழுந்து விட்டது.

அந்த மாணவர்களிடம் எங்கள் இயக்குநர் சிரித்துக் கொண்டே, "தம்பிகளா! நான் சத்யஜித்ரேயோ, சியாம் பெனகலோ அல்ல. ஏதோ எனக்குத் தெரிந்ததைப் படம் எடுத்துக் கொண்டிருக்கிறேன். விருப்பம் இருந்தால் பாருங்கள்... இல்லையென்றால் இங்கிருந்து போய் விடுங்கள். சும்மா கிண்டல் பண்ணி எங்கள் வேலையைக் கெடுக்காதீர்கள்" என்றார்.

இதைக் கேட்டு ஒரு மாணவன் ஏளனமாகச் சிரித்தான்.

இன்னொரு மாணவன் எங்கள் இயக்குநரையே கேலி பண்ணத் தொடங்கிவிட்டான்.

அவ்வளவுதான்... அவுட்டோர் யூனிட்டைச் சேர்ந்தவர்கள் மாணவர்களைத் தாக்கத் தொடங்கினர்.

அங்கிருந்து தலைதெறிக்க மாணவர்கள் ஓடினர்.

அவுட்டோர் யூனிட்டைச் சேர்ந்த அந்தோணி என்பவர் ஒரு மாணவனைப் பிடித்துவிட்டார். அவனை இரும்பு ராடால் அந்தோணி அடிக்கத் தொடங்குவதை அறிந்து, "அந்தோணி அவனை அடிக்காதே... இங்கே இழுத்து வா..." என்று நான் கத்தினேன்.

நான் கத்தாமல் இருந்திருந்தால் அந்த மாணவனை அந்தோணி கடுமையாகத் தாக்கியிருப்பார்.

அந்த மாணவனை அந்தோணி எங்கள் இயக்குநரிடம் இழுத்து வந்தார்.

பிடிபட்ட மாணவன் கதறினான்.

சிறிது நேரம் சென்றதும் எங்கள் இயக்குநர் என்னிடம், "ஜீவா! இவனை போலீஸ் ஸ்டேஷனில் கொண்டு போய் ஒப்படையுங்கள்" என்றார்.

காரில் அந்த மாணவனை அழைத்துக் கொண்டு போலீஸ் ஸ்டேஷனுக்கு நான் சென்றேன்.

"சார்! நான் வசதியான வீட்டுப் பையன். நான் ஒரு தப்பும் செய்யலை.. தப்புச் செஞ்சவங்க எல்லாம் ஓடிட்டாங்க. தப்புச் செய்யாத நான் மாட்டிக்கிட்டேன். என்னைப் போலீஸ் ஸ்டேஷனுக்கு நீங்க கொண்டு போனா என் எதிர்காலமே நாசமாயிடும்... என் பெற்றோருக்கும் மிகப்பெரிய அவமானமாகிடும்" என்று சொல்லிக் கதறினான்.

நான் எதையும் காதில் வாங்கிக் கொள்ளாததுபோல் இருந்தேன்.

ஒரு கட்டத்தில் கார் காவல் நிலையத்திற்கு முன் சென்று நின்றது.

நான் கீழே இறங்கி காவல் நிலையத்தைப் பார்த்துக் கொண்டிருந்தேன்.

காருக்குள் அந்த மாணவன் கதறிக் கொண்டிருந்தான்.

சிறிது நேரம் சென்றதும் அந்த மாணவனைக் கீழே இறங்கச் சொன்னேன்.

அழுதுகொண்டே அந்த மாணவன் இறங்கினான்.

காவல் நிலையத்தையும் அந்த மாணவனையும் மாறி மாறி நான் பார்த்தேன்.

நேரம் செல்லச் செல்ல அந்த மாணவனின் அழுகை அதிகமானது.

அந்த மாணவனின் முதுகில் தட்டி, "நட" என்றேன்.

காவல் நிலையத்திற்குத்தான் அவனை நான் நடக்கச் சொன்னதாக நினைத்து மீண்டும் கதறினான்.

அப்போது, "தம்பி! உன் வீட்டுக்கு நட" என்றேன்.

அதைக் கேட்டதும் அந்த மாணவன் என் காலில் விழ வந்தான்.

அவனிடம் நான், "தம்பி! நீ என் காலில் விழாதே. நீ விரும்பினால் எங்கள் இயக்குநர் இருக்கும் திசை நோக்கி வணங்கு... அவர்தான் என்னிடம், "இந்தப் பையனைக் காவல் துறையிடம் ஒப்படைத்துவிடாதீர்கள். அவன் எதிர்காலம் நாசமாகிவிடும். போலீஸ் ஸ்டேஷனுக்கு அழைத்துச் செல்வது போல் அழைத்துச் சென்று, அவனுக்குப் புத்திமதி சொல்லி வீட்டுக்கு அனுப்பி வையுங்கள்" என்றார். "இனிமேலாவது ஒழுங்காக நடந்துகொள்" என்றேன்.

மெல்ல மெல்ல அந்த மாணவனிடமிருந்து அழுகை நின்றது.

"இங்கிருந்து எப்படி உன் வீட்டிற்குப் போவாய்?" என்றேன்.

"கொஞ்ச தூரம் போனால் பஸ் ஸ்டாண்ட் வந்துடும். நான் நடந்து போய் பஸ் பிடித்து வீட்டுக்குப் போய்விடுவேன்" என்றான்.

அவனைக் காரில் ஏற்றி, பஸ் ஸ்டாண்டில் இறக்கிவிட்டு படப்பிடிப்பு நடக்கும் இடத்திற்கு நான் திரும்பினேன். கார் அவன் கண்களிலிருந்து மறையும்வரை பார்த்துக் கொண்டே இருந்தான். அப்போது நான் எங்கள் இயக்குநரின் தாயுள்ளத்தை நினைத்து கர்வத்தோடு காரில் பயணித்தேன்.

'**விடிஞ்சா** கல்யாணம்' படத்தின் அசோசியேட் டைரக்டர் ஜீவபாலன் சென்னையில் படப்பிடிப்பு நடந்தபோது ஒருநாள் என்னிடம், "ஜீவா கொட்டாரக்கார ஹவுஸில் நாளை ஷூட்டிங். என்னை இயக்குநர் எடிட்டிங் ரூமுக்கு போகச் சொல்லி யிருக்கிறார். நாளை இயக்குநர் பாக்கியராஜ் யூனிட்டில் இருந்து நம்ம யூனிட்டுக்கு ஒருவர் வருகிறாராம். எனக்கு அடுத்து இந்த யூனிட்டில் நீங்கள்தான் சீனியர். அதனால் பேடை (வசனம் எழுதும் பேடு. இதைக் கையில் வைத்திருப்பவர்தான் யூனிட்டில் முக்கியமானவர் என்ற எண்ணம் திரையுலகில் உண்டு) நீங்கள்தான் வைத்திருக்க வேண்டும். புதுசா வர்ற ஆள்கிட்ட அந்தப் பேடைக் கொடுத்து விடாதீர்கள்" என்றார்.

மறுநாள் படப்பிடிப்பு நடப்பதற்கு முன் உயரமான சிவப்பான ஒருவர் எங்கள் இயக்குநரிடம் வந்து பேசிக் கொண்டிருந்தார். அவர் பேசி முடித்ததும் என்னை அழைத்த எங்கள் இயக்குநர், "ஜீவா! இவர் பெயர் ஜான் அமிர்தராஜ். பாக்யராஜ் யூனிட்டிலிருந்து நம்ம யூனிட்டுக்கு வந்திருக்கிறார். அவரைப் பயன்படுத்திக் கொள்ளுங்கள்" என்றார்.

நான் தலையாட்டினேன்.

படப்பிடிப்பு தொடங்கியது. ஆர்.கே. செல்வமணியும், புதுகை மகேந்திரனும் இந்தப் படத்தின் உதவி இயக்குநர்கள்.

மதியம் வரை ஜான் அமிர்தராஜுக்கு எந்த வேலையும் ஒதுக்கவில்லை. வேடிக்கை பார்ப்பது போல் அனைத்தையும் அவர் கவனித்துக் கொண்டிருந்தார்.

மதியம் உணவு இடைவேளை முடிந்தபின் என்னிடம் ஜான் அமிர்தராஜ், "தோழர் உங்களைப் பற்றி கோவைத் தோழர்கள் என்னிடம் சொல்லி இருக்கிறார்கள். நான் கோவையில் ஆசிரியராகப் பணியாற்றுகிறேன். இந்தியக் கம்யூனிஸ்ட் கட்சி (மார்க்சிஸ்ட்)யின் ஆசிரியர் சங்கத்தில் கோவை மாவட்டத் தலைவராகவும் இருக்கிறேன்.

விடுப்பு எடுத்துக்கொண்டு இயக்குநர் பாக்கியராஜ் படங்களில் பணியாற்றியும், நடித்தும் இருக்கிறேன். இந்த

ஜான் அமிர்தராஜுடன் நான்

யூனிட்டில் இயக்குநரும் நீங்களும் இடதுசாரிச் சிந்தனை கொண்டவர்கள் என்பது எனக்கு மகிழ்ச்சி'' என்றார்.

மதிய உணவுக்குப் பின் ஜான் அமிர்தராஜிடம் பேடை கொடுத்துப் பணியாற்றச் சொன்னேன்.

மறுநாள் ஜீவபாலன் வந்தபின் இயக்குநருக்கு ஒத்துழைப்பவராக தன்னை மாற்றிக் கொண்டார் ஜான் அமிர்தராஜ்.

எங்கள் இயக்குநரிடமிருந்து ஒரு கட்டத்தில் விலகிய ஜான் அமிர்தராஜ் ஆர்.கே, செல்வமணி இயக்கிய 'செம்பருத்தி' திரைப்படத்திற்கு வசனம் எழுதினார். இன்னும் சில ஆர்.கே. செல்வமணியின் படங்களில் பணியாற்றினார். இவரை ஆர்.கே. செல்வமணி சிறப்பாக வைத்திருந்தார்.

ஜான் அமிர்தராஜ் ஒரு படத்தை இயக்கினார். இந்த படம் வெற்றி பெறவில்லை. இவர் இயக்குநரும் நடிகருமான அனுமோகனின் அக்காள் கணவர். இன்று ஜான் அமிர்தாஜ் உயிரோடு இல்லை என்பது துயரம்.

'விடிஞ்சா கல்யாணம்' படம் நடந்து கொண்டிருந்தபோதே எங்கள் இயக்குநர் கலைஞரின் பூம்புகார் புரடொக்ஷனுக்கு 'பாலைவன ரோஜாக்கள்' படத்தை இயக்கவும் ஒத்துக்கொண்டார்.

இரண்டு படங்களிலும் நடிகர் சத்யராஜ் ஹீரோ. இரண்டு படங்களிலும் நான் உதவி இயக்குநர்.

இசைஞானி இளையராஜா பிசியாக இருந்ததால், 'விடிஞ்சா கல்யாணம்' படத்திற்கு மெல்லிசை மன்னர் எம்.எஸ். விஸ்வநாதனையும், 'பாலைவன ரோஜாக்கள்' படத்திற்கு கங்கை அமரனையும் ரீ ரிக்காடிங்குக்கு இளையராஜா ஏற்பாடு செய்திருந்தார்.

'விடிஞ்சா கல்யாணம்' படம் ரீரெக்கார்டிங் நடந்த தியேட்டரில் எங்கள் இயக்குநரும் 'பாலைவன ரோஜாக்கள்' படம் ரீ ரிக்கார்டிங் நடந்த தியேட்டரில் நானும் இருந்தோம்.

'பாலைவன ரோஜாக்கள்' ரீ ரிக்காடிங் நடந்து கொண்டிருந்த தியேட்டரில் இருந்த என்னை எங்கள் இயக்குநர் 'விடிஞ்சா கல்யாணம்' ரீ ரிக்காடிங் நடந்து கொண்டிருந்த தியேட்டருக்கு அழைத்தார். நானும் அங்கு சென்றேன். அப்போது கதாநாயகி ஜெயஸ்ரீயை வில்லன் நடிகர் வினோத் அவரைக் கெடுப்பதற்காக வீட்டிற்குள் விரட்டுவார். அவர் பயந்து மாடிப்படிகளில் ஓடி அங்குள்ள அறைக்குள் செல்ல முயல்வார்.

இந்தக் காட்சிக்கு ரீ ரிக்கார்டிங் வாசிக்க படத்தைப் பார்த்துக் கொண்டிருந்த மெல்லிசை மன்னர் எம்.எஸ். விஸ்வநாதன் இசைக் கலைஞர்களுக்கு இசைக்குறிப்புகளாகக் கொடுத்துக் கொண்டிருந்தார்.

அப்போது எங்கள் இயக்குநர் என்னிடம், "ஜீவா! நான் எடிட்டிங் ரூமுக்குச் செல்கிறேன். அங்கு ஒரு ரீல் தயாரிக்க வேண்டியதிருக்கிறது. எம்.எஸ்.வி. என்னைக் கேட்டால் எடிட்டிங் ரூமுக்குச் சென்றிருக்கிறார் என்று சொல்லுங்கள்" என்று சொல்லிவிட்டுச் சென்றார்.

ஜெயஸ்ரீயை வில்லன் வினோத் மாடிப்படிகளில் விரட்டும் காட்சிக்கு நூறு வயலினைக் கொண்டு எம்.எஸ்.வி. ரீரெக்கார்டிங் வாசிக்கச் செய்தார். ஓகே ஆனதும் என்னிடம் வந்த எம்.எஸ்.வி. "டைரக்டர் எங்கே?" என்றார்.

"எடிட்டிங் ரூமுக்குச் சென்றிருக்கிறார்" என்றேன்.

"நீங்கள்" என்றார் எம்.எஸ்.வி.

"நான் இந்தப் படத்தின் உதவி இயக்குநர்" என்றேன்.

உடனே எம்.எஸ்.வி. என்னிடம், "சார்! ரீ ரிக்காடிங் நல்லா இருக்கிறதா?" என்றார்.

அதைக் கேட்டு எனக்கு அழுகையே வந்துவிட்டது.

"ஆம்! இயக்குநர்களையே மதிக்காத இசையமைப்பாளர்களை நான் பார்த்திருக்கிறேன். அதற்கு மாறாக படத்தின் உதவி இயக்குநராகிய என்னை எம்.எஸ்.வி. "சார்" என்றதும், என் கருத்தைக் கேட்டதும் மெய்சிலிர்த்துவிட்டேன்.

அதை இன்று நினைக்கின்ற போதும் எனக்குள் சிலிர்ப்பு ஏற்படுவதைத் தவிர்க்க இயலவில்லை.

10

பாலைவன ரோஜாக்களில் நான் பட்டபாடு

ஒருநாள் எங்கள் இயக்குநர் ஒரு மலையாளப் படத்தை எனக்குப் போட்டுக் காட்டினார். அது இயக்குநர் ஐ.வி. சசி இயக்கிய 'வார்த்த' என்ற படம். இந்தப் படத்தில் மம்முட்டி, மோகன்லால், சீமா ஆகியோர் முக்கிய கதாபாத்திரங்களில் நடித்திருந்தனர்.

படத்தை நான் பார்த்து முடித்ததும் எங்கள் இயக்குநர் என்னிடம், "படம் எப்படி இருக்கிறது ஜீவா?" என்றார்.

"நன்றாக இருக்கிறது சார்" என்றேன்.

"இந்தப் படத்தைத் தமிழில் தயாரிக்கும் உரிமையை கலைஞரின் மருமகன் முரசொலி செல்வம் வாங்கியிருக்கிறார். மம்முட்டி கதாபாத்திரத்தில் சத்யராஜை நடிக்க வைக்க முடிவு செய்திருக்கின்றனர். படத்தை இயக்கும் பொறுப்பை நம்மிடம் ஒப்படைக்க விரும்புகின்றனர். நாளை நாம் பூம்புகார் புரொடக்ஷனுக்குப் போவோம்" என்றார்.

எனக்கு கலைஞர் படத்தில் பணியாற்றப் போகிறோம் என்பதில் ஏக மகிழ்ச்சி.

மறுநாள் இயக்குநர், ஜான் அமிர்தராஜ் ஆகியோருடன் நானும் பூம்புகார் புரொடக்ஷனுக்குச் சென்றேன்.

எங்கள் இயக்குநரும், பூம்புகார் புரொடக்ஷன் தயாரிப்பாளர் முரசொலி செல்வமும் படத் தயாரிப்பு பற்றி பேசிக் கொண்டிருந்தனர். அங்கிருந்து நாங்கள் விடைபெறும்போது அங்கு தயாரிப்பு உதவியாளராகப் பணியாற்றிக் கொண்டிருந்த மலையாளத்தைத் தாய்மொழியாகக் கொண்ட நாராயணன் என்பவரிடம் எங்கள் இயக்குநர், "நாராயணன் சார், நாளையிலிருந்து மூன்று நாட்கள் என்னுடைய உதவியாளர் ஜீவா (என்னைக் காட்டி) இங்கு வருவார். உங்களுக்கு மலையாளமும் தெரிகிறது. தமிழும் தெரிகிறது. அதனால் மலையாளத்தில் இருக்கும் 'வார்த்த' ஸ்கிரிப்ட்டைப் படித்து ஜீவாவிடம் தமிழில் சொல்லுங்கள். அது படப்பிடிப்பின் போது எனக்குப் பெரிதும் பயன்படும். ஜீவா நல்ல கவிஞர்" என்றார்.

"சரி சார்" என்றார் நாராயணன்.

அங்கிருந்து நாங்கள் விடைபெற்றோம்.

மறுநாள் பூம்புகார் புரொடக்ஷனுக்கு சென்று நாராயணனைச் சந்தித்தேன். அப்போது தனி அறைக்கு அழைத்துச் சென்று என்னிடம் 'வார்த்த' ஸ்கிரிப்ட்டை நாராயணன் படிக்கத் தொடங்கினார். மலையாளத்தில் உள்ளதைப் படித்து அருமையாக தமிழில் எனக்கு நாராயணன் விளக்கினார். அன்று சில அத்தியாயங்களைப் படித்த நாராயணன் எனக்கு விளக்கி முடித்தார். அத்துடன் அன்றைய பணி முடிந்தது.

மறுநாள் நாராயணனிடம் நான் சென்றேன். அப்போது அவர், "ஜீவா சார்! பெங்களூரில் உடுப்பி ஓட்டலில் சர்வராக பணியாற்றிக் கொண்டிருந்தேன். பெங்களூர் வரும் கவியரசு கண்ணதாசன் அந்த ஓட்டலில்தான் தங்குவார். அவருக்குப் பணிவிடை செய்வதில் எனக்குப் பேரானந்தம். அவருக்கும் என்னைப் பிடித்துவிட்டது.

“ஒருமுறை கவியரசு கண்ணதாசன் அங்கு தங்கியிருந்தபோது அவரிடம் நான், “ஐயா! என்னை ஏதாவது ஒரு சினிமாக் கம்பெனியில் சேர்த்துவிடுங்கள்” என்றேன்.

“பார்க்கலாம்” என்றார் கவியரசு கண்ணதாசன்.

அடுத்த முறை அந்த ஓட்டலுக்கு வந்த கவியரசு கண்ணதாசன் அவருடன் சென்னைக்கு என்னையும் அழைத்துக் கொண்டு வந்து ஒரு சினிமாக் கம்பெனியில் வேலைக்குச் சேர்த்துவிட்டார். அதன்பின் சில சினிமாக் கம்பெனிகளில் பணியாற்றிவிட்டு இங்கு வந்து சேர்ந்தேன்” என்றார் நாராயணன்.

இதைச் சொல்லிவிட்டு விட்ட இடத்திலிருந்து மலையாள ஸ்கிரிப்டைப் படித்து எனக்குத் தமிழில் சொல்லத் தொடங்கினார் நாராயணன்.

அன்று ‘வார்த்த’ ஸ்கிரிப்ட்டின் பெரும்பகுதியைப் படித்தாகிவிட்டது. நாராயணனிடம் “நாளை வருகிறேன்” என்று சொல்லி விடைபெற்றேன்.

மறுநாள் நாராயணன் சீக்கிரமே ‘வார்த்த’ படக் கதையை படித்து எனக்குத் தமிழில் சொல்லி முடித்துவிட்டார்.

அதன்பின் நாராயணனின் அரட்டை தொடர்ந்தது. அப்போது அவர் என்னிடம், “சார்! தமிழ் சினிமாவில் வந்த ஒரு பாட்டை எல்லா மொழிக்காரர்களும் பாடலாம். அது என்ன பாட்டு? சொல்லுங்கள் பார்ப்போம்” என்றார்.

நான் எவ்வளவோ யோசித்தும் அந்தப் பாட்டு என் நினைவுக்கு வரவில்லை. இறுதியில், “எனக்குத் தெரியவில்லை” என்றேன்.

உடனே நாராயணன், “என்ன சார்? டைரக்டர் உங்களை நல்ல கவிஞர் என்றார். இதுகூட உங்களுக்குத் தெரியவில்லை” என்று சொல்லிச் சிரித்தார்.

நாராயணனையே நான் பார்த்துக் கொண்டிருந்தேன்.

'பாலைவன ரோஜாக்கள்' படப்பிடிப்பில் இடமிருந்து : நடிகர் வசந்த், நான், எங்கள் இயக்குநர், நடிகர் பிரபு.

“சார்.. ஒரு சினிமாவில் ‘டடடா டடா டடடா’ என்று ஒரு பாடல் தொடங்கும். இந்த வரியை எந்த மொழிக்காரனும் பாடலாம். மலையாளியான நான் சிறுவயதில் இந்த வரியைப் பாடியிருக்கிறேன்” என்று சொல்லிச் சிரித்தார்.

படப்பிடிப்பின்போது ஏதாவது குறை ஏற்பட்டிருந்தால் நாராயணனை அழைத்து எங்கள் இயக்குநர் திட்டுவார். அதற்கு சிரித்துக்கொண்டே பதில் சொல்வார் நாராயணன். இதுபற்றி ஒருநாள் நான் நாராயணனிடம், “என்ன சார்! எங்க டைரக்டர் உங்களைத் திட்டுகிறார்.. அதைக் கேட்டு வருந்தாமல் சிரிக்கிறீர்களே..” என்றேன்.

அதற்கு நாராயணன், “சார்! நீங்க டைரக்டர் அருகில் இருக்கிறீர்கள். அதனால் டைரக்டர் என்னைத் திட்டுவது உங்களுக்குத் தெரியும்.. அப்போது என் முகம் வாடினால் தூரத்தில் இருப்பவர்களுக்கு என்னை டைரக்டர் திட்டுவது தெரிந்துவிடும். அதற்குப் பதில் என்னை டைரக்டர் திட்டும்போது நான் சிரித்துக் கொண்டிருந்தால் தூரத்தில் இருப்பவர்களுக்கு டைரக்டர் என்னைப் பாரட்டுகிறார் என்று நினைத்துக் கொள்வார்கள். அதனால்தான் டைரக்டர் என்னைத் திட்டும்போது சிரிச்சுச் சமாளிக்கிறேன்” என்று சொல்லிச் சிரித்தார். அற்புதமான மனிதர் நாராயணன். இவர் எடிட்டர் விஜயனின் உறவினர் என்பது கூடுதல் தகவல்.

ஒருநாள் எடுக்கப் போகும் படம் பற்றிப் பேசுவதற்காக தலைவர் கலைஞரிடம் கோபாலபுரம் இல்லத்திற்கு இயக்குநரையும், ஜான் அமிர்தராஜையும், என்னையும் தயாரிப்பாளர் முரசொலி செல்வம் அழைத்துச் சென்றார்.

அன்றுதான் முதன்முதலில் நாங்கள் மூவரும் தலைவர் கலைஞரை நேரில் சந்திக்கும் வாய்ப்பைப் பெற்றோம்.

ஜான் அமிர்தராஜையும், என்னையும் எங்கள் இயக்குநர் தலைவர் கலைஞருக்கு அறிமுகம் செய்தார்.

அதன்பின் 'விடிஞ்சா கல்யாணம்' ஆல்பத்தை எங்கள் இயக்குநர் தலைவர் கலைஞரிடம் கொடுத்தார்.

அதைப் பார்த்து முடித்ததும் தலைவர் கலைஞர் எங்கள் இயக்குநரிடம், "நாம் எடுக்கப் போகும் படத்திற்கு 'பாலைவன ரோஜாக்கள்' என்று தலைப்பு வைக்கலாமா?" என்றார்.

அதற்கு எங்கள் இயக்குநரும் சம்மதித்தார்.

அடுத்து தலைவர் கலைஞர், "சமீபத்தில் 'முரசொலி'யில் தென்னாப்பிரிக்க அரசு ஒரு கவிஞனைச் சாகடித்தது பற்றி எழுதியிருந்தேன். அதை இந்தப் படத்தில் வைத்தால் சிறப்பாக இருக்கும்" என்று சொல்லிவிட்டு, "அந்தக் கவிஞனின் பெயர் நினைவில் இல்லை" என்றார்.

தலைவர் கலைஞரின் நினைவாற்றலைத் தமிழகம் நன்கறியும். ஐம்பதாண்டுகளுக்குமுன் நடந்த நிகழ்வுகளையே மறக்காமல் மேடைகளில் முழங்கும் தலைவர் கலைஞர், சமீபத்தில் மறைந்த கவிஞனின் பெயரை மறந்திருக்க இயலாது. அதற்கு மாறாக வந்திருப்பவர்கள் வெறும் சினிமாக்காரர்கள்தானா? அல்லது உலகச் செய்திகளை அறிந்தவர்களா? என்று அறிந்துகொள்ள அப்படிச் செய்திருக்கலாம் என்று நான் எண்ணினேன்.

உடனே எங்கள் இயக்குநர் என்னிடம், "ஜீவா, அந்தக் கவிஞன் பெயர் என்ன?" என்றார்,

"மலாலேயா பெஞ்சமின்!" என்றேன்.

அதற்குத் தலைவர் கலைஞர், "நீங்கள் சொல்வது சரியான பெயரா?" என்றார்.

"சரியான பெயர்தான். அந்தக் கவிஞன் நெல்சன் மண்டேலாவின் தென்னாப்பிரிக்க காங்கிரஸ் கட்சியின் உறுப்பினன். நிறவெறியை எதிர்த்து அவன் கவிதைகளை எழுதிக் குவித்தான்.

அதை விரும்பாத அந்த நாட்டு அரசு அவனைக் கைது செய்து சிறையில் அடைத்துத் தூக்கும் சொன்னது. கடைசியாகத் தன் மகனைப் பார்க்க விரும்பிய அவனுடைய தாய்க்கு அந்த அரசு சவப்பெட்டியைத்தான் காட்டியது. அவன் சிறை இருந்த கொட்டடியில் ஒரு தாள் கிடந்தது. அதில் மலாலேயா பெஞ்சமின் 'கடைசிக் கவிதை' என்ற தலைப்பில்,

"பழுத்த இலை உதிரும்
அது
மண்ணில் விழுந்து
மடிந்து மக்கி
உரமாகி மீண்டும்
மரமாக வளரும்"

என்று எழுதியிருந்தான்" என்றேன்.

அமைதியாகக் கேட்டுக் கொண்டிருந்த தலைவர் கலைஞர் ஒரு புன்முறுவலை மட்டும் பதிலாகத் தந்துவிட்டு விடைபெற்றார்.

இந்த நிகழ்வுதான் படம் முடியும்வரை தலைவர் கலைஞரை என் மீது அன்பு செலுத்த வைத்தது.

இதை இன்று நினைக்கும்போதும் எங்கள் இயக்குநர் என் அறிவாற்றல் மீது கொண்டிருந்த நம்பிக்கையை நினைத்து நெகிழ்கிறேன்.

மீண்டும் ஜீவபாலன் எங்கள் இயக்குநரிடமிருந்து விலகிவிட்டார். ஜான் அமிர்தராஜூம் தனியாகப் படம் பண்ணும் முயற்சியில் இறங்கிவிட்டார். வேலை தெரிந்த இருவரும் விலகியது எங்கள் யூனிட்டில் ஒரு வெற்றிடத்தை ஏற்படுத்திவிட்டது.

என்னோடு உதவி இயக்குநர்களாகப் பணியாற்றிய திருப்பூர் ஈஸ்வரனும், புதுகை மகேந்திரனும் அனைத்துப் பணிகளையும் செய்யக்கூடிய ஆற்றல் பெற்றவர்களாக இல்லை.

கம்பெனி சார்பாக அருண் என்பவர் அசோசியேட் டைரக்டராக இருந்தார். இவர் இயக்குநர்கள் பீம்சிங், கே. பாலச்சந்தர் ஆகியோருடன் பணியாற்றியவர்.

நடிகர் அர்ஜுன் நடித்த, இயக்கிய சொந்தப் படங்களுக்கு எல்லாம் அசோசியேட் டைரக்டராகப் பணியாற்றியவர். அவரை எங்கள் யூனிட்டில் ஒருவராக இணைத்துக் கொள்ள இயலாது.

அதனால் ஒருநாள் எங்கள் இயக்குநரிடம் நான், "சார்! வேலை தெரிந்த ஒருவரை இந்தப் படத்திற்கு நாம் சேர்த்தாக வேண்டும். அப்போதுதான் சிக்கல் இருக்காது" என்றேன்.

நீண்ட நேரம் யோசித்த எங்கள் இயக்குநர், "ஜீவா! 'சிகப்பு ரோஜாக்கள்' திரைப்படத்தில் நான் தயாரிப்பு நிர்வாகியாகப் பணியாற்றியபோது எங்கள் இயக்குநரிடம் ஞானதீபன் என்பவர் உதவி இயக்குநராகப் பணியாற்றினார். தொழில் தெரிந்தவர். தனியாக டைரக்ட் செய்ய முயன்று தோற்றுவிட்டார். தற்போது வீட்டில்தான் சும்மா இருப்பதாகக் கேள்விப்பட்டேன். நீங்கள் வசிக்கும் தேனாம்பேட்டைப் பகுதியில்தான் அவர் வசிக்கிறார். அவரைக் கண்டுபிடித்துக் கொண்டு வாருங்கள். உங்களுக்கு அவர் உதவியாக இருப்பார்" என்றார்.

தேனாம்பேட்டையில் அவரை வலை போட்டுத் தேடினேன். தேனாம்பேட்டை ராமலிங்கேஸ்வரர் கோயில் எதிரில் இருந்த குடிசையில் அவரைக் கண்டுபிடித்தேன். மெலிந்த தேகம்,

முரசொலி மாறன் இல்லத்தில் 'பாலைவன ரோஜாக்கள்' படப்பிடிப்பு நடந்தபோது... இடமிருந்து .. நான், அவுட்டோர் யூனிட் ஆபரேட்டிங் கேமராமேன் சங்கர், எங்கள் இயக்குநர், ஆர்ட் உதவியாளர் அலாவுதீன், ஆர்ட் டைரக்டர் கலை, உதவி இயக்குநர் புதுகை மகேந்திரன்

கரிய நிறம். சினிமாவில் சாதிக்க முடியவில்லையே என்ற கவலை - இப்படித்தான் ஞானதீபன் அப்போது இருந்தார்.

அவருடைய மனைவி ஏதோ வேலைகள் செய்து குடும்பத்தைக் காப்பாற்றிக் கொண்டிருந்தார். மொத்தத்தில் அந்த வீட்டில் வறுமை தாண்டவமாடியதை என்னால் அறிய முடிந்தது.

ஞானதீபனிடம் விஷயத்தைச் சொல்லி எங்கள் இயக்குநரிடம் அவரை அழைத்துச் சென்றேன்.

ஞானதீபன் எங்கள் யூனிட்டில் பணியாற்ற வந்தது எனக்கு தெம்பைத் தந்தது.

'பாலைவன ரோஜாக்கள்' படப்பிடிப்புத் தொடங்கியது. எங்கள் இயக்குநரின் வேகத்திற்கு ஈடு கொடுக்க முடியாமல் கம்பெனி அசோசியேட் டைரக்டர் அருண் என்னிடம், "ஜீவா! உங்கள் இயக்குநர் வேகத்திற்கு என்னால் ஈடு கொடுக்க

இயலாது. நான் பணியாற்றிய விதம் வேறு. இங்கு நடப்பது அசுரத்தனமாக இருக்கிறது. தலைவர் கலைஞரிடமிருந்து வசன பேப்பர்களை வாங்கி வருவது, அவர் சொல்வதை இயக்குநரிடம் சொல்வது, இயக்குநர் சொல்வதை தலைவர் கலைஞரிடம் சொல்வது ஆகிய பணிகளை மட்டும் நான் பார்த்துக் கொள்கிறேன்" என்று சொல்லிவிட்டு அருண் ஒதுங்கி கொண்டார்.

திரைப்படங்களில் பணியாற்றிய அனுபவம் கொண்ட ஞானதீபனிடம் பேடைக் கொடுத்து "நீங்கள் கவனியுங்கள். நான் கண்டினியூட்டியைப் பார்த்துக் கொள்கிறேன்" என்றேன்.

ஒரே நாளில் எங்கள் இயக்குநர் வேகத்துக்கு ஈடு கொடுக்க இயலாமல் ஞானதீபன், "ஜீவா சார்! நான் கண்டினியூட்டியைக் கவனித்துக் கொள்கிறேன். நீங்கள் பேடை வைத்துப் பணியாற்றுங்கள். என்னால் இயக்குநர் வேகத்திற்கு ஈடு கொடுக்க முடியவில்லை" என்று சொல்லிவிட்டார்.

அதனால் எங்கள் இயக்குநர் வேகத்திற்கு ஈடுகொடுத்துப் பணியாற்றிய வேண்டிய பொறுப்பு என்னைத் தேடி வந்தது. வேறு வழியின்றி நான் சமாளித்தேன்.

ஒருநாள் சென்னை ஆழ்வார்பேட்டையில் சக்காரா ஹவுஸில் படப்பிடிப்பை முடித்துவிட்டு காரில் எங்கள் இயக்குநர் வீட்டிற்குத் திரும்பினார். அவருடன் நான். இயக்குநர்தான் காரை ஓட்டினர்.

சென்னை ஆழ்வார்பேட்டை சிக்னலைக் கடந்து, எல்டாம்ஸ் ரோட்டில் கார் நுழைந்ததும் எங்கள் இயக்குநர் என்னிடம், "ஜீவா! நாளை லட்சுமி வருகிறார். (மலையாளப் படத்தில் சீமா நடித்த கேரக்டரில் லட்சுமியை ஒப்பந்தம் செய்திருந்தனர்) 'மழலைப் பட்டாளங்கள்' என்ற படத்தை அவர் இயக்கியிருக்கிறார். அந்தப் படத்தை நான் கோவையில் இருந்தபோது பார்த்திருக்கிறேன். அவ்வளவு பெரிய நடிகையை வேலை வாங்குவதை நினைத்தால் எனக்கு நெர்வஸாக இருக்கிறது" என்றார்.

அதற்கு நான் ஏதோ சொல்லி சமாளித்தேன்.

என் மனைவி காமாட்சியுடன் நான்

நான் இறங்குவதற்காக காமராஜர் சாலை முனையில் எங்கள் இயக்குநர் காரை நிறுத்தினார். நான் இறங்கி என் வீட்டை நோக்கி நடந்தேன். தற்செயலாக நான் திரும்பிப் பார்த்தபோது காரை நிறுத்திவிட்டு எங்கள் இயக்குநர் வருவதைக் கண்ட நான் அவர் அருகில் சென்று, "என்ன சார்?" என்றேன்.

"நானும் உங்கள் வீட்டிற்கு வருகிறேன்" என்றார்.

எனக்குக் கையும் ஓடவில்லை; காலும் ஓடவில்லை.

காமராஜர் சாலை, ஒன்பதாம் எண் வீட்டு மாடியில் சின்னஞ்சிறு அறையில் நான் குடியிருந்தேன். ஒரு அறை, ஒரு சமையல் அறை - இதுதான் நான் குடியிருந்த வீடு. அந்த வீட்டிற்கு இயக்குநரை எப்படி அழைத்துச் செல்வது என்ற கவலை எனக்கு.

"வீட்டிற்கு வருகிறேன்" என்று சொல்லும் எங்கள் இயக்குநரை, "என் வீட்டிற்கு வர வேண்டாம்" என்று எப்படி நான் சொல்வது?

வேறு வழியின்றி எங்கள் இயக்குநரை என் இல்லத்திற்கு அழைத்துச் சென்றேன்.

எங்கள் இயக்குநரைக் கண்ட என் மனைவியும் திகைத்துவிட்டார்.

உரிமையோடு சோபாவில் அமர்ந்த எங்கள் இயக்குநர் நான் சேகரித்து வைத்திருந்த புத்தகங்களின் மீது பார்வையைச் செலுத்தினார்.

என் மனைவி கொடுத்த ஏதோ சிற்றுண்டியை எங்கள் இயக்குநர் சாப்பிட்டு முடித்தார்.

புறப்படும்போது நான் சேகரித்து வைத்திருந்த புத்தகங்கள் சிலவற்றை எடுத்துக் கொண்டு புறப்பட்டார். அவரை வழி அனுப்பிவிட்டு நான் வீட்டிற்கு வந்தேன். என் மனைவி திகைப்பிலிருந்து விடுபடவில்லை.

ஆம்! தன்னுடைய உதவி இயக்குநரின் வாழ்க்கையை அவனுடைய இல்லத்திற்குச் சென்று தெரிந்துகொள்ள வேண்டும் என்ற எங்கள் இயக்குநரின் செயல் அவரைத் தனித்துவமிக்கவராகக் காட்டியது.

மறுநாள் சக்காரா ஹவுசில் படப்பிடிப்பு நடந்து கொண்டிருந்தது. அப்போது அங்கு வந்த கம்பெனி அசோசியேட் டைரக்டர் அருண் எங்கள் இயக்குநரிடம், “சார்! லட்சுமி அம்மா வந்துட்டாங்க. என்ன சீன் எடுக்கப் போறீங்க? என்று கேட்கிறார்” என்றார்.

உடனே எங்கள் இயக்குநர் என்னிடம், “ஜீவா எடுக்கப் போற சீனை லட்சுமி அம்மாவுக்கு சொல்லிவிட்டு வாங்க” என்றார்.

படப்பிடிப்பு கீழ்தளத்தில் நடந்து கொண்டிருந்தது. மேல் தளத்தில் லட்சுமி மேக்கப் போட்டுக் கொண்டிருந்தார்.

நான் மாடிப்படிகளில் ஏறினேன். அப்போது நம் டைரக்டரே நெர்வஸ் ஆவதாகச் சொல்லும் நடிகை லட்சுமியிடம் நாம் எப்படி எடுக்க போகும் காட்சியை சிறப்பாக சொல்லப்

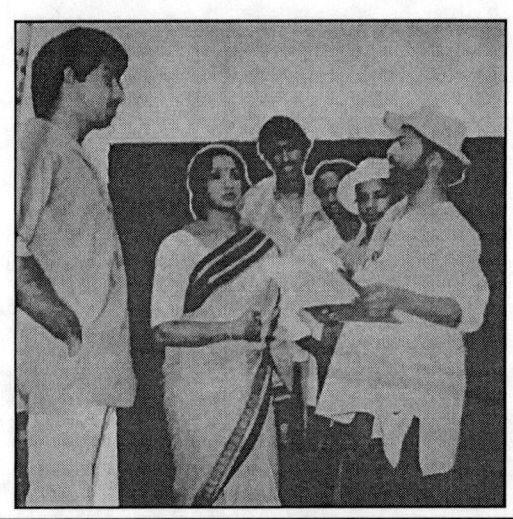

'பாலைவன ரோஜாக்கள்' படப்பிடிப்பில்.. இடமிருந்து... சத்யராஜ், லட்சுமி, ஞானதீபன், நான், எங்கள் இயக்குநர்

போகிறோம்? என்ற சிந்தனையோடுதான் நான் மாடிப்படிகளில் ஏறினேன்.

கம்பெனி அசோசியேட் டைரக்டர் அருண் நடிகை லட்சுமி யிடம் என்னைக் காட்டி, "மேடம்! இவர் பெயர் ஜீவபாரதி. இயக்குநர் மணிவண்ணனின் அசிஸ்டெண்ட். இன்று எடுக்கப் போகும் காட்சியை உங்களுக்கு விளக்கிச் சொல்வார்" என்று சொல்லிவிட்டு அவர் அங்கிருந்து அகன்று விட்டார்.

எடுக்கப் போகும் காட்சியை நடிகை லட்சுமியிடம் இப்படி சொல்லத் தொடங்கினேன்:

"அம்மா! நகரத்தின் மையப் பகுதியில் ஒரு கோவிலுக்கு அருகில் சாராயக்கடை இருக்கிறது. அதை அந்த இடத் திலிருந்து அகற்றும்படி மக்கள் எத்தனையோ மனுக்களை அரசுக்கு அனுப்பினர். ஆனால் அரசு கண்டு கொள்ளவில்லை. அதற்குக் காரணம் அந்த சாராயக்கடை உரிமையாளருக்குப் பின்புலமாக ஓர் அரசியல்வாதியும், ஒரு காவல்துறை

அதிகாரியும் இருக்கின்றனர். இந்த ரகசியத்தை பத்திரிகை ஆசிரியர் சத்யராஜ் தன்னுடைய பத்திரிகையில் விரிவாக எழுதிவிட்டார். அந்தச் செய்தி மாவட்ட ஆட்சித் தலைவரான உங்கள் கவனத்திற்கு வருகிறது. நீங்கள் ஸ்பாட்டிற்கு சென்று விசாரிக்கிறீர்கள். அப்போதுதான் சத்யராஜ் பற்றிய செய்தி உங்களுக்குக் கிடைக்கிறது.

பிளாஷ் பேக் ஆரம்பம். சத்யராஜ் வீட்டில் உங்கள் அம்மா வேலைக்காரியாகப் பணி செய்கிறார். சத்யராஜின் தாத்தா சாருஹாசன்தான் உங்கள் படிப்புக்கு உதவி செய்கிறார். இந்த ப்ளாஷ்பேக் காட்சியைத்தான் இன்று எடுக்கப் போகிறோம்" என்றேன்.

இத்துடன் நிறுத்திக் கொள்வதுதான் ஒரு அசிஸ்டெண்ட் டைரக்டரின் வேலை. ஆனால் நான் அத்துடன் நிற்கவில்லை.

அந்தக் காலகட்டத்தில் எழுத்தாளர் ஜெயகாந்தனின், 'நல்லதோர் வீணை' என்ற தொடர் சென்னை தொலைக்காட்சியில் ஒளிபரப்பாகிக் கொண்டிருந்தது. அதை ஒருமுறை நான் பார்த்தது என் நினைவுக்கு வந்தது. இந்தத் தொடரில் லட்சுமி முக்கிய கதாபாத்திரத்தில் நடித்துக் கொண்டிருந்தார்.

உடனே நடிகை லட்சுமியிடம் நான், "அம்மா! சென்னை தொலைக்காட்சியில் ஒளிபரப்பாகும் 'நல்லதோர் வீணை' தொடரை நானும் பார்க்கிறேன். ஆனால் ஜே.கே.யின் கதையில் உள்ள அழுத்தம் தொடரில் இல்லை" என்றேன்.

இதைக் கேட்ட நடிகை லட்சுமி உடனே எழுந்து என் கைகளைப் பற்றி, "சார்! மிகச் சரியாகச் சொன்னீர்கள்" என்றார்.

இப்படித்தான் நடிகை லட்சுமி உள்ளத்தில் நான் அசிஸ்டெண்ட் டைரக்டர் என்ற நிலைமையையும் தாண்டி தனித்த இடத்தைப் பெற்றேன்.

இதற்கு எழுத்தாளர் ஜெயகாந்தனும், எங்கள் இயக்குநரும்தான் காரணம் என்பதை இன்றும் நான் உணர்கிறேன்.

என்னுடைய கவிதைகளில் 'எங்கள் நாடு' என்ற கவிதை எங்கள் இயக்குநருக்கு மிகவும் பிடித்த கவிதை. தனியாக இருக்கும்போதும், படப்பிடிப்பில் ஓய்வு கிடைக்கும் போதும் அந்தக் கவிதையை என்னைச் சொல்லச் சொல்லிக் கேட்டு ரசிப்பார். இது பலமுறை நடந்திருக்கிறது.

ஒருநாள் படப்பிடிப்பு ஓய்வின்போது நடிகை லட்சுமியும், எங்கள் இயக்குநரும் பேசிக் கொண்டிருந்தனர். அப்போது அங்கு என்னைப் பற்றிய பேச்சு வந்தது.

உடனே எங்கள் இயக்குநர் என்னிடம், "ஜீவா! அந்த 'எங்கள் நாடு' கவிதையைச் சொல்லுங்கள்" என்றார். நான் சொன்னேன். அந்தக் கவிதை:

எங்கள் நாடு சுதந்திர நாடு - ஆம்!
எவர் மறந்தாலும்
எவர் மறுத்தாலும்
எங்கள் நாடு சுதந்திர நாடு!

இங்கே
ஆண்டுக்கு ஒருமுறை
ஆகஸ்ட் வரும்
பதினைந்தாம் நாள்
நிச்சயம் வரும்
அன்றைய நாளில்
தேசியக் கொடிகள்
எங்கும் பறக்கும்!

நாங்கள்
காலையில் தேசியக்
கொடியை ஏற்றுவோம்!
'தாயின் மணிக்கொடி'ப்
பாடலைப் பாடுவோம்
'ஜனகண மன'ப்
பாடலைப் பாடி
சாக்லெட்டோடு
கூட்டம் முடிப்போம்!

காலையில்
கொடியை ஏற்றக்
கூட்டமாய்க் கூடுவோம்

மாலையில்
கொடியை இறக்கக்
கூடவே மாட்டோம்

காரணம்
ஏற்றும் போது இனிப்பு உண்டு
இறக்கும்போது கொடுப்பார் இல்லை - எனவே
கூட்டமே இல்லை!

இங்கு பலருக்கு
சுண்டலைக் கண்டால்
தெய்வ பக்தி!
சுவீட்டைக் கண்டால்
தேசபக்தி

இது
ஆட்டுக் கழுத்தை
அறுப்பதைக் கண்டு
அனுதாபப் பட்ட
அஹிம்சா மூர்த்திகள்
அவதரித்த நாடு

இங்கே
ஆட்டுக் கழுத்தை
அறுத்தால் தானே
அனுதாபப் படுவர்!

இதோ
அரிஜனங்கள் கழுத்தையே
அறுக்கத் தொடங்குவோம்
என
ஆணவக் கூட்டம்

இயக்குநர் மணிவண்ணனும் நானும் / 109

அறைகூவல் விட்டு
வெண்மணி பெல்ஜி
விழுப்புரம் வரைக்கும்
வெற்றிகள் கண்டும்

எங்கள் நாடு

இங்கே
உழைப்பைச் சுரண்டிக்
கொழுக்கச் சுதந்திரம்
வறுமையில் கிடந்து
சாகச் சுதந்திரம்
பொறுமையை இழந்து
போர்க்களம் புகுந்தால்
போலீசாருக்குச்
சுடவும் சுதந்திரம்

அரிசியில் கல்லைக்
கலக்கச் சுதந்திரம்
அநியாயத்தை நியாயமாக்கி
அரசியல் பண்ண
அதிகச் சுதந்திரம்

இந்தச் சுதந்திரம்
எங்கே உண்டு?

எங்கள் நாடு
சுதந்திர நாடு
எவர் மறந்தாலும்
எவர் மறுத்தாலும்
எங்கள் நாடு
சுதந்திர நாடு

வந்தே மாதரம்!
ஜெய்ஹிந்த்!

இந்தக் கவிதையை நான் சொல்லி முடித்ததும் நடிகை லட்சுமி என் கைகளைப் பற்றிப் பாராட்டினார். இதன் விளைவு 'பாலைவன ரோஜாக்கள்' படம் முடியும் வரை நடிகை லட்சுமி

என் மீது பெருமதிப்பு கொண்டிருந்ததை நான் அறிந்தேன். இதற்கு அடித்தளமிட்டவர் எங்கள் இயக்குநர்தான்.

'**பாலைவன** ரோஜாக்கள்' படத்தின் படப்பிடிப்பு முடியும் சூழலில் எங்கள் இயக்குநர் என்னிடம், "ஜீவா! 'பாலைவன ரோஜாக்கள்' கதையை குங்குமம் பத்திரிகையில் தொடராக எழுதலாமா?" என்றார்.

அதற்கு நான், "சார்! 'விடிஞ்சா கல்யாணம்', 'பாலைவன ரோஜாக்கள்' படங்கள் எடிட்டிங் முடிந்ததும் நீங்கள் 'இனி ஒரு சுதந்திரம்' படத்தின் சூட்டிங்கிற்கு வெளியூர் சென்று விடுவீர்கள். அந்தப் படங்களின் டப்பிங்கைக் கவனிப்பதற்கு என்னை சென்னையில் இருக்கச் சொல்கிறீர்கள். நானும் உங்களுடன் வெளியூர் வந்தால் 'பாலைவன ரோஜாக்கள்' கதையை உங்களிடம் எழுதி வாங்கி குங்குமம் பத்திரிகைக்கு அனுப்பிவிடுவேன். நான் இல்லாத போது நீங்கள் 'இனி ஒரு சுதந்திரம்' படம் பற்றிய சிந்தனையில்தான் இருப்பீர்கள். அதனால் 'குங்குமம்' பத்திரிகையில் வாராவாரம் உங்களால் தொடர் எழுத இயலாது; வேண்டாம்" என்றேன்.

அதற்கு எங்கள் இயக்குநர், "இல்லை ஜீவா, வெளியூர் சென்றாலும் குங்குமம் பத்திரிகைக்குத் தொடரை அசிஸ்டெண்டுகளை வைத்து எழுதி அனுப்பிவிடுவேன்" என்றார்.

அதற்கு மேல் என்னால் எதுவும் பேச இயலவில்லை.

அடுத்து 'குங்குமம்' பத்திரிகையில் 'பாலைவன ரோஜாக்கள்' கதையை எங்கள் இயக்குநர் எழுதப் போவதாக விளம்பரம் வந்துவிட்டது. இனி பின்வாங்க இயலாது. அதனால் எங்கள் இயக்குநர் 'பாலைவன ரோஜாக்கள்' கதையைச் சொல்லச் சொல்ல நான் எழுதி 'குங்குமம்' பத்திரிகைக்கு அனுப்புவதாக முடிவு செய்தோம். எங்கள் இயக்குநர் தொடரை இப்படித் தொடங்கினார்:

"வாசகர்களுக்கு வணக்கம்!

கலைஞரின்
பாலைவன ரோஜாக்கள்
— மணிவண்ணன்

பொதுவாக ஒரு புதுப் படம் 'புக்'காகும்போது அட்வான்ஸ் எப்போது கிடைக்குமென்று என் மனம் தவிக்கும்.

ஆனால் 'ஆசி' எப்போது கிடைக்கும் என்று என் இதயம் ஏங்கிய படம் 'பாலைவன ரோஜாக்கள்'.

ஏனென்றால், ஒருநாள் எனக்கு அழைப்பு வந்தது.

ஆம்! வசன மழையால் நடிகப் பயிர்களை வளர்த்துவிட்ட ஒரு பேனாவிடமிருந்து எனக்கு அழைப்பு வந்தது.

திகைப்பு, அச்சம், ஆச்சரியம், மரியாதை இருந்தாலும் படபடப்பு + வெடவெடப்பு எல்லாவற்றையும் மீறி ஒரு மகிழ்ச்சி!

இவைகளைச் சுமந்தபடி நான் கோபாலபுரத்திற்குள் நுழைகிறேன்.

முரசொலி செல்வம் சார் அழைத்துச் சென்று மாடியில் ஓர் அறையில் அமர வைக்கிறார்.

நானும் என் உதவியாளர்கள் ஜானும், ஜீவபாரதியும் ஒருவரை ஒருவர் பார்த்துக் கொள்கிறோம்.

மூவர் முகத்திலுமே உற்சாகம் கலந்த ஒரு பயம்.

பயத்தை மறக்க மூவரும் முயற்சிக்கிறோம்; முடியவில்லை.

அறையெங்கும் புகைப்படங்கள்.

அகில இந்தியத் தலைவர்களிலிருந்து அகில உலகத் தலைவர்கள் வரை அந்தப் 'பேனா' பேசிக் கொண்டிருக்கிற மாதிரி புகைப்படங்கள்.

சும்மா சொல்ல கூடாதுங்க... 'பேனா' கிளாமராவே இருக்கு!

அடர்த்தியான தலைமுடியை நேர் வகிடெடுத்து அழகாக சீவி விட்டிருக்கும் அன்றைய பேனாவிலிருந்து...

அடர்த்தி குறைந்த பிறகும் இருப்பதை அதே நேர் வகிடெடுத்து அழகாகச் சீவி விட்டிருக்கும் இன்றைய 'பேனா'வரையில் ஏராளமான புகைப்படங்கள்.

கதவு திறந்தது...

கூப்பிய கரங்களோடு அந்தப் பேனா நடந்து வந்தது.

வலிந்து வரவழைக்காத இயல்பான புன்னகையோடு, "நலமா?" என அந்தப் பேனா கேட்டபோது, "நலந்தான்" என பதில்கூட சொல்ல முடியாமல் நின்று கொண்டிருந்தோம்.

ஏனென்றால் பரிச்சயமானவர்களை மட்டுமே, "சௌக்கியமா?" எனக் கேட்டுப் பழக்கப்பட்டவர்களாயிற்றே நாங்கள்.

பேச்சு எடுக்கப் போகும் திரைப்படத்தைப் பற்றித் துவங்கியது.

அவரது அனுபவம் ஆங்கே ஆட்சி செய்யவில்லை. ஆசிரிய மனோபாவத்தோடு அறிவுரைகள் வழங்கப்படவில்லை. கட்டளைகள் பிறக்கவில்லை. மாறாக கருத்துகள் பரிமாறப்பட்டன; முடிவுகள் எடுக்கப்பட்டன.

அப்போதுதான் கற்றுக் கொள்ளுதலின் மேன்மையை புரிந்து கொண்டேன்.

ஆம்! மாணவனாக இருக்க விரும்பாத எவரும் ஆசிரியராக முடியாதல்லவா?

அந்தப் பேராசிரியர் மாணவத் தன்மையோடு எங்களுடன் பழகியபோது, நாங்கள் எங்களை அறியாமல் அவரது மாணவர்களானோம்.

கலைஞர்!

தமிழை நிரப்பித் தாளில் வரையும் இந்தப் 'பேனா'வுக்கு இப்படியொரு ரத்தினச் சுருக்கமான பெயரைச் சூட்டியதும் சரிதான். அப்படிப் போற்றுவதும் சரிதான்!

அவரோடு நாங்கள் இணைகிறோம்.

நாங்கள் - என் இதயமான சபாபதியும், என் இரத்த நாளங்களான உதவியாளர்களும், நாடி நரம்புகளான தொழில்நுட்பக் கலைஞர்களும், இவைகளுக்கெல்லாம் உயிர் மூச்சான இளையராஜாவும், அவருடன் சேர்ந்து நானும் கலைஞரோடு இணைகிறோம்.

இது ஒரு பத்திரிகையாளனின் கதை.

ஆனால் கதையாக இல்லாமல் வாழ்க்கையாகப் படமாக்க விரும்புகிறோம்.

நீண்ட நாட்களுக்குப் பிறகு கலைஞரின் வசனத்தை நடிகர் திலகம் உச்சரிக்கப் போகிறார். தானாக இல்லை. தன் மகன் பிரபுவாக! ஆம்! பிரபுவும் நடிக்கிறார்.

நானும் ஒரு சகாப்தத்தோடு பணியாற்ற முடியாத வருத்தத்தை அதன் சந்ததியோடு பணியாற்றி தற்காலிகமாக தீர்த்துக் கொள்கிறேன்.

இயல்பாக நடிப்பதே முடியாதது.

இயல்போடு இனிமையாகவும் நடிப்பது எல்லோராலும் முடியாதது.

முடியும் என்பவர் லட்சுமி.

இப்போது அந்த லட்சுமியோடு நாங்கள்!

நீண்ட இடைவெளிக்குப் பின் எங்களோடு மீண்டும் நளினி.

உங்கள் சத்யராஜ் இதில் ஒரு வித்தியாசமான ராஜ்.

மக்களோடு வாழ்ந்து, மக்களிடமிருந்து கற்றுக்கொண்டு, மக்களை நேசித்து, மக்களுக்காகவே மாண்ட சபாரத்தினம் அவனது பெயர்.

அவன் பத்திரிகையின் ஆசிரியர்.

கிடைக்கிற செய்திகளைக் காசுக்காக விரும்பாமல் படிக்கிற செய்திகளாக மக்களுக்கு அவன் சொல்ல விரும்பினான்.

அவன் செய்திகளைத் தேடிய போது அவனைத் தேடி வந்தது பலரின் விரோதம்.

விரோத விஷத்தை அவன் வீரம் முறித்தது.

எப்படி?

சுவையான காட்சிகளை கலைஞரெனும் 'பேனா' பெற்றுத்தர-

அதைத் தாதியின் தன்னடக்கத்தோடு நான் வாங்கிக் கொண்டேன்.

ஒளிப்பதிவாளர் சபாபதியின் வைட்டமின் மாத்திரைகளோடு - இளையராஜாவின் இசை என்னும் தாதுபுஷ்டி ஏற்றி -

ஒரு வளமான வாலிபனாக வளர்த்துக் காட்ட முயற்சிக்கிறேன்

என் தாதி முயற்சியில் தவறிருந்தாலும் வாசகர்களாகிய நீங்கள் மன்னிப்பீர்களென்ற தைரியம்தான் "என்னையும்" பேனா எடுக்கத் தூண்டியது.

- அடுத்த இதழில் சந்திப்போம்.

இதன்பின் ஒவ்வொரு அத்தியாயமும் எங்கள் இயக்குநர் சொல்லச் சொல்ல நான் எழுதி 'குங்குமம்' பத்திரிகைக்கு அனுப்பி வைத்தேன். இப்படி ஏழு அத்தியாயம் குங்குமத்தில் வெளிவந்து வாசகர்களின் அமோக வரவேற்பை இந்தத் தொடர் பெற்றது.

ஏழாவது தொடரை எழுதிக் கொடுத்த எங்கள் இயக்குநர் அடுத்து 'இனி ஒரு சுதந்திரம்' படப்பிடிப்பிற்காக ஊட்டிக்குச் செல்ல ஆயத்தமானார். அப்போது நான் எங்கள் இயக்குநரிடம், "சார்! வாரவாரம் மறக்காமல் 'பாலைவன ரோஜாக்கள்' தொடரை எழுதி குங்குமத்திற்கு அனுப்பி விடுங்கள்" என்றேன்.

"அனுப்பி விடுகிறேன்" என்றார்.

உதவியாளர்களிடமும் நான், "இயக்குநருக்கு நினைவுப்படுத்தி வாராவாரம் 'பாலைவன ரோஜாக்கள்' தொடரை எழுதி வாங்கிக் குங்குமத்திற்கு அனுப்பிவிடுங்கள்" என்றேன்.

அவர்களும் தலையாட்டினர்.

ஊட்டிக்குச் சென்ற எங்கள் இயக்குநர் பத்தாவது அத்தியாயம் வரை 'பாலைவன ரோஜாக்கள்' தொடரை 'குங்குமம்' பத்திரிகைக்கு அனுப்பி வைத்தார்.

எங்கள் இயக்குநருக்கு வேலைப் பளுவோ அல்லது உதவியாளர்கள் தொடரைப் பற்றி எங்கள் இயக்குநருக்கு நினைவுபடுத்தவில்லையோ தெரியவில்லை. 11ஆவது அத்தியாயம் எங்கள் இயக்குநரிடமிருந்து 'குங்குமம்' பத்திரிகைக்கு வரவில்லை.

'பாலைவன ரோஜாக்கள்' படத் தயாரிப்பாளர் முரசொலி செல்வம் ஒரு ஸ்டில்லை போட்டு அந்த வாரத்தை நிவர்த்தி செய்தார்.

அடுத்த வாரமும் எங்கள் இயக்குநரிடமிருந்து 'பாலைவன ரோஜாக்கள்' தொடர் வரவில்லை.

உடனே என்னை அலுவலகத்திற்கு அழைத்த முரசொலி செல்வம், "வார பத்திரிகையில் தொடர் ஆரம்பித்து தொடர்ந்து வரவில்லையென்றால் வாசகர்களுக்கு யார் பதில் சொல்வது? தலைவர் (கலைஞரை முரசொலி செல்வம் 'மாமா' என்றோ 'கலைஞர்' என்றோ சொல்ல மாட்டார். 'தலைவர்' என்று சொல்வதே அவருடைய வழக்கம்) ரொம்ப கோபத்தோடு இருக்கிறார். இனிமேல் இயக்குநரிடமிருந்து தொடரை எதிர்பார்க்க இயலாது. அதனால் நீங்கள் தொடரை எழுதுங்கள்" என்றார்.

நான் ஆடிப் போய்விட்டேன்.

தயாரிப்பாளர் முரசொலி செல்வம் விடுவதாக இல்லை.

அதற்கு நான், "சார்! நான் எங்கள் இயக்குநரின் உதவியாளர்தான். அவர் என் மீது மரியாதை வைத்திருக்கலாம். அதற்காக அவர் பெயரில் நான் தொடரை எழுதுவது சரியல்ல; முறையுமில்லை" என்றேன்.

உடனே தயாரிப்பாளர் முரசொலி செல்வம், "நீங்கள் உங்கள் நிலையை மட்டும்தான் சொல்கிறீர்கள். பத்திரிகையைப் பற்றி யோசிக்க மறுக்கிறீர்கள். நீங்கள் உங்கள் டைரக்டருக்கு மட்டும்தான் பதில் சொல்ல வேண்டியதிருக்கும். ஆனால் நான் பத்திரிகையின் நிர்வாகத்திற்கும், வாசகர்களுக்கும்,

தலைவருக்கும் பதில் சொல்ல வேண்டும். எங்கள் நிலையையும் கொஞ்சம் புரிந்து கொள்ளுங்கள். நீங்கள் தொடரைத் தொடருங்கள். டைரக்டர் ஒன்றும் சொல்ல மாட்டார். ஏதாவது பிரச்னை வந்தால் நான் பார்த்துக் கொள்கிறேன்'' என்றார்.

வேறு வழியின்றி 'பாலைவன ரோஜாக்கள்' கதையின் 11ஆவது அத்தியாயத்தை 'குங்குமம்' பத்திரிகையில் நான் இப்படித் தொடர்ந்தேன்:

நன்றி மறப்பதும்
நடந்து வந்த பாதையை வெறுப்பதும்
துணையிருந்தோருக்கே குழி பறிப்பதும்
தோள் கொடுத்தோரின் தோள்களைக் கடிப்பதும்
புகழின் உச்சிக்குப் போன பின்னாலே
அடிமரத்தையே ஆட்டிப் பார்ப்பதும்
இந்தத் தேசத்தின் பொதுச்சொத்தாகிவிட்ட
இந்தக் காலத்தில்....

தன்னை சுதந்திரப் போராட்ட நீரோட்டத்தில் இழுத்துச் சென்ற சம்பவங்களையும், தன்னால் மறக்க முடியாத மனிதர்களையும் நினைவுகூற நினைத்திருந்த தியாகி தயானந்தரும் -

இந்தத் தேசத்தின் விடுதலைக்கு - ஆயுத பலத்தால் அரசாட்சி செய்த, வெள்ளையருக்கு அறைகூவல் விட்ட சந்திரசேகர் ஆசாத், இளைஞர்களின் இதய பீடத்தில் என்றென்றும் கொலு வீற்றிருக்கும் பகத்சிங் ராஜகுரு சுகதேவ் ஆகியோரைப் பற்றி தியாகி தயானந்தர் வழியாக புதிய செய்திகளை அறிந்து கொள்ள நினைத்த சபாரத்தினமும் -

சபாவின் கேள்வியும் தயானந்தரின் பதிலும் தன்னுடைய எதிர்கால வளர்ச்சிக்கு எருவாக அமையும் என்ற எண்ணத்தோடு கவனித்துக் கொண்டிருந்த ராணியும் -

வாசலில் கேட்ட ஓங்காரக் குரலால் ஒன்றும் புரியாது திகைத்தனர்.

அந்தக் குரலுக்குச் சொந்தக்காரன் பாபு.

பாபு - நம் பிரபு.

கோபம் கொப்பளிக்க பாபு: "என்ன பத்திரிகைப் பேட்டியா? ஏதோ சுதந்திரத்திற்குப் பாடுபட்டாரேன்னு அவரு வாயைக் கிண்ட வேண்டியது.. அவரு நான் வாங்கின சுதந்திரமும் உருப்படல - நான் பெத்தப் பிள்ளையும் உருப்படலைன்னு புலம்ப வேண்டியது... இதே பொழப்பாப் போச்சு எந்திரிங்க சார்!"

"டேய்! டேய்! சும்மா இருடா! அவங்க பத்திரிகையில ஏதோ மலர் போடுறாங்களாம். செக்கிழுத்த சிதம்பரனாரைப் பத்தி எங்கிட்டக் கேட்டுக்கிட்டிருக்காங்க" என்ற தயானந்தரின் குரலையும் அமுக்கிவிட்டு

ஜன்னலின் வழியே பார்த்துக் கொண்டிருந்த மஜ்னு - நம்ம ஜனகராஜ், "எப்பவோ செக்கிழுத்த சிதம்பரனாரைப் பத்தி நமக்கென்ன? நமக்குத் தேவை செக்குக் கிழிக்கிற பார்ட்டிகள்தான்... அப்பா சும்மா இரு!"

மீண்டும் பாபு, "எந்திரிங்க சார்!" என்ற வார்த்தையோடு சபாவை எட்டி உதைக்கக் காலைத் தூக்கினான்.

மிகச்சிறந்த சுதந்தரப் போராட்ட வீரரைச் சந்திக்கப் போகிறோம் என்ற ஆசையோடு அந்த வீட்டுக்குள் நுழைந்த சபாரத்தினமும் ராணியும் -

பாபுவின் அதிரடித் தாக்குதலால் வேதனையோடு அந்த வீட்டை விட்டு வெளியேறினார்கள்.

வி.ஜே.வி.யின் அலுவலகம்.

வி.ஜே.வி.யின் மேனேஜர் பத்திரிகைகளுக்கு கொடுக்கப் போகும் விளம்பரத்தின் வாசகங்களைப் படிக்கிறான்;

"நமது மாவட்டத்திற்கு வருகை தரும் அமைச்சர் ஆளவந்தார் அவர்களை வருக! வருக! என வரவேற்கும் -

வி.ஜே.வி. டிஸ்டிலரி

மணிவண்ணன்

வி.ஜே.வி. ரியல் எஸ்டேட்

வி.ஜே.வி. பைனான்ஸ்

வி.ஜே.வி. மெடிக்கல்ஸ்

வி.ஜே.வி. எக்ஸ்போர்ட்ஸ் & இம்போர்ட்ஸ்

என மூச்சிரைக்கப் படித்து முடித்து அதை வி.ஜே.வி.யிடம் கொடுக்க -

அந்த விளம்பர டிசைனை வாங்கிப் பார்த்த வி.ஜே.வி. ''என்னைய்யா! மந்திரி போட்டோவைப் பெருசாப் போட்டிருக்க?'' எனக் கோபிக்க -

''மந்திரி போட்டோவ பெருசாப் போட்டாதானே அவருக்கு ஐஸ் வச்ச மாதிரி இருக்கும்'' - மேனேஜர் எடுத்துரைக்க

''மந்திரி போட்டோவ போட்டா ஐஸ் வச்ச மாதிரிதான் இருக்கும். ஆனா நானும் அமைச்சரும் இணைஞ்சு எடுத்த போட்டோவப் போட்டாதான் அதிகாரிங்க பயப்படுவாங்க... நமக்கும், மந்திரிக்கும் உள்ள நெருக்கம் தெரிய வேண்டாமா?'' என வியாபார நுணுக்கங்களைச் சொல்லி, அதன்படி மாற்றி எல்லாப் பத்திரிகைகளுக்கும் முழுப் பக்க விளம்பரம்

கொடுக்கும்படியும், குறிப்பாக 'நமது நாடு' பத்திரிகையை மறந்துவிட வேண்டாம் என்றும் வி.ஜே.வி. ஆணையிடுகிறார்.

"நம்ம கம்பெனிகளைப் பத்தி மோசடிக் கம்பெனின்னு கன்னாபின்னான்னு அதில் எழுதியிருக்காங்க.. அதுக்கு விளம்பரம் கொடுக்க வேண்டாம் முதலாளி!"

"அட்வர்டைஸ்மெண்ட் கொடுத்து அந்தப் பத்திரிகைய அரவணைக்கனும்" என்று கூறிய வி.ஜே.வி. தன்னுடைய செயல்களுக்கெல்லாம் ஆலோசனை கூற தன்னுடன் வைத்திருக்கும் சாமியார் கோலத்திலிருக்கும் ஆசாமியைக் கேட்க -

"நமது நாடு பத்திரிகையை மடக்கிப் போட்டால்தான் புறம்போக்கு நிலங்களை நம்முடைய பூர்வீக நிலமாக்க முடியும்" என்று சாமியார் தீர்ப்புக் கூற -

வி.ஜே.வி.யின் சட்டமன்றத்தில் அவர் கொண்டுவந்த தீர்மானம் ஏகமனதாக நிறைவேறியது.

'நமது நாடு' பத்திரிகை அலுவலகம்...

ஆசிரியர் அறையில் சபாரத்தினம் அன்று வெளிவர வேண்டிய தலையங்கத்தை எழுதிக் கொண்டிருக்கிறார்.

அறைக் கதவு திறக்கப்படுகிறது.

கருப்பு சூட்கேஸுடன் ஓர் அமைச்சருக்குரிய தோரணையில் நடந்து வந்து சபாவுக்கு முன் அமர்கிறான் வி.ஜே.வி.

"என்னுடைய கூட்டாளிங்க எதிர்த்தும், உங்க பத்திரிகையில என்ன ரேட்டானாலும் முழுப்பக்க விளம்பரம் கொடுக்கிறதுன்னு முடிவு பண்ணிட்டேன்"

"அப்படிங்களா சார்! உங்க தொடர்புடைய எந்தக் கம்பெனி விளம்பரத்தையும் எங்க பத்திரிகையில் வெளியிடுறதில்லன்னு நாங்க முடிவு பண்ணிட்டோம்"

சபாரத்தினத்தின் இந்தத் துணிச்சலான பதிலைக் கேட்டு வி.ஜே.வி. -

தன்னுடைய சீட்டுக் கம்பெனியில் லட்சக்கணக்கில் பணம் புரளுவதாகவும் -

பைனான்ஸ் மினிஸ்டர் தன்னுடைய நண்பரென்றும் -

தண்ணீர் பஞ்சம் வந்தபோது தன்னுடைய பஞ்சம் தீர்ந்ததென்றும் -

குங்குமப் பொட்டு கவுண்டருக்கும், வேட்டைக்காரக் கவுண்டருக்கும் பொருளாதார நெருக்கடி ஏற்பட்ட போதெல்லாம் தான் நேசக்கரம் நீட்டியதாகவும் -

தண்ணி வண்டி இழுத்துக் கொண்டிருந்தபோது தன்னை, "டேய் வேதாச்சலம்"னு கூப்பிட்டவர்களெல்லாம் இன்று வி.ஜே.வி. என மரியாதையோடு அழைப்பதாகவும் -

டெல்லியிலிருந்து மெட்ராஸ் வரைக்கும் தன்னுடைய அதிகார வேர் படர்ந்திருப்பதாகவும் -

பெரிய பெரிய மனிதர்களெல்லாம் தான் கிழித்த கோட்டை தாண்டாத போது, இந்த சபாரத்தினம் மட்டும் தாண்ட நினைப்பதே தவறு எனச் சுட்டிக்காட்டி, கொண்டு வந்த சூட்கேஸைத் திறக்க -

அதில் 100 ரூபாய் நோட்டுக் கத்தைகள்!

பணத்தால் சபாவை அடிக்க நினைத்த வி.ஜே.வி. பணக்கட்டுகளை அவரிடம் கொடுக்க -

கொடுத்த பணத்தை சபாபதி திருப்பிக் கொடுக்க -

"அப்போ நீங்க நம்ம வழிக்கு வர மாட்டீங்க!"

“இன்னைக்கில்ல... என்னைக்கும் இந்த சபா ஒங்க வழிக்கு வரவே மாட்டான்; வழுக்கி விழவும் மாட்டான்!”

சபாரத்தினத்தின் வார்த்தை அம்புகளால் நிலைகுலைந்த வி.ஜே.வி.. “உறுதியான மனசு; ஆனால் இவ்வளவு உறுதி பத்திரிகை நடத்துறவங்களுக்கு இருக்கக் கூடாது.. ஏன்னா வியாபாரம் பாதிக்கும். சரி, சபா... அப்போ நாம போயிட்டு வர்றோம்... ஆமா... நாம் நண்பர்களாகத்தான பிரியுறோம்” என்றான்.

- அடுத்து வரும் வாரங்களில்
நடந்ததைச் சொல்கிறேன்

‘குங்குமம்’ பத்திரிகையில் எங்கள் இயக்குநர் பெயரில் நான் எழுதிய ‘பாலைவன ரோஜாக்கள்’ தொடரின் 11ஆவது அத்தியாயத்தைப் படித்த தலைவர் கலைஞர் தயாரிப்பாளர் முரசொலி செல்வத்திடம், “இந்த அத்தியாயத்தை எழுதியது ஜீவபாரதியா?” என்று கேட்டாராம். முரசொலி செல்வம், “ஆம்” என்றாராம். இதை என்னிடம் சொல்லிவிட்டு முரசொலி செல்வம் மகிழ்ந்தார்.

ஆனால் என் எழுத்தை டாக்டர் கலைஞர் படித்துப் பாராட்டியதை நினைத்து என் மனம் மகிழவில்லை. எங்கள் இயக்குநரின் அனுமதியின்றி எங்கள் இயக்குநரின் பெயரில் நான் எழுதியது அயோக்கியத்தனம் என்று என் உள் மனம் எனக்கு உணர்த்தியது.

என் செய்ய?

வேறு வழியின்றி அடுத்த மூன்று அத்தியாயங்களையும் எங்கள் இயக்குநர் பெயரில் ‘குங்குமம்’ பத்திரிகையில் நான் எழுதினேன்.

குங்குமத்தில் 15ஆவது அத்தியாயம் வெளிவந்த அன்று எங்கள் இயக்குநர் சென்னைக்கு வந்துவிட்டார்.

அன்று ஏ.வி.எம். கம்ப்யூட்டர் தியேட்டரில் ‘பாலைவன ரோஜாக்கள்’ படத்தின் டப்பிங் நடந்து கொண்டிருந்தது. நடிகை லட்சுமி டப்பிங் பேசிக்கொண்டிருந்தார்.

இன்ஜினியர் துரை அருகில் அமர்ந்து நான் டப்பிங்கைக் கவனித்துக் கொண்டிருந்தேன்.

இந்த வேளையில் அங்கு வந்த எங்கள் இயக்குநர் அமைதியாக டப்பிங் நடப்பதைக் கவனித்துக் கொண்டிருந்தார். சிறிது நேரம் சென்றதும் எங்கள் இயக்குநர் என்னை வெளியே அழைத்தார்.

அப்போதே என்னை அச்சம் தழுவிக் கொண்டது. “என் அனுமதி இல்லாமல் எப்படி என் பெயரில் ‘குங்குமம்’ பத்திரிகையில் ‘பாலைவன ரோஜாக்கள்’ தொடரை நீங்கள் எழுதலாம்?” என்று கேட்டுத் திட்டப் போகிறார் இயக்குநர் என்று அஞ்சியபடியே எங்கள் இயக்குநர் பின்னால் நடந்தேன்.

தியேட்டருக்கு வெளியே வந்த எங்கள் இயக்குநர் என் தோளில் கைபோட்டபடி அங்கிருந்த புல்தரைக்கு அழைத்துச் சென்று, “ஜீவா! குங்குமத்தில் என் பெயரில் ‘பாலைவன ரோஜாக்கள்’ தொடரை யார் எழுதுவது?” என்றார்.

அதற்கு நான், “சார்! தொடர் ஆரம்பிக்கும் முன்பே தொடரை எழுத வேண்டாம். நீங்கள் வெளியூர் சென்றுவிட்டால் தொடர்ந்து தொடரை எழுத முடியாத நிலை ஏற்பட்டாலும் ஏற்படலாம் என்றேன். அதையும் மீறி நீங்கள் தொடரை எழுதத் தொடங்கி விட்டீர்கள். வெளியூர் சென்றதும் தொடரின் இரண்டொரு அத்தியாயத்திற்கு மேல் உங்களால் எழுத இயலவில்லை. செல்வம் சார் என்னைப் படாதபாடு படுத்திவிட்டார். நான் எவ்வளவோ மறுத்தும் அவர் என்னை விடவில்லை. வேறுவழியின்றி நான் எழுத வேண்டியதாயிற்று. உங்கள் அனுமதி இல்லாமல் உங்கள் பெயரில் நான் எழுதியதற்கு என்னை மன்னிக்க வேண்டுகிறேன்” என்றேன்.

அதற்கு எங்கள் இயக்குநர், "இல்லை ஜீவா! நீங்க எழுதுவது நல்லா இருக்கு. நீங்களே தொடர்ந்து எழுதுங்கள்" என்று சொல்லி என் முதுகில் தட்டிக் கொடுத்தார்.

நடப்பதை என்னால் நம்ப முடியவில்லை. எங்கள் இயக்குநரின் தாய் உள்ளத்தைக் கண்டு மனதிற்குள் வியந்தேன்.

எங்கள் இயக்குநர் சொல்லியபடி மீதி ஐந்து அத்தியாயங்களையும் எங்கள் இயக்குநர் பேரில் நான் எழுதி எங்கள் இயக்குநரிடம் படித்துக் காட்டிவிட்டு 'குங்குமம்' பத்திரிகைக்கு நான் அனுப்பி வைத்தேன்.

எத்தனையோ இயக்குநர்களிடம் எத்தனையோ உதவி இயக்குநர்கள் பணியாற்றி இருக்கிறார்கள்; பணியாற்றுகிறார்கள். ஆனால் எந்த இயக்குநரும் எங்கள் இயக்குநரைப் போல் இப்படி நடந்து கொள்வார்களா? நடந்து கொண்டார்களா? என்பது எனக்குத் தெரியாது. அந்த வகையில் எங்கள் இயக்குநர் என் உள்ளத்தில் இமயமாக உயர்ந்து நின்று கம்பீரமாகச் சிரிப்பது என் கண்களில் தெரிகிறது.

அதனால்தான் என்னுடைய 'வேலு நாச்சியார்' வரலாற்றுப் புதினத்தைப் படித்துவிட்டு பழம்பெரும் திரைப்பட எழுத்தாளர் கலைஞானம் என்னை அவர் வீட்டிற்கு அழைத்துப் பாராட்டினார். அப்போது அவரிடம் நான் நீண்ட நேரம் பேசிக் கொண்டிருந்தேன்.

இறுதியாக கலைஞானம் என்னிடம், "ஜீவபாரதி! ஏனோ உங்கள் திறமை சினிமாவுக்குப் பயன்படாமல் போய்விட்டது. பரவாயில்லை. (ஒரு பெரிய இயக்குநர் பெயரைச் சொல்லி) அவருடைய கதை விவாதத்தில் என்னோடு நீங்களும் கலந்துகொள்ளுங்கள். அதற்கு நான் ஏற்பாடு செய்கிறேன். அப்படியே அவரிடம் ஒரு சில படங்கள் உதவி இயக்குநராகப் பணியாற்றுங்கள். அதன்பின் தனியாகப் படத்தை நீங்கள் இயக்க முயற்சிக்கலாம்" என்றார்.

அதற்கு நான், "ஐயா! எனக்கு திரையுலகில் குருநாதர் எங்கள் இயக்குநர் மட்டும்தான். நான் உதவி இயக்குநராகப் பணியாற்றியது முதலும் முடிவும் எங்கள் இயக்குநரிடம் மட்டும்தான் என்பதே எனக்குச் சிறப்பு" என்றேன்.

இதைக் கேட்டு கலைஞானம் வியப்போடு என்னைப் பார்த்தது என் விழிகளில் இன்றும் வாழ்கிறது!

11

இனி ஒரு சுதந்திரமும் எனக்குக் கிடைத்த வாய்ப்பும்

ஒருநாள் எங்கள் இயக்குநர் என்னிடம், "ஜீவா! கே.ஆர். பாலனுக்கு நாம் படம் பண்ணப் போறோம். கே.ஆர்.பாலன் எம்.ஜி.ஆருக்கு வேண்டியவர். அடுத்த மாதத்தில் அந்தப் பட வேலைகளை நாம் தொடங்க வேண்டியதிருக்கும்" என்றார்.

இதன்பின் ஒருநாள் எங்கள் இயக்குநர், சார்பில் தயாரிப்பாளர் கே.ஆர்.பாலனையும் அவருடைய மகனையும் அவர்கள் இல்லத்தில் சந்தித்து எடுக்கப் போகும். படத்தைப் பற்றிப் பேசிவிட்டு வந்தேன்.

இந்தப் படத்தின் கதை விவாதத்திற்காக எங்களுக்கு தயாரிப்பாளர் ஐடியல் பீச்சில் ஒரு அறையை ஏற்பாடு செய்திருந்தார். எங்கள் இயக்குநர், ஜான் அமிர்தராஜ், ஆர்.கே.செல்வமணி, புவன் ஆகியோருடன் நானும் கதை விவாதத்திற்காக ஐடியல் பீச்சுக்குச் சென்றிருந்தேன்.

எந்தப் படமாக இருந்தாலும், எந்தத் தயாரிப்பாளராக இருந்தாலும் எங்கள் இயக்குநர் ஒரே மாதிரிதான் நடந்துகொள்வார். அறையில் நாட்கணக்கில் தங்கிக் கொண்டு,

கதை பற்றி விவாதிப்பதற்காகக் கதைத்துக் கொண்டு, பக்கம் பக்கமாக வசனம் எழுதும் பழக்கம் எங்கள் இயக்குநருக்கு எப்போதும் இருந்ததில்லை.

சன்லைட் பேப்பர், பேட், கலர் கலரான பேனாக்கள் தயாரிப்பாளர்கள் சார்பில் எங்களுக்கு வாங்கிக் கொடுப்பர். முதல் நாள் பேடில் இருக்கும் பேப்பரில் எங்கள் இயக்குநர் பிள்ளையார் சுழி போடுவாரே தவிர அதைக் கடந்து எந்தப் படத்திற்கும் பேனா, பேப்பரை எங்கள் இயக்குநர் பயன்படுத்தியதே இல்லை. கதையைப் பற்றி எங்கள் இயக்குநர் மேம்போக்காகப் பேசுவாரே தவிர, எழுதும் பழக்கம் எங்கள் இயக்குநருக்கு இல்லவே இல்லை.

ஆனால் அவர் மனதிற்குள் எடுக்கப் போகும் படத்தின் கதையை எங்கள் இயக்குநர் தயார் செய்து கொள்வார். அது அவர் மனதில் ஆழமாகப் பதிந்துவிடும். படப்பிடிப்பின்போது காட்சிகளையும், வசனங்களையும் மடை திறந்த வெள்ளம் போல் கொட்டுவார். இதில் தடங்கல் ஏற்பட்டால் ஒரு சிகரெட்டைப் பற்ற வைத்தால் போதும். எங்கள் இயக்குநரிடம் காட்சிகளும், வசனங்களும் அணிவகுத்து நிற்கும். இதுதான் எங்கள் இயக்குநரின் தனித்தன்மை; அசுர ஆற்றல்.

ஐடியல் பீச்சில் ஒரு வாரம் தங்கியிருந்தும் எடுக்கப் போகும் படத்திற்கு சில காட்சிகளும், ‘இனி ஒரு சுதந்திரம்’ என்ற தலைப்பும்தான் தயாரானது. எங்கள் இயக்குநரின் இந்த அணுகுமுறை தயாரிப்பாளர் கே.ஆர்.பாலனுக்குப் பிடிக்கவில்லை. அது மறைமுகமாக எங்கள் இயக்குநருக்கு உணர்த்தப்பட்டது.

உடனே எங்கள் இயக்குநர் அறையைக் காலி செய்து விட்டு, உதவி இயக்குநர்களை அலுவலகத்திற்கு வரச் சொல்லிவிட்டு, காரில் என்னை அழைத்துக் கொண்டு அலுவலகம் வந்து விட்டார்.

இந்தச் சூழலில் அப்போது தமிழ்நாடு அரசில் அமைச்சராக இருந்த அரங்கநாயகம் எங்கள் இயக்குநரைத் தொடர்பு கொண்டு படத்திற்கு உதவி செய்வதாக உறுதியளித்தார்.

அதனால் கே.ஆர்.பாலனிடமிருந்து முற்றிலும் விடுபட்டு 'இனி ஒரு சுதந்திரம்' திரைப்படத்தை அமைச்சர் அரங்கநாயகத்திற்கு வேண்டியவர்களைக் கொண்டு 'கலைக்கோயில்' என்ற கம்பெனி பெயரில் தயாரிக்க எங்கள் இயக்குநர் தொடங்கிவிட்டார்

தங்கள் கம்பெனிக்கு எங்கள் இயக்குநர் படம் பண்ணாததால் வெறுப்புற்ற தயாரிப்பாளர் கே.ஆர்.பாலன் என்னை அழைத்து, "உங்கள் இயக்குநர் என்னை ஏமாற்றிவிட்டார். அதனால் நான் உங்களை டைரக்டராக்குகிறேன். நீங்கள் கதை சொல்லுங்கள்" என்றார்.

அதைக் கேட்டதும் என் மனம் துடித்துவிட்டது. என்னை டைரக்டராக்குவதாகச் சொல்லி, என்னை எங்கள் இயக்குநருக்குத் துரோகம் செய்யச் சொல்கிறாரே என்று மனதிற்குள் சினந்தேன். அதை வெளிக்காட்டிக் கொள்ளாமல், "ஐயா! நீங்கள் என் மீது வைத்திருக்கும் அன்புக்கு நன்றி. போதுமான அளவு இன்னும் நான் சினிமாவைத் தெரிந்து கொள்ளவில்லை. முழுமையாக நான் சினிமாவைத் தெரிந்து கொண்டபின் உங்களைச் சந்திக்கிறேன். அப்போது எனக்கு வாய்ப்புக் கொடுங்கள்!" என்று சொல்லிவிட்டு வந்து விட்டேன்.

இதன்பின் தயாரிப்பாளர் கே.ஆர்.பாலன் பலரிடம் கதை கேட்டிருக்கிறார். அந்தக் கதைகள் அவருக்குப் பிடிக்கவில்லை. இதை அறிந்த நான் கே.ஆர்.பாலன் மகன் பிரகாஷிடம், "எங்கள் இயக்குநரிடம் பணியாற்றிய ஜீவபாலன் திறமையானவர்; இப்போது அவர் எங்கள் இயக்குநரிடம் பணியாற்றவில்லை. நீங்கள் விரும்பினால் அவரைக் கதை சொல்ல உங்கள் தந்தையிடம் அனுப்புகிறேன்" என்றேன்.

இதற்கு அவரும் சம்மதித்தார்.

உடனே ஜீவபாலனைத் தொடர்பு கொண்டு, கே.ஆர். பாலனைச் சந்தித்து கதை சொல்லச் சென்னேன். ஜீவபாலனும் கே.ஆ.ர்பாலனைச் சந்தித்து 'வளையல் சத்தம்' என்ற கதையைச் சொல்லியிருக்கிறார். அந்தக் கதை கே.ஆர். பாலனுக்குப் பிடித்துவிட்டது.

சுவாகத் ஓட்டலில் கதை, விவாதம் நடந்து கொண்டிருந்தபோது ஜீவபாலனைச் சந்திக்க அங்கு சென்றேன்.

அப்போது ஜீவபாலன் படத்தில் பணியாற்றப்போகும் டெக்னீசியன்கள் பட்டியலை எனக்குக் காட்டினார். அதில் ஒளிப்பதிவு: விஸ்வம் நடராஜ் அல்லது ரவி (எங்கள் இயக்குநரின் ஒளிப்பதிவாளர் சபாபதியின் உதவியாளர்) பாடல்கள்: ஜீவபாரதி என்று அந்தப் பட்டியலில் ஜீவபாலன் எழுதியிருந்தார்.

அதைப் படித்துவிட்டு நான், "பாலா! நீ ஜெயிக்க வேண்டியதுதான் இப்போது முக்கியம். சினிமா உலகில் அவ்வளவு அறிமுகமில்லாத எனக்குப் பாட்டெழுதும் வாய்ப்பைக் கொடுத்து, அதுவே உன் படத்திற்குப் பலவீனமாக அமைந்துவிடக்கூடாது. பிரபலமானவர்களைக் கொண்டு உன் படத்திற்கு பாடல்களை எழுதவை. அது உன் வெற்றிக்குக் கைகொடுக்கும்" என்றேன்.

அடுத்து, "விஸ்வம் நடராஜனை ஒளிப்பதிவுக்கு ஏன் தேர்வு செய்தாய்?" என்றேன்.

"விஸ்வம் நடராஜன் பிரபலமானவர் என்பதால் அவரைத் தேர்வு செய்தேன். அவர் கிடைக்கவில்லை என்றால் நம் யூனிட்டில் பணியாற்றும் ரவியைப் பயன்படுத்த நினைத்தேன்" என்றார் ஜீவபாலன்.

அதற்கு நான், "பாலா! பிரபலமானவர் வேண்டுமென்றால் நம் யூனிட்டின் ஒளிப்பதிவாளர் சபாபதியை நீ பயன்படுத்தலாம். புதியவர் வேண்டுமென்றால் பி.ஏ.பி. அவுட்டோர் யூனிட்டில் ஆப்ரேட்டிங் கேமரா மேனாக நம் யூனிட்டில் பணியாற்றும் டி.சங்கரை ஒளிப்பதிவாளராக நீ பயன்படுத்தலாம். இதுதான் உனக்கு உகந்ததாக இருக்கும்" என்றேன்.

நான் மறுத்ததால் எனக்குப் பாட்டெழுதும் வாய்ப்பைக் கொடுக்காத ஜீவபாலன், நான் சொல்லியபடி டி.சங்கரைத் தன் படத்திற்கு ஒளிப்பதிவாளராக ஜீவபாலன் தேர்வு செய்தார்.

டி.சங்கர் ஒளிப்பதிவாளராகப் பணியாற்றிய முதல் படம் ஜீவபாலனின் 'வளையல் சத்தம்'தான்.

'**வளையல் சத்தம்**' திரைப்படத்தின் பூஜையும், படப்பிடிப்பும் ஏ.வி.எம். ஸ்டுடியோவில் நடத்த ஜீவபாலன் திட்டமிட்டிருந்தார். படப்பூஜைக்கு இரண்டு நாட்களுக்குமுன் என்னைச் சந்தித்த ஜீவபாலன், "ஜீவா! நம்ம இயக்குநரைச் சந்தித்து என் பட பூஜைக்கு அழைத்தேன். வருவதாகச் சொன்னார். ஆனால் என் மீதுள்ள கோபத்தால் நாம் இயக்குநர் என் பட பூஜைக்கு வர மாட்டார் என்று நினைக்கிறேன். அவர் வந்தால் எனக்குச் சிறப்பாக இருக்கும். எப்படியாவது அவரை என் பட பூஜைக்கு அழைத்து வாருங்கள்!" என்றார்.

பூஜைக்கு முதல்நாள் நான் எங்கள் இயக்குநரைச் சந்தித்து, "சார்! நாளைக் காலை ஜீவபாலன் படப் பூஜை. அதில் நாம் கலந்து கொள்ள வேண்டுமே!" என்றேன்.

உடனே எந்த தயக்கமும் இன்றி, "ஜீவா! நாளைக் காலையில் வீட்டுக்கு வந்துருங்க; பாலன் படப் பூஜைக்குப் போயிட்டு வருவோம்" என்றார் எங்கள் இயக்குநர்.

ஆம்! எந்த நிலையிலும் தன்னுடைய உதவியாளர்களை விட்டுக் கொடுக்காதவர் எங்கள் இயக்குநர் என்பதை இதுபோன்று பலமுறை மெய்ப்பித்திருக்கிறார் எங்கள் இயக்குநர்.

அன்று மாலை கோஆப்டெக்ஸில் துண்டுகளை வாங்கிக் கொண்டு மறுநாள் எங்கள் இயக்குநர் இல்லத்திற்குச் சென்றேன். அவரும் ஜீவபாலன் படப் பூஜைக்குச் செல்லத் தயாராக இருந்தார். என் கையில் இருந்த பார்சலைப் பார்த்து, "அது என்ன ஜீவா?" என்றார் எங்கள் இயக்குநர்.

அதற்கு நான், "துண்டுகள் சார்!" என்றேன்.

"எதற்கு?" என்றார் எங்கள் இயக்குநர்.

"ஜீவபாலன் படத்தில் பணியாற்றும் முக்கியஸ்தர்களுக்கு அணிவிக்க..." என்றேன்.

அதற்கு சிரித்துக்கொண்டே எங்கள் இயக்குநர், "இது புதுமையா இருக்கே! அரசியல்வாதிகளுக்குத்தான் பயனாடை என்று சொல்லித் துண்டுகளை அணிவிப்பார்கள். அந்தப் பழக்கத்தை சினிமாவுக்கும் கொண்டுவந்துவிட்டீங்களா?" என்றார்.

ஏ.வி.எம். படப்பிடிப்புத் தளத்துக்கு எங்கள் இயக்குநடன் நானும் சென்றேன். எங்கள் இயக்குநரைக் கண்டதும் ஜீவபாலனுக்கு அவ்வளவு ஆனந்தம்.

ஒரு துண்டை ஜீவபாலனிடம் கொடுத்து எங்கள் இயக்குநருக்கு அணிவிக்கச் செய்தேன்.

ஜீவபாலன், நடிகர் நம்பியார், ஒளிப்பதிவாளர் டி.சங்கர் ஆகியோருக்கு எங்கள் இயக்குநரைத் துண்டு அணிவிக்கச் செய்தேன்.

முதன்முதலில் ட்ராலி ஷாட்டுக்கு ஜீவபாலன் திட்டமிட்டிருந்தார். அந்த ஷாட்டை எங்கள் இயக்குநரை எடுக்கும்படி ஜீவபாலன் வேண்டினார். அவருடைய விருப்பத்தை எங்கள் இயக்குநர் நிறைவு செய்தார்.

ஜீவபாலனின் 'வளையல் சத்தம்' படம் வெளிவந்து மக்களிடம் ஓரளவு நல்ல வரவேற்பைப் பெற்றது.

இந்தப் படத்தில் ஜீவபாலன் எழுதி, ஜனகராஜ் பேசிய, "வந்தவளும் சரியில்லை; வாச்சவளும் சரியில்லை" என்ற வசனம் மகளிடம் நல்ல வரவேற்பைப் பெற்றது.

இதன்பின் கே.ஆர்.பாலன் கம்பெனிக்கு 'தப்புக் கணக்கு' என்ற படத்தை ஜீவபாலன் இயக்கினார். இந்தப் படம் தோல்வியைத் தழுவியது.

இதன்பின் 'சம்சாரமே சரணம்' என்ற படத்தை ஜீவபாலன் இயக்கினார். இந்தப் படமும் தோல்வியைத் தழுவியது. சிறிதுகாலம் ஜீவபாலன் உடல்நிலை பாதிக்கப்பட்டிருந்தார்.

சில ஆண்டுகளுக்கு முன் பேட்டி வழங்குவதற்காக 'தமிழன் தொலைக்காட்சி'க்குச் சென்றிருந்தேன். அங்கு ஜீவபாலன் பணியாற்றியதைக் கண்டு மகிழ்ந்தேன். சினிமா உலகில் ஜீவபாலன் வெற்றி பெறாதது எங்கள் இயக்குநரை மிகவும் பாதித்ததை நானறிவேன்.

ஒருநாள் பாம்குரோவ் ஓட்டலில் 'இனி ஒரு சுதந்திரம்' படத்தின் சாங் கம்போசிங். அந்தப் பணியில் கங்கை அமரன். எங்கள் இயக்குநருடன் நானும், ஜான் அமிர்தராஜும்.

மகாகவி பாரதியாரின் 'என்று தணியும் எங்களது சுதந்திர தாகம்!', 'சொல்லவல்லாயோ கிளியே' ஆகிய பாடல்களுக்கு இசையமைத்து முடித்தார் கங்கை அமரன்.

இதன்பின் எங்கள் இயக்குநர் சொல்லிய சூழலுக்கு 'பள்ளிக்கூடம் போகாம; பாடங்களை படிக்காம" என்ற பாடலை எழுதி கங்கை அமரன் இசையமைத்தார்.

இறுதியாக கங்கை அமரனிடம் எங்கள் இயக்குநர் ஒரு பாடல் இடம்பெற வேண்டிய சூழலை, "நடிகர் சந்திரசேகர் சென்னைக்கு வந்து ரிக்ஷா ஓட்டி, பணம் சம்பாதித்து சென்னை யிலேயே திருமணம் செய்து கொள்கிறார். போதுமான பணம் சேர்ந்ததும் தன்னுடைய ஊரில் விணுசக்கரவர்த்தியிடம் தன் தந்தை அடகு வைத்த நிலத்தை மீட்டுவிடுகிறார். அந்த நிலத்தில் தன் மனைவி குழந்தைகளுடன் சந்திரசேகர் பாடுவது மாதிரியான சூழலுக்குப் பாடல் வேண்டும்" என்றார்.

அப்போது நான், "சார்! இந்தச் சூழலுக்கு 'நாடோடி மன்னன்' திரைப்படத்தில் பட்டுக்கோட்டை கல்யாணசுந்தரம் எழுதிய,

"சும்மா கெடந்த நெலத்தைக் கொத்தி
சோம்ப வில்லாம ஏர் நடத்தி
கம்மாக் கரையை ஓசத்திக் கட்டி
கரும்புக் கொல்லையில் வாய்க்கால் வெட்டி
சம்பாப் பயிரைப் பறிச்சு நட்டுத்
தகுந்த முறையில் தண்ணீர் விட்டு

> நெல்லு வெளஞ்சிருக்கு - வரப்பும்
> உள்ள மறைஞ்சிருக்கு - அட
> காடு வெளஞ்சென்ன மச்சான் - நமக்கு
> கையும் காலுந்தானே மிச்சம்"

என்ற பாடலைப் போன்ற பாடல் இடம்பெற்றால் சிறப்பாக இருக்கும்" என்றேன்.

எங்கள் இயக்குநரும், கங்கை அமரனும் அதை ஏற்றுக் கொண்டனர்.

இந்தச் சூழலுக்கு கங்கை அமரன் போட்ட டியூனை எங்கள் இயக்குநர் ஓகே செய்தார்.

இந்த டியூனுக்கு எந்த கவிஞரைப் பாடல் எழுத வைக்கலாம் என்று சிறிது நேரம் விவாதித்தனர். இறுதி முடிவு எட்டாததால் கங்கை அமரன் எங்கள் இயக்குநரிடம், "நீங்க முடிவு செய்யுங்க!" என்று சொல்லி விட்டு விடைபெற்றார்.

எங்கள் இயக்குநரிடம் ராசி.அழகப்பன் எனக்குப் பாட்டெழுதும் வாய்ப்புக் கேட்டுத்தான் என்னை அழைத்துச் சென்றார். நான்தான் ராசி.அழகப்பனிடம் வலியுறுத்தி எங்கள் இயக்குநரிடம் உதவி இயக்குநராகச் சேர்ந்தேன்.

எங்கள் இயக்குநரின், 'இனி ஒரு சுதந்திரம்' படத்திற்கு முன் பல படங்களில் உதவி இயக்குநராகப் பணியாற்றி விட்டேன். அந்தப் படங்களில் ஏதாவதொரு பாடல் எழுத எங்கள் இயக்குநரிடம் நான் வாய்ப்புக் கேட்டிருந்தால் எனக்கு வழங்கியிருப்பார். ஆனால் தொழிலைக் கற்றுக் கொள்ள விரும்பினேனே தவிர; பாடல் எழுத நான் விரும்பவில்லை.

அதைத்தான் எங்கள் இயக்குநரும் விரும்பியதால் எந்தப் படத்திலும் என்னைப் பாடல் எழுதும்படி பணிக்கவில்லை.

பாம்குரோவிலிருந்து கங்கை அமரன் சென்றதும், ஜான் அமிர்தராஜ் எங்கள் இயக்குநரிடம், "சார்! இந்தச் சூழலுக்கு நம் ஜீவபாரதி பாட்டெழுதட்டுமே" என்றார்.

இது பற்றி என்னிடம் எதுவும் கேட்காத எங்கள் இயக்குநர், உடனே தொலைபேசி வழியாக கங்கை அமரனைத் தொடர்பு கொண்டு, "சார்! சந்திரசேகர் பாடுவதாக நான் சொன்ன சூழலுக்கு என்னுடைய அசிஸ்டெண்ட் ஜீவபாரதி பாட்டெழுதுவார்" என்று சொல்லிவிட்டுச் சிரித்தார். இதற்கு மேல் அவர் எதுவும் சொல்லவில்லை

ஏ.வி.எம்.ஈ.தியேட்டரில் 'இனி ஒரு சுதந்திரம்' படத்திற்கான பாடல்கள் பதிவு செய்யப்பட்டன. அப்போது எங்கள் இயக்குநர் என்னிடம், "ஜீவா! ரெக்கார்டிங் செய்யப்பட்ட பாடலை எடுத்துக் கொண்டு நான் படப்பிடிப்புக்கு ஊட்டிக்குச் சென்று விடுவேன். நீங்கள் 'விடிஞ்சா கல்யாணம்', 'பாலைவன ரோஜாக்கள்' படங்களுக்கு சென்சார் சர்டிபிகேட் வாங்கிவிட்டு படப்பிடிப்புக்கு வாங்க... நான் ஊட்டிக்குப் போவதற்கு முன் 'இனி ஒரு சுதந்திரம்' திரைப்படத்திற்கு நீங்கள் எழுத வேண்டிய பாடலை எனக்கு எழுதிக் காட்டுங்கள்" என்றார்.

அதற்கு நான், "சார்! நாளைக் காலையில் பாடலோடு உங்கள் வீட்டில் சந்திக்கிறேன்" என்றேன்.

மறுநாள் பல பல்லவி, சரணங்களுடன் எங்கள் இயக்குநரை அவருடைய இல்லத்தில் சந்தித்தேன். அதில் 'இனி ஒரு சுதந்திரம்' படத்திற்காக எங்கள் இயக்குநர் தேர்ந்தெடுத்த என் பாடல் இது:

ஆண்:

கைகளிலே வலுவிருக்கு
கம்மாக்கரை நெலமிருக்கு
மண்ணநம்பி வெதவெதப்போம்
கண்ணம்மா - அது
கொடுக்கப்போற பலன்நமக்குப்
பொன்னம்மா!

பெண்:

கைகளிலே வலுவிருக்கு
கம்மாக்கரை நெலமிருக்கு
மண்ணநம்பி வெதவெதப்போம்

கண்ணய்யா - அது
கொடுக்கப்போற பலன்நமக்குப்
பொன்னய்யா!
- கைகளிலே

நல்லவங்க மனசுபோல
நதிகளிங்கே பாயும்
நஞ்சையிலே கதிர்வெளஞ்சு
நாணத்தோடு சாயும்!
- நல்ல

பஞ்சமில் லையே
பசியில் லையே
வஞ்சனை செய்யும்
துயரில் லையே

ஆண்:
அந்தக் காலம்
வரும் நேரம்
நெஞ்சில் வேணும்
இனி சோகம்
அடிமானே நீவாவா!
- கைகளிலே

ஆண்:
வெட்டித்தனப் பேச்சுகளால்
வீணாப்போச்சு நாடு
வெக்கங்கெட்ட மனுஷனுக்கும்
வெளைஞ்சுதருது காடு
- வெட்டி

மண்ணு மனசில்
பேதமில் லையே
வம்பு வழக்கு
வாதமில் லையே

பெண்:
> இது பாசம்
> கொண்ட பூமி
> நம்மைக் காக்கும்
> இது சாமி
> எதிர்காலம் கைமேலே!

- கைகளிலே

எங்கள் இயக்குநர் சொல்லியது போல் பதிவு செய்யப்பட்ட பாடல்களுடன் 'இனி ஒரு சுதந்திரம்' படப்பிடிப்புக்காக ஊட்டிக்குச் சென்றுவிட்டார்

இனி ஒரு சுதந்திரத்திற்கு நான் எழுதிய பாடலை ரெக்கார்டு செய்ய ஏ.வி.எம்.ஈ. தியேட்டர் இரண்டு நாட்கள் கழித்துத்தான் மதிய வேளையில் நேரம் ஒதுக்கினர்.

அன்று சுமார் பகல் 12:00 மணிக்கு ஏ.வி.எம்.ஈ. தியேட்டருக்கு நான் சென்றேன். தியேட்டருக்குள்ளிருந்து வந்த 'தாய்' பத்திரிகை ஆசிரியர் வலம்புரி ஜான் என்னைக் கண்டதும், "என்ன ஜீவா இங்கே?" என்றார்.

அதற்கு நான், "நீங்கள் எதற்கு இங்கே?" என்றேன்.

உடன் வலம்புரிஜான், "ஒரு படத்திற்கு நான் எழுதும் பாடல் ஒன்று இன்று பதிவானது. அதனாலதான் இங்கு நான் வந்தேன். நீங்கள்..." என்றார்.

"ராசி.அழகப்பன் முயற்சியினால் நான் இயக்குநர் மணிவண்ணனிடம் உதவி இயக்குநராகப் பணியாற்றுகிறேன். அவருடைய 'இனி ஒரு சுதந்திரம்' படத்திற்கு நான் எழுதிய பாடல் இன்று ரெக்கார்டிங் ஆகப் போகிறது" என்றேன்.

அதைக் கேட்டு மகிழ்ந்த வலம்புரி ஜான், "நீங்கள் எழுதிய பாடலைக் காட்டுங்கள்" என்றார்.

நானும் பாடலைக் காட்டினேன்.

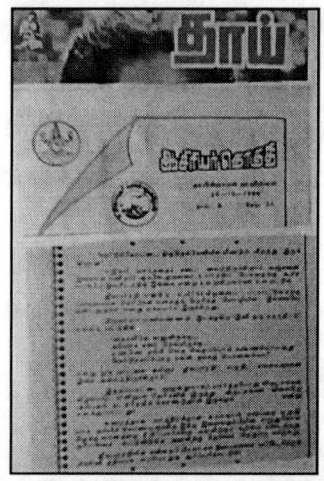

என் பாடலைப் படித்துப் பார்த்த வலம்புரிஜான், "இதில் ஒரு பிரதி எனக்குக் கொடுங்கள்" என்றார்.

அவரிடம் ஒரு பிரதி கொடுத்தேன்.

அந்த வாரம் வந்த 'தாய்' பத்திரிகையைத் தலையங்கத்தில் என் பாடலைப் பற்றி வலம்புரி ஜான் இப்படி எழுதியிருந்தார். இது அவருடைய தாயுள்ளத்திற்குச் சான்றாகும்.

"பட்டுக்கோட்டை திருநெல்வேலியில் பிறந்திருக்கிறான்.

- இவர் வார்த்தைக் கடை வைத்திருக்கிறார். வஞ்சனை இல்லாத மனிதர்! ஆகவே ஒருவரை உயர்த்திப் பேசுவதற்கு உச்சவரம்பே இவரிடத்தில் இல்லை என்று உளறுகிறவர்கள் உளறட்டும்.

ஜீவபாரதி என்கிற உயர்க் கவிஞனைப் பாராட்டுவதற்கு பக்குவமான சொற்கள் எனக்குத் தெரிந்த மொழியில் இல்லையே என்பதுதான் எனது ஏக்கமாக இருக்கிறது.

திருவாளர் மணிவண்ணன் இயக்குகிற 'இனி ஒரு சுதந்திரம்' படத்தில்,

'கைகளிலே வலுவிருக்கு
கம்மாக்கரை நெலமிருக்கு
மண்ணநம்வி வெதவெதப்போம் கண்ணம்மா - அது
கொடுக்கப்போற பலன்நமக்குப் பொன்னம்மா!'

என்று ஒரு பாடலை கவிஞர் ஜீவபாரதி எழுதி கங்கை அமரன் இசை அமைத்திருக்கிறார்.

இந்தப் பாட்டை முழுவதுமாகப் பார்த்தபோது விருட்சங்கள் வீழலாம். எனினும் வேர்களில் இருந்து விருட்சங்கள் விளைகிற அதிசயம் நடந்தேறிக் கொண்டுதான் இருக்கும் என்று எனக்குப்பட்டது!

உழைத்தால்தான் உயரலாம் என்பதை உறுதியாக நம்பிக் கொண்டிருக்கிற இளைய தம்பியின் எழுதுகோல் கிழக்கு வானத்தைக் கீறிப் பார்க்கிற அளவிற்கு கூர்மை படைத்தது என்பதைச் சுட்டுகிற அளவிற்கு நேர்மை நெருப்பைக் கக்குகிறது.

ஜீவபாரதியின் கவிதைப் பிரவாகம் தீமைகளைச் சுட்டெரிக்கும் அக்கினி நதியாக ஆர்ப்பரிக்கட்டும்.

என் பாடலை மலேசியா வாசுதேவன், சித்ரா பாட அழைக்கப்பட்டிருந்தனர். இருவருக்கும் என் பாடல் பிரதிகளைக் கொடுத்தேன். அவர்களுக்கு கங்கை அமரன் டியூனை வாசித்துக் காட்டினார்.

எங்கள் இயக்குநரின் 'முதல் வசந்தம்' படத்தில் நடிக்கின்ற போதே எனக்கு மலேசியா வாசுதேவன் நெருக்கமாகிவிட்டார். அவருக்கு 'இனி ஒரு சுதந்திரம்' படத்தில் நான் உதவி இயக்குநர் என்று தெரியுமே தவிர அவர் பாடப் போகும் பாடலை எழுதியது நான்தான் என்று தெரியாது. என் பாடலில் வரும்,

வெட்டித்தனப் பேச்சுகளால்
வீணாப்போச்சு நாடு

வெக்கங்கெட்ட மனுஷனுக்கும்
வெளைஞ்சுதருது காடு

என்ற வரிகளைப் பாடிப் பார்த்துவிட்டு மலேசியா வாசுதேவன் என்னிடம், “ஜீவா இந்தப் பாடலை எழுதியது யார்?” என்றார்.

“நான்தான்” என்றேன்.

அதைக் கேட்டதும் மலேசியா வாசுதேவன் என்னைக் கட்டிப்பிடித்து வாழ்த்தியது என் கண்களில் இன்னும் வாழ்கிறது.

‘**விடிஞ்சா** கல்யாணம்’, ‘பாலைவன ரோஜாக்கள்’ சென்சார் சர்டிபிகேட் வாங்கி விட்டு, அந்தப் படங்கள் ரிலீஸானபோது ரசிகர்களின் வரவேற்பைப் பார்த்துவிட்டு, ‘இனி ஒரு சுதந்திரம்’ படப்பிடிப்பு நடக்கும் ஊட்டிக்குச் சென்றேன்.

அன்று சிவகுமார் அறிமுகக் காட்சியை எடுக்க வேண்டும். சிவகுமார் விடுதலைப் போராட்ட வீரர் என்பதையும், வறுமையோடு வாழ்ந்து கொண்டிருக்கிறார் என்பதையும் சிறப்பாக எடுத்து முடித்தார் எங்கள் இயக்குநர்.

அடுத்து ரிக்ஷாக்காரர் ராஜாவை அழைத்த சிவகுமார் அந்த ரிக்ஷாவில் பயணிப்பார்.

அப்போது சிவகுமார், “தம்பி! நான் எங்க போறேன்னு நீ கேக்கவே இல்லையே!” என்பார்.

“ஐயா! என் ரிக்ஷாவிலே ஏறுபவர்களிடம், எங்கே போறீங்கன்னு நான் கேட்பதே இல்லை; ஏன்னா, அவங்க போகிற காரியம் நடக்கலைன்னா நான் கேட்டதுதான் காரணம்னு நெனைச்சுக்குவாங்க. அதனாலதான் நான் கேக்குறதில்ல” என்ற பொருள்பட எங்கள் இயக்குநர் வசனத்தைச் சொல்லி நடிகர்களை நடிக்கச் சொன்னார். ஆம்! ஒரு ரிக்ஷாக்காரரின் வழியாக பகுத்தறிவுக் கருத்தை எங்கள் இயக்குநர் புகுத்தினார்.

கலெக்டர் ஆபீஸின் வெளிப்புறத்தில் ரிக்ஷாவிலிருந்து இறங்கிய சிவகுமார் ஒரு இடத்தில் உட்கார்ந்துகொண்டார். அப்போது அவர் பார்வையில் ரிக்ஷாக்காரர் ராஜா தான் அணிந்திருந்த லுங்கி சட்டையைக் கழற்றி விட்டு பேண்ட், சட்டையைப் போடுவார். அதைக் கண்டு சிவகுமார் ராஜாவை அழைத்து ஆடை மாற்றத்திற்கான காரணத்தை கேட்பார்.

அதற்கு ரிக்ஷாக்காரர் ராஜா, “ஐயா நான் டிகிரி முடிச்சிருக்கிறேன். அதற்கான வேலை எனக்குக் கிடைக்காததால ரிக்ஷா ஓட்டிக்கிட்டிருக்கேன். இன்று இந்த ஆபீஸில் இருந்து என்னை இன்டர்வியூக்கு அழைத்திருக்கிறார்கள். அதனால்தான் பேண்ட், சட்டைக்கு மாறினேன்” என்று சொல்லிவிட்டு சிவகுமாரிடம் அவர், “ஐயா நீங்கள்?” என்பார்.

அதற்கு சிவகுமார், “தம்பி இந்த தேச விடுதலைக்காக திருப்பூர் குமரனும், நானும் தேசியக் கொடியைப் பிடித்துக்கொண்டு ‘வந்தே மாதரம்’, ‘ஜெய்ஹிந்த்’ என்று கோஷம் போட்டுக்கிட்டு வீதியில் போனோம்.

குமரனை போலீசார் அடித்து சாகடித்துவிட்டனர். அவன் வரலாற்றில் இடம் பெற்றுவிட்டான். என் காலை மட்டும் போலிசார் அடித்து ஒடித்துவிட்டனர். நான் வாழ்ந்துகொண்டிருக்கிறேன்.

இப்ப நான் எதுக்கு இந்த ஆபீசுக்கு வந்தேன் தெரியுமா? என் நிலத்தை அரசாங்கம் எடுத்துக்கிடுச்சு. அதற்குரிய பணத்தை அரசாங்கம் எனக்கு இதுவரை கொடுக்கலை. அதற்கு அலைஞ்சு அலைஞ்சு செருப்பும் தேஞ்சுப் போச்சு. ஒவ்வொரு மாசமும் இங்க வேலை பாக்குறவங்க ஒவ்வொரு காரணத்தைச் சொல்றாங்க. கடைசியில அந்த பைலு காணாமல் போயிருச்சாம்.

உனக்கு இந்த ஆபீஸ்ல வேலை கிடைச்சு, நீயாவது அந்த பைலைக் கண்டுபிடிச்சு எனக்குக் கிடைக்க வேண்டிய பணத்தை எனக்குக் கிடைக்கச் செய்ப்பா” என்கிற பொருள்பட வசனங்களை நடிகர்களிடம் எங்கள் இயக்குநர் சொல்லிக் கொண்டிருந்தார். அதைக் கேட்டு என் கண்கள் கலங்கின.

'இனி ஒரு சுதந்திரம்' படத்தில் நான் எழுதிய பாடலுக்கு நடித்த காட்சியை அந்த ஆண்டு பொங்கல் வாழ்த்து அட்டைக்கு நடிகர் வாகை சந்திரசேகர் பயன்படுத்தினார்.

மறுநாள் ஊட்டி பொட்டானிக்கல் கார்டனில் 'இனி ஒரு சுதந்திரம்' படத்திற்கு நான் எழுதிய பாடலை ஒலிக்கச் செய்து அனைவரையும் அந்தப் பாடலைக் கேட்கச் செய்து படத்தில் பணியாற்றும் அனைவரிடமும், "இந்தப் பாடல் நம்ம ஜீவா எழுதியது" என்று எங்கள் இயக்குநர் சொல்லியதும், அதைக் கேட்டு அந்தப் படத்தில் பணியாற்றிய அனைவரும் அந்தப் பாடலைத் தாங்கள் எழுதியதாக எண்ணி என்னை வாழ்த்தியதும் என் அடிமனதில் தங்கியிருக்கிறது.

எங்கள் படப்பிடிப்பில் நடிகர் சந்திரசேகர், ஜனகராஜ், கிருஷ்ணமூர்த்தி ஆகியோர் கலந்துகொண்டால் திருவிழாதான். அவர்களோடு எங்கள் இயக்குநர், ஒளிப்பதிவாளர் சபாபதி, நடிகர் சத்யராஜ் சேர்ந்துவிட்டால் ஒரே அமர்க்களம்தான்.

'இங்கேயும் ஒரு கங்கை' திரைப்படத்திலேயே எனக்கு நடிகர் சந்திரசேகர் அறிமுகமாகிவிட்டார். அவரும் நளினியும் 'இனி ஒரு சுதந்திரம்' படத்தில் நான் எழுதிய பாடலுக்கு நடித்தனர். என்னை எங்கு சந்தித்தாலும் நடிகர் சந்திரசேகர்,

"வெட்டித்தனப் பேச்சுகளால்
வீணாப்போச்சு நாடு

வெட்கங்கெட்ட மனுஷனுக்கும்
வெளைஞ்சு தருது காடு...”

என்று நான் எழுதிய வரிகளைப் பாடத் தொடங்கிவிடுவார்.

‘இனி ஒரு சுதந்திரம்’ படம் வெளிவந்தபின் வந்த பொங்கலுக்கு நடிகர் வாகை சந்திரசேகர் ‘இனி ஒரு சுதந்திரம்’ படத்திற்கு நான் எழுதிய பாடலுக்கு நடித்ததைப் படமாக்கிப் பொங்கல் வாழ்த்தாகத் தயாரித்து அனைவருக்கும் அனுப்பி மகிழ்ந்தார்.

ஒருவழியாக ‘இனி ஒரு சுதந்திரம்’ படம் முடிந்தது. முதல் காபி தயாரானதும் பத்திரிகையாளர்களுக்குப் படத்தைப் போட்டுக் காட்டினர். அனைவரும் எங்கள் இயக்குநரைப் பாராட்டிச் சென்றனர்.

இதுபோன்ற சூழலில் எங்கள் இயக்குநர், நடிகர் சத்யராஜ், ஒளிப்பதிவாளர் சபாபதி போன்றோர் சூழ்ந்திருக்க அன்று பத்திரிகையாளர்களுக்குப் போட்டுக் காட்டிய, விரைவில் வெளிவரப் போகும் படத்தைப் பற்றி என்னிடம் கேட்பார். நான் ஒளிவுமறைவின்றி அந்தப் படத்தைப் பற்றிய என் கருத்தைச் சொல்வது வழக்கம்.

இதற்குச் சான்றாக ‘தாகம்’ செங்குட்டுவன் முகநூலில் பதிந்திருக்கும் பதிவு இங்கே:

“தாகம் இதழுக்கும் எனக்குமான பொற்காலம் என்று ஒரு காலம் உண்டென்றால் அது அண்ணன் மணிவண்ணன் வாழ்ந்த காலம்.

சென்னையில் அவர் கலந்து கொள்ளும் பெரும்பாலான படப்பிடிப்புகளில் நான் உடன் இருப்பேன்.

அரசியல், வரலாறு, நக்கல், என அவருடன் இருக்கும் ஒவ்வொரு நொடியும் பரவசம் பற்றிக்கொள்ளும்.

“Small Water Irrigation System - இதை நம்ம அரசு, சிறுநீர் பாசனத் திட்டம்னு மொழிபெயர்த்திருக்கு” என்று மணிவண்ணன் பேச அரங்கமே சிரிப்பில் அதிரும்.

இயக்குநர் மணிவண்ணனும் நானும் / 143

தமிழ்நாடு அரசின் இயல் இசை நாடக மன்றத் தலைவராக நடிகர் வாகை சந்திரசேகர் பதவி ஏற்ற போது நான் அவருக்குப் பயனாடை அணிவித்து வாழ்த்தியபோது

அவருக்கு வந்த ஒரு அபூர்வ பக்கவாத நோய் என் தந்தைக்கும் வந்ததால், எப்போதும் என் தந்தையை விசாரிப்பார்.

'தாகம்' இதழுக்காக திரை நட்சத்திரங்களை நாங்கள் தேடி அலைந்த காலகட்டத்தில் எங்கள் சென்னை அமைந்தக்கரை அலுவகத்திற்கு ஆள் அனுப்பி எங்கள் ஆசிரியர் குழுவை அழைத்தவர் மணிவண்ணன்.

அவரது சென்னை தியாகராயர் நகர் சரவணன் தெரு அலுவலகம் எனக்கு இன்னொரு அலுவலகம்.

எனக்குத் திரைத்துறையில் ஆர்வம் இல்லை. 'தாகம்' இதழின் அங்கமாக என்னுடன் பயணித்த நண்பன் பிரேம்ராஜ் அதி தீவிர திரை ஆர்வலன். அவனுக்காக அண்ணன் மணிவண்ணனிடம் கோரிக்கை வைத்தேன். அடுத்த நொடியே பிரேமை தன் உதவி இயக்குநராக சேர்த்துக் கொண்டார்.

அண்ணன் மணிவண்ணனின் உற்ற தோழர்களில் ஒருவர் அண்ணன் ஜீவபாரதி. 'நந்தன்' இதழில் அவர் எழுதிய 'வேலுநாச்சியார்' தொடர் மிகப் பிரபலமான தொடர்.

இன்று அவரது பிறந்த நாள். அண்ணன் மணிவண்ணன் நினைவுகள் ஓயாமல் அடிக்கிறது.

'அமைதிப் படை' பட்டிதொட்டி எங்கும் பட்டையைக் கிளப்பிய காலமது. இன்று 'விக்ரம்' வெற்றி எப்படி கமலை துள்ளிக் குதிக்க வைத்துள்ளதோ அப்படி ஒரு மகிழ்ச்சியில் அன்று மணிவண்ணன்.

'அமைதிப்படை' வெற்றி அவரை முழுநேர நடிகராக்கிவிட்டது. ஆனாலும் அவரது இயக்குநர் தாகம் தணியவில்லை. 'தோழர் பாண்டியன்', 'ஆண்டான் அடிமை' என இயக்கியபடியே இருந்தார்.

24 மணி நேரமும் ஓயாத நடிப்பு என்பதால், 'ஆண்டான் அடிமை'யில் அவரால் முழுக் கவனமும் செலுத்த முடியவில்லை.

அவரது சரவணன் தெரு அலுவலகத்துக்கு உடனடியாக என்னை வரச் சொன்னார். "ஜீவா இப்ப வருவாரு செங்குட்டுவன். அவரை அழைச்சிட்டு சுப்ரகீத் போயிரு. படத்தைப் பாருங்க. ஆண்டான் அடிமையை உடனடியாக ரிலீஸ் பண்ணனும்" என்றார்.

நானும் ஜீவபாரதி, அண்ணனும் என் இரு சக்கர வாகனத்தில் சுப்ரகீத் ப்ரிவியூ திரையரங்கம் அடைந்தோம். இருவர் மட்டுமே அரங்கில். எடிட் செய்யப்படாத 'ஆண்டான் அடிமை' சுமார் 3 மணி நேரம் ஓடியது.

மணிவண்ணன் அவர்களிடம் ஏராளமான திரைப்படங்களில் உதவி இயக்குநராகப் பணியாற்றிய ஜீவபாரதி அண்ணனுக்கு திருப்தி இல்லை.

அன்று மாலையே அலுவலகத்தில் ஜீவபாரதி அண்ணன், மணிவண்ணன் அவர்களிடம் தம் கருத்தைச் சொல்லிவிட்டார்.

மீண்டும் 'ஆண்டான் அடிமை' ட்ரிம் செய்யப்பட்டது.

சத்யராஜ் நடிப்பில் வெளியான அப்படம் தோல்வி அடைந்தது.

'**தீர்த்தகரையினிலே**' என்ற படத்திற்குப் பின் வந்த, 'கனம் கோர்ட்டார் அவர்களே..', 'வாழ்க்கைச் சக்கரம்', 'சந்தனக் காற்று' போன்ற படங்களில் உதவி இயக்குநராக எங்கள் இயக்குநரிடம் நான் பணியாற்றவில்லை. தனியாகப் படம் பண்ணும் முயற்சியில் நான் ஈடுபட்டிருந்தேன். இருப்பினும் ஒவ்வொரு படத்தையும் முடித்து பத்திரிகையாளர்களுக்குக் காட்டும்போது எனக்கு அந்தப் படங்களைக் காட்டி என் கருத்தைக் கேட்பதை வாடிக்கையாகக் கொண்டிருந்தார் எங்கள் இயக்குநர். அப்படித்தான், 'ஆண்டான் அடிமை' படத்தையும் நான் பார்க்க ஏற்பாடு செய்தார். அந்தப் படத்தைப் பற்றிய என் விமர்சனத்தையும் எங்கள் இயக்குநரிடம் நான் பதிவு செய்தேன்.

எங்கள் இயக்குநரின் 'இனி ஒரு சுதந்திரம்' படத்தைப் பார்த்து அனைவரும் எங்கள் இயக்குநரைப் பாராட்டினர். ஆனால் எங்கள் இயக்குநரிடம், "படம் வெற்றி பெறுவது சிரமம்" என்றேன்.

படம் வெளியானது. அண்ணாசாலையில் அண்ணா சிலைக்கு எதிரில் 'இனி ஒரு சுதந்திரம்' விளம்பரப் பேனர் பெரிதாக வைக்கப்பட்டது. அதில் இந்திய தேசத்தின் வரைபடம். அதில் ரத்தத் துளிகள், ஒரு சிறுவன் தன் கையில் ஒரு குழந்தையை வைத்துக் கொண்டு கதறும் காட்சி இடம் பெற்றிருந்தது. இதைப் பார்த்து அந்த வழியில் சென்றவர்கள் எல்லாம் படத்தைப் பற்றிப் பேசத் தொடங்கிவிட்டனர்.

பத்திரிகையாளர்கள் படத்தைப் பாராட்டி எழுதியிருந்தனர். ஆல்பர்ட் தியேட்டரில் முதல்நாள் முதல் காட்சியில் வரிசையில் நின்று டிக்கெட் வாங்கி நான் படத்தைப் பார்க்கச் சென்றேன். படம் முடிந்து வெளிவந்த ஆண் பெண் என பலரிடமும் படத்தைப் பற்றி விசாரித்தேன். அனைவரும் "படம் நல்லா இருக்கு. என்னமோ குறையுது.." என்றனர்.

அங்கிருந்து இயக்குநர் இல்லத்திற்குச் சென்று படத்தைப் பற்றி மக்கள் சொன்ன விமர்சனத்தைச் சொன்னேன்.

ஆனால் எங்கள் இயக்குநர், "இல்லை ஜீவா! மதுரை கோவையிலிருந்தெல்லாம் நல்ல ரிப்போர்ட் வந்துச்சு" என்றார்.

"இருக்கலாம் சார். ஆனால் படம் 50 நாளைத் தாண்டுவது கஷ்டம்" என்றேன். 'இனி ஒரு சுதந்திர'த்தின் தலைவிதி அப்படித்தான் முடிந்தது.

'இனி ஒரு சுதந்திரம்' படத்தில் முதன்முதலாக எனக்குப் பாடல் எழுதும் வாய்ப்புக் கொடுத்திருக்கிறார். தன்னுடைய அனைத்துப் படங்களிலும் உதவி இயக்குநராகப் பணியாற்றும் வாய்ப்பை எனக்கு வழங்கியிருக்கிறார் எங்கள் இயக்குநர். அப்படிப்பட்டவரிடம் அவருடைய படத்தைப் பற்றி நான் எதிர்மறையாக விமர்சித்ததை வேறு எந்த இயக்குநரும் ஏற்றுக் கொள்ள மாட்டார்கள்.

ஆம்! எங்கள் இயக்குநர் என் மீது கொண்டிருந்த தாயுள்ளமும், எனக்குள்ள ஆழமான விமர்சனப் பார்வையையும் அறிந்ததால்தான் ஒவ்வொரு படத்தைப் பற்றியும் என்னுடைய கருத்தைக் கேட்பதில் ஆர்வம் கொண்டிருந்தார்.

'**இனி** ஒரு சுதந்திரம்' படம் வெளிவந்து சிலகாலம் கழித்து எங்கள் இயக்குநரின் தந்தை இறந்துவிட்டார். இந்தச் சோகம் அந்தக் குடும்பத்தினர் அனைவரையும் வாட்டி வதைத்தது. இந்தச் சூழ்நிலையில் எங்கள் இயக்குநர் ஒருநாள், "ஜீவா.. அப்பா இழப்பிலிருந்து விடுபட முடியவில்லை. அதனால் கோவைக்குச் சென்று சில நாட்கள் தங்கியிருப்போம். சூலூரில் இருக்கும் தங்கையையும், பொள்ளாச்சியில் இருக்கும் தங்கையையும் பார்த்துவிட்டு வருவோம்" என்றார்.

கோவைக்குப் புறப்பட்டோம். லட்சுமி காம்பளக்ஸில் தங்கினோம். ஒருநாள் சூலூர், மறுநாள் பொள்ளாச்சி என்று பயணம்.

அப்போதுதான் சூலூரிலிருந்து பொள்ளாச்சிக்கு எங்கள் இயக்குநரும் நானும் பயணித்துக் கொண்டிருந்தபோது எங்கள்

இயக்குநர் என்னிடம், "ஜீவா! 'இனி ஒரு சுதந்திரம்' படம் ஓடாது என்று எப்படிக் கணித்தீர்கள்?" என்றார்.

இதற்குமுன் எங்கள் இயக்குநரின் சில படங்களைப் பற்றி என்னுடைய கருத்தை இயக்குநரிடம் நான் சொல்லி யிருக்கிறேன். அப்போதெல்லாம் என் கருத்துக்கான காரணத்தைக் கேட்காத எங்கள் இயக்குநர், 'இனி ஒரு சுதந்திரம்' படத்தைப் பற்றி நான் சொன்ன கருத்துக்கான காரணத்தை மட்டும் இப்போது கேட்பது ஏன்?

ஆம்! எங்கள் இயக்குநர் அவருடையை 'இனி ஒரு சுதந்திரம்' படத்தைத் தன்னுடைய லட்சியப் படமாகக் கருதினார். அந்தப் படத்தின் தோல்வி எங்கள் இயக்குநரை மிகவும் பாதித்திருந்தது. அதனால்தான் இப்போது எங்கள் இயக்குநர் 'இனி ஒரு சுதந்திரம்' படத்தைப் பற்றி அன்று நான் சொன்ன கருத்துக்கான காரணத்தை இன்று கேட்கிறார் என்பதைப் புரிந்துகொண்டேன்.

மீண்டும் எங்கள் இயக்குநர் என்னிடம், "சொல்லுங்கள் ஜீவா!" என்றார்.

"சார்.. சிவகுமாரை மிகச் சிறந்த விடுதலைப் போராட்ட வீரராகக் காட்டினீர்கள். அப்படிப்பட்டவர் தன் கண் முன்னால் நடக்கும் கொடுமைகளைக் கண்டும் காணாமல் இருக்கிறார். ஆனால் தன் மகளைக் கெடுத்தவனைப் பழிவாங்குகிறார். இது சுயநலம் அல்லவா? மேலும் உங்கள் அடிமனதில் குடியிருக்கும் தீவிரவாதத்தை நியாயப்படுத்த கிளைமாக்ஸை அமைத்தீர்கள். இதுவே சிவகுமாரின் விடுதலைப் போராட்ட வீரர் என்ற பிம்பத்தை உடைத்துவிட்டது.

ஜனகராஜ் தன் நிலத்தை மீட்பதற்காகப் பணத்தை விணுச்சக்கரவர்த்தியிடம் கொடுக்கும்போதெல்லாம் அதை வட்டிக்குச் சரியாப் போச்சு என்று விணுசக்கரவர்த்திச் சொல்லும்போதும், ஜனகராஜ் கதறும்போதும் அங்கு சிவகுமார் வேடிக்கைப் பார்த்துக் கொண்டிருக்கிறார்.

இந்தக் காட்சியைப் படத்தின் இறுதிக் காட்சியாக வைத்திருக்க வேண்டும். சிவகுமார் விஜுச்சக்கரவர்த்தியிடம், "வெள்ளைக்காரனிமிருந்து இந்தத் தேசத்திற்கு போராடி விடுதலை வாங்கினோம். இப்ப ஒன்ன மாதிரி கொள்ளைக்காரனிடமிருந்து அடித்தட்டு மக்களுக்கு விடுதலை வாங்க வேண்டியதிருக்கு, நாளை அவன் நிலத்தில் நான் ஏர் ஓட்டுகிறேன். வந்துபார்" என்று சவால் விட்டிருக்க வேண்டும்.

மறுநாள் ஜனகராஜ் நிலத்தில் சிவகுமார் ஏர் ஓட்டிக் கொண்டிருக்க, ஜனகராஜ் அதைக் கைதட்டி ரசிக்க, அப்போது அங்கு வந்த விஜுச்சக்கரவர்த்தியின் அடியாட்கள் சிவகுமாரை வெட்டி மண்ணில் வீழ்த்த, ஜனகராஜ கதற, கலப்பையில் பூட்டப்பட்டிருந்த மாடுகள் மண்ணில் கிடந்த சிவகுமார் தாடியில் ஒட்டியிருந்த மண்ணையும் ரத்தத்தையும் நாக்கால் துடைக்க, அப்போது:

"ஆம்! இந்த தேசத்,தில்
மாட்டுக்கு இருக்கும்
மனிதாபிமானம் கூட
மனிதர்களுக்கு இல்லை
அதனால் இங்கே வேண்டும்
இனி ஒரு சுதந்திரம்!"

என்று கார்டு போட்டிருந்தால் மக்கள் கனத்த இதயத்தோடு தியேட்டரிலிருந்து வெளிவந்திருப்பார்கள். சிவகுமார் விடுதலைப் போராட்ட வீரர்தான் என்பதற்கு அழுத்தமான காரணமும் கிடைத்திருக்கும்" என்றேன்.

இதை பொறுமையாகக் கேட்ட எங்கள் இயக்குநர், "இதை ஏன் ஜீவா, படப்பிடிப்பு நடந்தபோது சொல்லவில்லை?" என்றார்.

"சார்.. கதை முழுவதும் உங்கள் மனதில் மட்டும்தான் இருக்கும். கதை பற்றிய விவாதமும் விரிவாக நடைபெறவில்லை. இந்தப் படத்தின் பணிகளின் போது என்னை அடுத்த படங்களின் பணியைக் கவனிக்கச் சென்னையில் இருக்கச்

செய்தீர்கள். படத்தை முழுமையாகப் பார்த்தபோதுதான் படத்தின் குறைகள் எனக்குத் தென்பட்டது" என்றேன்.

இதைக் கேட்டு எங்கள் இயக்குநர் சிரித்தார். அந்தச் சிரிப்பு என் அறியாமையைக் கண்டா? அல்லது என்னுடைய விமர்சன அணுகுமுறையைக் கண்டா? என்பது இன்றுவரை எனக்குப் புரியவில்லை!

கோவையிலிருந்து சென்னைக்கு எங்கள் இயக்குநர் என்னை விமானத்தில் அழைத்து வந்தார்.

ஆம்! என் வாழ்க்கையில் முதன்முதலில் எனக்கு விமானப் பயணத்தை ஏற்படுத்திக் கொடுத்தவர் எங்கள் இயக்குநர்தான்.

12

சின்ன தம்பி பெரிய தம்பியும் நதியாவும்

இயக்குநர் இயக்கிய, 'விடிஞ்சா கல்யாணம்', 'பாலைவன ரோஜாக்கள்' ஆகிய இரண்டு படங்களும் ஒரே நாளில் வெளிவந்தன.

'பாலைவன ரோஜாக்கள்' சென்னை சாந்தி தியேட்டரிலும், 'விடிஞ்சா கல்யாணம்' சென்னை தேவி தியேட்டரிலும் வெளிவந்து இரண்டு படங்களும் 100 நாட்கள் ஓடி சாதனை புரிந்தன.

இந்த இரண்டு படங்களிலும் சத்யராஜ் கதாநாயகன். இந்த இரண்டு படங்களிலும் நான் உதவி இயக்குநர்.

இந்த வெற்றியைத் தொடர்ந்து சத்யராஜின் பெரியம்மா மகன் மாதம்பட்டி சிவகுமாருக்காக எங்கள் இயக்குநர் இயக்கியதுதான், 'சின்னதம்பி பெரியதம்பி' என்ற திரைப்படம்.

படத்தில் சத்யராஜ், பிரபு முக்கிய கதாபாத்திரங்களிலும்; நதியா கதாநாயகியாகவும் நடித்தனர்.

மாதம்பட்டியில் உள்ள தயாரிப்பாளர் மாதம்பட்டி சிவகுமாரின் பங்களா எல்லா வசதிகளும் கொண்ட மிகப் பெரிய பங்களா. இந்தப் பங்களாவில்தான் அனைவரும் தங்கினோம்.

மாதம்பட்டியில் இருந்த தயாரிப்பாளர் மாதம்பட்டி சிவகுமாரின் தோட்டங்களிலும், தொண்டாமுத்தூர் மற்றும் அதன் சுற்றுவட்டாரக் கிராமங்களிலும், திருப்பூரிலும் இந்தப் படத்தின் படப்பிடிப்பு நடந்தது.

இந்தப் படத்தின் படப்பிடிப்பு நடந்து கொண்டிருந்தபோது தயாரிப்பாளர் மாதம்பட்டி சிவகுமார் ஒரு இளைஞரை எங்கள் இயக்குநரிடம் அழைத்து வந்து, "இவர் எனக்கு வேண்டிய குடும்பத்தைச் சேர்ந்தவர். இவரை நீங்கள் உதவி இயக்குநராகச் சேர்த்துக் கொள்ள வேண்டும்" என்றார்.

அந்த இளைஞரிடம் எங்கள் இயக்குநர், "சினிமாவைப் பற்றி உனக்கு என்ன தெரியும்?" என்றார்.

"மிமிக்கிரி பண்ணுவேன்" என்றார் அந்த இளைஞர்.

"எங்கே பண்ணு" என்றார் எங்கள் இயக்குநர்.

சில நடிகர்களைப் போன்று அந்த இளைஞர் பேசிக் காட்டினார்.

உடனே அந்த இளைஞரை எங்கள் யூனிட்டில் உதவி இயக்குநராக எங்கள் இயக்குநர் சேர்த்துக் கொண்டார்.

அந்த இளைஞர்தான் பிற்காலத்தில் 'செங்கோட்டை' என்ற படத்தை இயக்கி, அண்மையில் மறைந்த சசிகுமார்.

அன்று காலையில்தான் சென்னையிலிருந்து மாதம்பட்டிக்கு நடிகை நதியா வந்து சேர்ந்தார். நதியா சேலை, நதியா வளையல், நதியா கம்மல் என தமிழக முழுவதும் நதியாவின் அலை வீசிக் கொண்டிருந்த காலம்.

திருப்பூரில் வைக்கிங் கம்பெனியில் படப்பிடிப்பு. இங்குதான் நதியாவின் அறிமுகக் காட்சியை எடுக்க எங்கள் இயக்குநர் திட்டமிட்டிருந்தார்.

அனைவரையும் திருப்பூருக்கு அனுப்பிவிட்டு, எங்கள் இயக்குநரை அவருடைய அறையில் சந்தித்து, "சார்! எல்லாரும் திருப்பூருக்குப் புறப்பட்டு விட்டார்கள். சத்யராஜுக்கும், பிரபுவுக்கும் தகவல் சொல்லிவிட்டேன். நான் திருப்பூருக்குச் செல்கிறேன். நீங்கள் புறப்பட்டு வாருங்கள்" என்று சொல்லிவிட்டு புறப்பட்டேன்.

அப்போது எங்கள் இயக்குநர், "ஜீவா! இருங்க போகலாம்" என்றார்.

நான் ஏதும் புரியாமல் நின்றேன்.

"ஜீவா! நேற்று இரவு ஒரு கனவு கண்டேன்" என்றார் எங்கள் இயக்குநர்.

அதைக் கேட்டு நான் சிரித்துவிட்டேன்.

"இல்ல ஜீவா! உண்மைதான்; எனக்கு எப்போதும் கனவுகள் வருவதில்லை. அப்படியே வந்தாலும் எடுத்துக் கொண்டிருக்கும் படத்தைப் பற்றியோ அல்லது எடுக்கப் போகும் படத்துக்கான கதை பற்றியோதான் எப்போதாவது கனவு வரும். நேற்று இரவு வந்த கனவு வித்தியாசமானது" என்று சொல்லிச் சிரித்தார் எங்கள் இயக்குநர்.

"என்ன கனவு சார்?" என்றேன்.

"ஷூட்டிங் ஆரம்பித்துவிட்டது. நதியா அறிமுக சீன். காஸ்ட்யூமர் கொடுத்த துணிகளைப் போட மறுத்து விட்டார் நதியா. "எனக்கான துணியை நான்தான் தேர்வு செய்வேன். உங்கள் இஷ்டத்திற்கு நீங்கள் கொடுக்கும் டிரஸ்ஸை என்னால் போட்டுக் கொள்ள முடியாது" என்று சொல்லிவிட்டார். அடுத்து என்ன செய்வதென்று தெரியாமல் திகைத்துப்போய் இருந்தோம். அப்போது நீங்கள் சென்று

'சின்ன தம்பி பெரிய தம்பி' படப்பிடிப்பில் இடமிருந்து : நடிகர் பிரபு, ஒப்பனைக் கலைஞர் ராஜு, டேப்ரிக்காடை வைத்திருப்பவர் உதவி இயக்குநர் திருப்பூர் ஈஸ்வரன், பேடு வைத்திருப்பது நான், கேமிரா அருகில் நிற்பது எங்கள் இயக்குநர், அருகில் அமர்ந்திருப்பது ஒளிப்பதிவாளர் சபாபதி.

பேசினீர்கள். அவர் உடனே காஸ்டியூமர் கொடுத்த டிரஸ்ஸைப் போட்டுக்கொண்டு நடிக்க வந்துவிட்டார். இத்தோடு கனவு முடிந்துவிட்டது என்று சொல்லிச் சிரித்தார் எங்கள் இயக்குநர்

அதற்கு நான், "சார்! தமிழகத்தில் நதியாவின் புகழ் உச்சத்தில் இருக்கிறது. அதை நினைத்துக்கொண்டு தூங்கியிருப்பீர்கள். அந்த நினைவு கனவாக வந்திருக்கும்" என்றேன்.

உண்மையில் என்னிடம் சொல்லியபடி எங்கள் இயக்குநர் கனவு கண்டாரா? இல்லை நான் உஷாராக இருக்க அந்தக் கனவைச் சொல்லி என்னைத் தயார்ப்படுத்தினாரா என்பது எனக்குத் தெரியாது.

திருப்பூர் வைக்கிங் கம்பெனியில் படப்பிடிப்பு. அந்தக் கம்பெனியில்தான் சத்யராஜ், பிரபு, நதியா ஆகியோர் பணியாற்றுகின்றனர். அன்று நதியா அறிமுகக் காட்சியை எடுக்க வேண்டும்.

சத்யராஜ், பிரபு சம்பந்தப்பட்டக் காட்சிகளை எங்கள் இயக்குநர் எடுத்துக் கொண்டிருந்தார். அப்போது நதியாவின் உதவியாளர் எங்கள் இயக்குநரிடம் வந்து, "சார்! மேடம் மேக்கப் போட்டுவிட்டார் வரலாமா?" என்று கேட்டார்.

எங்கள் இயக்குநர் என்னிடம், "ஜீவா! நதியாவுக்கு அறிமுகக் காட்சியைச் சொல்லி அழைத்து வாருங்கள்" என்றார்.

நதியா வைகிங் கம்பெனி கெஸ்ட் ஹவுஸில் தங்கியிருந்தார். நதியா உதவியாளருடன் நான் அங்கு சென்றேன். அப்போது நமக்கு ஆங்கிலமும் தெரியாது; மலையாளமும் தெரியாது. நதியாவுக்கு தமிழ் சரியாகத் தெரியுமா என்பதும் தெரியாது. நதியாவுக்கு எப்படி அவருடைய அறிமுகக் காட்சியைச் சொல்லப் போகிறோமோ? என்ற தயக்கத்துடன் சென்றேன்.

நதியா தங்கியிருந்த அறைக்குச் சென்றதும், "நான் இயக்குநர் மணிவண்ணனின் உதவியாளர். என் பெயர் ஜீவபாரதி" என்றேன்.

இதைக் கேட்டதும் நதியா எழுந்து நின்று எனக்கு வணக்கம் சொன்னார். இந்த மரியாதை எனக்குக் கொடுக்கப்பட்டதன்று; எங்கள் இயக்குநருக்கு நதியா கொடுத்த மரியாதை என்பதை நானறிவேன்.

எடுக்கப் போகும் அறிமுகக் காட்சியை நதியாவுக்கு விளக்கினேன். முதல் படத்தில் நடிப்பது போன்று ஆர்வத்தோடு கேட்டார். நதியா தமிழையும் நன்றாகவே தெரிந்து வைத்திருந்தார். அவருடைய பழகும் விதமும், தொழிலுக்குக் கொடுக்கும் மரியாதையும் என்னை வியக்க வைத்தது. அந்த வியப்போடு சூட்டிங் ஸ்பாட்டிற்கு நதியாவை அழைத்து வந்தேன். நதியா என் மீது தனித்த மரியாதை கொண்டிருந்தார். அதற்கு அடித்தளமிட்டவர் எங்கள் இயக்குநர்தான்.

இந்தப் படத்தில் காந்திமதி அக்கா முக்கிய வேடத்தில் நடித்தார். நான் முதன்முதலாக காந்திமதி அக்காவை இங்குதான் சந்தித்தேன்.

'முதல் வசந்தம்' திரைப்பட வெற்றி விழாவில் இடமிருந்து : நான், தோழர் கே.சுப்பராயன் எம்.எல்.ஏ., எங்கள் இயக்குநருக்கு வழங்கிய நினைவுப் பரிசுடன் உதவி இயக்குநர் திருப்பூர் ஈஸ்வரன்.

ஒருநாள் அவரிடம், ஜெயகாந்தனின் 'உன்னைப் போல் ஒருவன்' திரைப்படத்தில் காந்திமதி அக்கா நடித்ததைப் பற்றியும், அந்தப் படத்தின் சிறப்புப் பற்றியும் சொன்னேன். அதைக் கேட்டு அக்கா காந்திமதி நெகிழ்ந்துவிட்டார்.

இதன்பின் வாய்ப்புக் கிடைக்கும் போதெல்லாம் காந்திமதி அக்காவும் நானும் ஜெயகாந்தனைப் பற்றியே பேசிக் கொண்டிருப்போம். இதைக் கவனித்து விட்ட எங்கள் இயக்குநர் ஒருநாள், "நம்ம படத்தைப் பற்றிப் பேசாமல் எப்பப் பார்த்தாலும் ஜெயகாந்தனைப் பற்றியும், அவருடைய படத்தைப் பற்றியும் பேசிக் கொண்டிருக்கிறீர்களே! என்ன நியாயம்?" என்று சிரித்துக் கொண்டே கேட்டார்.

அந்த அளவுக்கு காந்திமதி அக்காவும் நானும் ஜெயகாந்தனை மையமாக வைத்து அன்பை வளர்த்துக் கொண்டோம்.

அந்தப் படம் ஷூட்டிங் நடந்து கொண்டிருந்தபோது திருப்பூர் யுனிவர்சல் தியேட்டரில் எங்கள் இயக்குநரின் 'முதல் வசந்தம்' திரைப்படம் 50 நாட்களைத் தாண்டி ஓடிக் கொண்டிருந்தது. இந்தப் படத்தை வாங்கிய விநியோகஸ்தர் படம் ஓடிக் கொண்டிருந்த தியேட்டரில் ரசிகர்கள் மத்தியில், வெற்றி விழாவை நடத்த முடிவு செய்து எங்கள் இயக்குநரிடம் அனுமதியும் பெற்று விட்டார் இது பற்றி எனக்கு எதுவும் தெரியாது.

விழாவுக்கு முதல்நாள் எங்கள் இயக்குநர் என்னிடம், "ஜீவா நாளை திருப்பூரில் 'முதல் வசந்தம்' படத்தின் வெற்றி விழாவை விநியோகஸ்தர் நடத்துகிறார். அதில் அனைவரும் கலந்து கொள்கிறோம். சத்யராஜ், பிரபு, நதியா, சுதா சந்திரன் ஆகியோருக்கு நான் சொல்லிவிட்டேன். அவர்களும் அந்த விழாவில் கலந்து கொள்கிறார்கள். காந்திமதி அக்காவிடம் நான் சொல்லவில்லை. நீங்கள் அவர்களிடம் சொல்லி நாளை விழாவுக்கு அவரை அழைத்து வாருங்கள்" என்றார்.

எங்கள் இயக்குநரின் ஆணைப்படி அன்று மாலை காந்திமதி அக்காவிடம் நான், "அக்கா நாளை மாலை திருப்பூரில் எங்கள் இயக்குநரின் 'முதல் வசந்தம்' படத்தின் வெற்றி விழா நடக்கிறது. அதில் நீங்களும் கலந்து கொள்ள வேண்டும்" என்றேன்.

அதற்கு காந்திமதி அக்கா, "சார்! நான் நடிக்காத அந்தப் படத்தின் வெற்றி விழாவில் நான் ஏன் கலந்து கொள்ள வேண்டும்?" என்றார்.

"அக்கா! நீங்கள் அந்த விழாவில் கலந்து கொள்ள வேண்டும் என்று எங்கள் இயக்குநர் விரும்புகிறார்; அத்துடன் அந்த விழாவில் என்னை நீங்கள்தான் சிறப்பிக்கிறீர்கள். அதனால் நீங்கள் வந்தால் சிறப்பாக இருக்கும்" என்றேன்.

எங்கள் இயக்குநர் காந்திமதி அக்காவை விழாவில் கலந்து கொள்ளச் செய்ய வேண்டும் என்று விரும்பினாரே தவிர அந்த விழாவில் என்னையும் சிறப்பிப்பார்கள் என்று நான் சொன்னது காந்திமதி அக்கா கலந்து கொள்ள வேண்டும் என்பதற்காகவே நான் சொன்னப் பொய்யாகும்.

எப்படியோ என் பொய்யை நம்பிவிட்டார் காந்திமதி அக்கா.

விழா அன்று காந்திமதி அக்காவும், நானும் ஒரே காரில் பயணித்தோம். திருப்பூரில் நுழைந்தவுடன் 'மாலை மலர்' பத்திரிகையை வாங்கிப் பார்த்தேன். விழா பற்றி அரைப்பக்கம் விளம்பரம் கொடுத்திருந்தனர். அதில் இயக்குநர், நடிகர்,

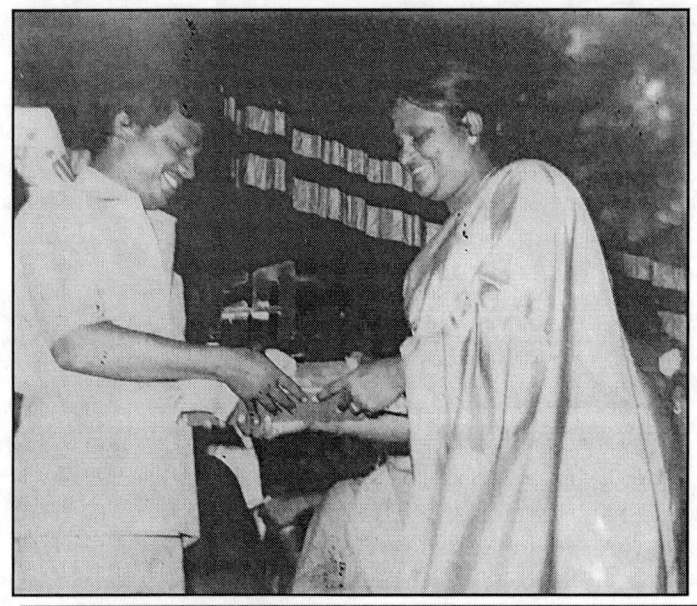

'முதல் வசந்தம்' வெற்றி விழாவில் காந்திமதி அக்கா எனக்கு நினைவுப் பரிசை வழங்குகிறார்.

டெக்னீசியன்களோடு என் பெயரும் இடம்பெற்றிருந்ததைக் கண்டு எனக்கு ஒரே ஆச்சரியம்.

'முதல் வசந்தம்' படத்தில் பணியாற்றிய உதவி இயக்குநர்களில் நான் ஒருவன் மட்டும்தான் 'சின்ன தம்பி பெரிய தம்பி' படத்திலும் பணியாற்றினேன். சினிமாக்காரர்கள் உதவி இயக்குநர்களுக்கெல்லாம் அவ்வளவு முக்கியத்துவம் கொடுக்கமாட்டார்கள். ஆனால் எங்கள் இயக்குநரின் வலியுறுத்தலால்தான் என் பெயரும் அந்த விளம்பரத்தில் இடம் பெற்றிருக்க வேண்டும்.

அப்போது திருப்பூர் சட்டமன்ற இந்தியக் கம்யூனிஸ்ட் கட்சி உறுப்பினராக இருந்த தோழர் கே.சுப்பராயன் தலைமையில் விழா தொடங்கியது. 'முதல் வசந்தம்' திரைப்படத்தில் பணியாற்றிய எங்கள் இயக்குநர், ஒளிப்பதிவாளர் சபாபதி, ஆர்ட் டைரக்டர் கலை, நடிகர் சத்யராஜ், கதை வசனகர்த்தா தயாரிப்பாளர் கலைமணி ஆகியோருக்கு தோழர் கே.

சுப்பராயன், பிரபு, நதியா, சுதா சந்திரன் மற்றவர்களும் நினைவுப் பரிசுகளை வழங்கினர்.

எனக்கு காந்திமதி அக்கா நினைவுப் பரிசை வழங்குவார் என்று விழாக் குழுவினர் அறிவித்ததும் என்னால் நம்ப முடியவில்லை. ஆம் நான் காந்திமதி அக்காவிடம் சொன்ன பொய்யை மெய்யாக்கிக் காட்டினார் எங்கள் இயக்குநர்.

தமிழகத்தின் மிகச்சிறந்த பேச்சாளர்களில் ஒருவரான தோழர் கே.சுப்பராயன் அன்று என்ன காரணத்தாலோ சிறப்பாகப் பேசவில்லை. இதைக் கவனித்த எங்கள் இயக்குநர் என்னிடம், "ஜீவா இன்று தோழர் பேச்சு சோபிக்கவில்லை. அதனால் நீங்கள் வெளுத்துக் கட்டுங்கள்" என்றார். நானும் பேசினேன். ஒரு உதவி இயக்குநருக்கு எந்த இயக்குநரும் இப்படி எல்லாம் செய்திருப்பார்களா? சாத்தியம் இல்லை.

சத்யராஜ், பிரபு நடித்த 'பாலைவன ரோஜாக்கள்', 'விடிஞ்சா கல்யாணம்' போன்று 'சின்ன தம்பி பெரிய தம்பி' படமும் 100 நாள் ஓடி சாதனை புரிந்தது. இந்த வெற்றிப் படத்திலும் நான் பணியாற்றியது என் வாழ்வின் சிறப்பாகும்.

13

எங்கள் இயக்குநரால் கிடைத்த இணையிலா நண்பர்!

'இனி ஒரு சுதந்திரம்' படம் நடந்து கொண்டிருந்தபோதே என்னுடைய 'சொல்லுறதச் சொல்லிப்புட்டேன்...' என்ற கவிதை நூலைத் தயாரிக்கும் பணியில் ஈடுபட்டேன். இந்த நூலுக்கு எங்கள் இயக்குநர் எழுதிய முன்னுரை:

"அண்ணா! வணக்கமுங்க...

நானும் சொல்லுறதச் சொல்லிப்புட்டேங்க.

இந்தப் புத்தகத்தை நீங்க வாங்கிப் படிக்கணும்னு நா(ன்) வக்காலத்து வாங்கல...

ஆனா, படிச்சுப் பார்த்தேனுங்க... ஒரு பாதையப் புரிஞ்சுக்கிட்டேனுங்க..

ஆசையை மட்டும் மனசில விதைக்காம, அதுக்கான அஸ்திவாரத்த மூளையில சொருகுகிற ஆழமான பாட்டுங்க அடங்கினதுதான் இந்தப் புத்தகம்.

படிச்சுப் பார்த்தேனுங்க.

பாவிப் பயலுக பள்ளிக்கூட நாள்ல பதினொரு வருஷத்தில இப்படியொரு பாடத்த ஒருத்தன்கூட நடத்தவே இல்லீங்க..

அவங்கெல்லாம் யாரு? (இப்ப நடக்கும் பாடத் திட்டத்தை மெக்கால்லேகிட்ட கடன் வாங்கினவங்க)

ஒண்ணயும் ரெண்டையும் கூட்டச் சொன்னாங்க.

நாங்க மேட்டையும், பள்ளத்தையும் பார்க்க நெனைச்சாக் கூட கூட்டா சேர்ந்து கண்ண மறைச்சாங்க.

ஆனா... இந்தப் பாவிப்பய ஜீவபாரதி ஒரு மணி நேரத்தில எங்களுக்கு மேட்டையும் காட்டினா(ன்), பள்ளத்தையும் காட்டினா(ன்), சமப்படுத்துறதுக்கு புல்டோசரையும் காட்டினா(ன்).

ஆத்திசூடிய ஆறுருபா கொடுத்து வாங்குற நாம இதக் காசு கொடுத்து வாங்கினா தப்பில்லைன்னுதான் நான் நெனைக்கிறேன்.

ஆனாலும் எனக்கு ஒரு சின்ன மனக்கசப்பு.

இந்த புல்டோசருக்குக் கொஞ்சம் ஸ்பீடு கம்மிங்க...

எல்லாரும் ஒண்ணாச் சேருவோம்.

அப்புறமா? ஏறப்போறது டவுன் பஸ்ஸா, இல்ல எக்ஸ்பிரஸ்ஸான்னு முடிவு பண்ணிக்குவோம்.

அதுவரைக்கும் ஒண்ணாச் சேர்றதிலயே நாம கண்ணா யிருப்போம்.

அதுக்கு இந்தப் புத்தகம் ஒத்தாசையா இருக்கு. இதை எழுதுன ஜீவபாரதியும் பட்டுக்கோட்டையிலதான் பொறந்திருப்பானோன்னு ஒரு சந்தேகம் கிளம்புது.

இவன் பட்டுக்கோட்டையில் பொறக்காட்டியும் பரவா யில்லை. நல்ல வேட்டுக்கோட்டையாய் வளரணும்.

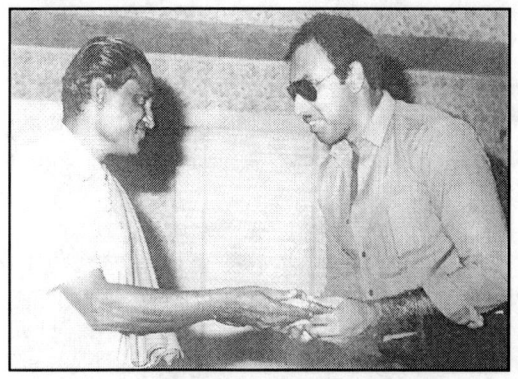 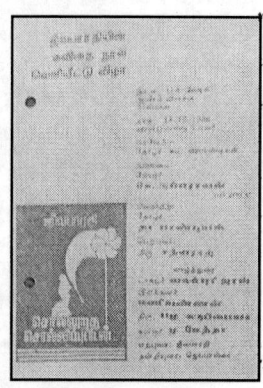

தோழர் தா.பாண்டியன் என் நூலை வெளியிட நடிகர் சத்யராஜ் பெற்றுக் கொள்கிறார்.

இத நா(ன்) ஒருத்தன் மட்டும் சொன்னா எப்படிங்க...

நீங்களும் படியுங்க...

தயவுசெய்து காசு கொடுத்து வாங்கிப் படியுங்க...

உங்களில் நானும் ஒருவன்.

அன்புடன்
மணிவண்ணன்
திரைப்பட இயக்குநர்
1.10.1986

'கலைக்கோவில்' மூவி மேக்கர்ஸ்
எண் 3, லேடி மாதவ சாலை,
மகாலிங்கபுரம்
சென்னை - 34

அடுத்து நூலை வெளியிடுவதற்கான முயற்சியில் ஈடுபட்டேன். நூலை வெளியிட தோழர் தா. பாண்டியனையும், முதல் பிரதியைப் பெற்றுக் கொள்ள நடிகர் சத்யராஜையும் அழைத்தேன்.

பேராசிரியர் சுப.வீரபாண்டியன் வரவேற்புரை நிகழ்த்த, தோழர் கே.சுப்பராயன் எம்.எல்.ஏ. தலைமை உரை நிகழ்த்த, திருவாளர்கள் பழ.கருப்பையா, வலம்புரிஜான், கவிஞர் மு.மேத்தா ஆகியோர் வாழ்த்துரை வழங்க, நூலை வெளியிட்ட தோழர் தா.பாண்டியன் பேசி முடித்தார். இதுதான் தோழர் தா.பாண்டியனின் உரையை நடிகர் சத்யராஜ் கேட்ட முதல் நிகழ்வாகும்.

இறுதியில் கூட்டத் தலைவர் நடிகர் சத்யராஜைப் பேச அழைத்தார். இவருடைய பேச்சைக் கேட்க கூட்டமும் நானும் ஆவலுடன் காத்திருந்தோம். நடிகர் சத்யராஜ் இப்படித் தன்னுடைய பேச்சைத் தொடங்கினர்:

"நான் வசதியான குடும்பத்தில் பிறந்தவன்; ஆனால் சினிமாவில் வாய்ப்புக் கேட்டு நான் அலையும்போது தயாரிப்பாளர், இயக்குநர்கள்முன் அமர யோசிப்பேன். அப்படியே அவர்கள் முன்னே அமரச் சொன்னாலும் சேர் நுனியில்தான் அமர்வேன். இல்லையெனில் திமிர்பிடித்தவன் என்று எண்ணி வாய்ப்புக் கொடுக்கமாட்டார்களோ என்ற அச்சம் எனக்கு உண்டு. நான் மட்டுமல்ல; சினிமாவில் வாய்ப்புக்கேட்டு அலைந்த அனைவரின் ஆரம்பகாலங்களிலும் இப்படித்தான் நடந்திருக்கிறது.

ஆனால், ஜீவபாரதியை நான் முதன்முதலில் பாம்குரோவ் ஓட்டலில் இயக்குநர் மணிவண்ணனைச் சந்திக்கச் சென்றபோதுதான் சந்தித்தேன். அப்போது சேரில் ஜீவபாரதி அமந்திருந்ததைப் பார்த்தேன். அவர் சேரின் நுனியிலும் உட்காரவில்லை; சாய்ந்தும் உட்காரவில்லை; செண்டராக உட்கார்ந்திருந்தார். அப்போதே ஜீவபாரதி வித்தியாசமானவர் என்பதைக் கண்டுகொண்டேன்" என்று முழங்கியபோது அரங்கமே அதிர்ந்தது. என் கண்கள் கலங்கின. ஆம்! கூடியிருந்தோர் மத்தியில் தன் வார்த்தைகளால் எனக்கு மிகப்பெரிய மரியாதையை தேடிக் கொடுத்தார் சத்யராஜ்.

அந்த நிகழ்வில் எங்கள் இயக்குநரால் கலந்துகொள்ள இயலவில்லை. இருப்பினும் 'இனி ஒரு சுதந்திரம்' படத்தில்

சத்யராஜ் வாழ்த்திப் பேசுகிறார். இடமிருந்து : கவிஞர் மு.மேத்தா, வலம்புரி ஜான், திருப்பூர் கே.சுப்பராயன் எம்.எல்.ஏ., பழ.கருப்பையா, வலது ஓரத்தில் நான்.

நான் எழுதிய பாடலுக்காக உதவி இயக்குநர் ஜான் அமிர்தராஜிடம் ஒரு சவரன் டாலரைக் கொடுத்தனுப்பி மேடையில் வழங்கச் செய்து எனக்கு சிறப்பு சேர்த்தார் எங்கள் இயக்குநர்.

தோழர் எம்.கல்யாணசுந்தரம் மறைந்தபின் இந்திய ஐக்கிய கம்யூனிஸ்ட் கட்சி(U.C.P.I)யின் அகில இந்திய முதல் மாநாடு சேலத்தில் நடக்க இருந்தது. அப்போது ஒருநாள் தோழர் தா.பாண்டியன் என்னிடம், "கவிஞா! மாநாட்டுச் செலவுக்குப் பணம் நெருக்கடியாக உள்ளது. அதற்கு ஏதாவது முயற்சிக்க முடியுமா?" என்றார்.

அதற்கு நான், "நாளைக் காலையில் தயாராக இருங்கள், ஒருவரைச் சந்திக்கலாம்" என்றேன்.

மறுநாள் காலையில் தோழர் தா.பாண்டியனையும் அப்போது இந்திய ஐக்கிய கம்யூனிஸ்ட் கட்சி(U.C.P.I)யின் சென்னை மாவட்டச் செயலாளர் தோழர் ஐ.உசேனையும் 'திராவிடன்' படப்பிடிப்பில் அரசு ஸ்டூடியோவில் இருந்த சத்யராஜைச் சந்திக்க அழைத்துச் சென்றேன்.

சந்தித்து நிலைமையை விளக்கினோம். மறுநாள் என்னை அழைத்து ஒரு குறிப்பிட்ட தொகையைக் கொடுத்து

அனுப்பினார் சத்யராஜ். அந்தத் தொகையைப் பெற்றுக் கொண்டு தோழர் தா. பாண்டியன் மகிழ்ந்தது இன்றும் என் நினைவில் வாழ்கிறது.

சென்னை ஜி.ஜி.மருத்துவமையில் அறுவைச் சிகிச்சைக்காக என் மனைவியைச் சேர்ந்திருந்தேன். அறுவைச் சிகிச்சை முடிந்ததும் அதற்கான பில்லை மருத்துவமனை நிர்வாகம் என்னிடம் வழங்கியது. அதைக் கண்டு நான் திகைத்துவிட்டேன். ஆம்! என்னிடம் இருந்த பணத்தைவிட, பில்லில் அதிகத் தொகை குறிப்பிடப்பட்டிருந்தது, என்ன செய்வது? என்று நான் குழம்பிக் கொண்டிருந்தபோது சத்யராஜ் நினைவு வந்து, அவரைத் தொலைபேசியில் தொடர்புகொண்டு நிலைமையைச் சொன்னேன். அடுத்து பத்தாவது நிமிடத்தில் மருத்துவமனைக்கு வந்த சத்யராஜ் முழுத்தொகையையும் கட்டிவிட்டு எனக்கு ஆறுதல் சொல்லிவிட்டுச் சென்றார்.

இலக்கியப் பேராசான் ஜீவாவின் படைப்புகளைத் தொடர்ந்து கொண்டுவரும் முயற்சியில் நான் ஈடுபட்டேன். அப்போது ‘சோவியத் இலக்கியம் பற்றி ஜீவா’ என்ற நூலைத் தயாரித்திருந்தேன். இந்த நூலை வெளியிடுவதற்கு சத்யராஜைத் தொடர்பு கொண்டேன். உடனே அதற்கான பணத்தை அனுப்பி வைத்தார் சத்யராஜ். அந்த நூல் அச்சாகி முடிந்தது.

இந்த வேளையில்தான் சென்னை அம்பாள் நகரில் ‘தமிழ்நாடு கலை இலக்கியப் பெருமன்ற’த்தின் மாநில மாநாடு மூன்று நாட்கள் நடந்தது. முதல் நாள் நிகழ்வில் அழைக்கப்பட்டிருந்த திரைக்கலைஞர்கள் பலர் மாநாட்டில் கலந்துகொள்ளவில்லை. உடனே தோழர்கள் மணிமுடியும், ஜேம்ஸும் என்னைத் தொடர்பு கொண்டு ‘தமிழ்நாடு கலை இலக்கிய பெருமன்ற’த்தின் கடைசி நாள் நிகழ்வு வியாசர்பாடியில் நடக்கிறது. அதில் சத்யராஜை எப்படியாவது கலந்து கொள்ளச் செய்ய வேண்டும். நீங்கள் அதற்கு ஏற்பாடு செய்யுங்கள்” என்றனர்.

நான் சத்யராஜைத் தொடர்பு கொண்டு, “நீங்கள் பணம் அனுப்பி உதவிய, ‘சோவியத் இலக்கியம் பற்றி ஜீவா’ என்ற

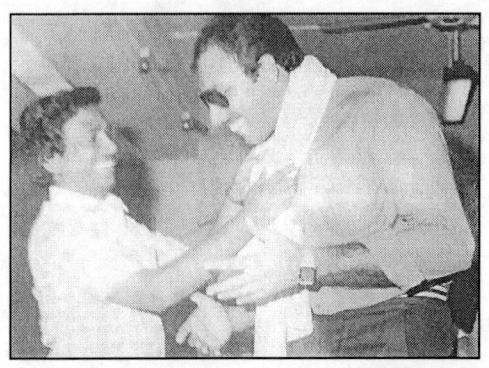

நடிகர் சத்யராஜுக்கு நான் பயனாடை அணிவித்த போது...

நூல் அச்சாகிவிட்டது. வெளியீட்டு விழா வைக்கப்போகிறேன். நீங்கள் கலந்துகொள்ள வேண்டும்" என்றேன்.

அதற்கு சத்யராஜ், "எல்.எல்.ஏ. கட்டிடத்தில்தானே... கலக்கிடுவோம்" என்றார்.

"இல்லை... வியாசர்பாடியில் விழாவுக்கான ஏற்பாடுகள் நடந்துகொண்டிருக்கிறது. அதனால் நீங்கள் வியாசர்பாடிக்கு வரவேண்டும்" என்றேன்.

"எதற்கு நூல் வெளியீட்டு விழாவை அங்கு வைத்தீர்கள்?" என்றார் சத்யராஜ்.

"ஜீவா உருவாக்கிய 'தமிழ்நாடு கலை இலக்கிய பெருமன்ற'த்தின் மாநில மாநாட்டின் கடைசி நாள் நிகழ்ச்சி வியாசர்பாடியில்தான் நடக்கிறது. ஜீவா சட்டமன்ற உறுப்பினராகப் பணியாற்றிய பகுதி இது. அதனால் நூல் வெளியீட்டு விழாவை அங்கு நடத்துவதுதான் சிறப்பாக இருக்கும்" என்றேன்.

"அப்படியா? அப்ப விழா அன்று நீங்கள் என் வீட்டிற்கு வாருங்கள். நாம் இணைந்து விழாவிற்குச் செல்வோம். அந்தப் பகுதி எனக்கு அவ்வளவாகத் தெரியாது" என்றார் சத்யராஜ்.

விழா அன்று வியாசர்பாடிக்கு சத்யராஜை அழைத்துச் சென்றேன். மேடைக்குமுன் கூட்டமே இல்லை. அதைக் கண்டதும் சத்யராஜ், "என்ன கூட்டமே இல்லை?" என்றார்.

"மேடைக்குப் போவோம். கூட்டம் வரும்!" என்று சொல்லி சத்யராஜை மேடைக்கு அழைத்துச் சென்றேன். அவ்வளவுதான் சத்யராஜ் வந்திருப்பதை அறிந்து கூட்டம் அலைமோதியது!

எழுத்தாளர் பொன்னீலன் என் நூலை வெளியிட சத்யராஜ் முதல் பிரதியைப் பெற்றுக் கொண்டார்.

வரவேற்புரை நிகழ்த்திய தோழர் மணிமுடி, "நடிகர்கள் எவரும் வடசென்னைக்கு வரமாட்டாங்க... அதற்கு மாறாக நடிகர் சத்யராஜ் இங்கு வந்து கலந்துகொண்டது சிறப்பாகும்" என்ற பொருள்படப் பேசினார்.

சத்யராஜ் பேசியபோது, "வரவேற்புரை ஆற்றிய தோழர், "நடிகர்கள் வட சென்னைக்கு வரமாட்டார்கள்" என்று குறிப்பிட்டார். வட சென்னையில் வாழ்கின்ற அடித்தட்டு மக்களின் காசில்தான் என்னைப் போன்ற நடிகர்களின் வாழ்க்கையே நடக்கிறது.

அழைப்பவர்களைப் பொறுத்துத்தான் அந்த நிகழ்வில் கலந்துகொள்வதா? வேண்டாமா? என்பதை என்னைப் போன்ற கலைஞர்கள் முடிவு செய்வோம். இங்கு ஜீவபாரதி அழைத்தார். அதுவும் ஜீவா நூல் வெளியீட்டு விழாவிற்கு அழைத்தார். அதனால் வந்தேன்.

என்னைப் போன்ற நடிகர்களை நம்பாதீங்க... நாங்கள் மைக்கில் ஒன்று பேசுவோம். மைக் இல்லாதபோது ஒன்று பேசுவோம்; அதனால் ஜீவபாரதி போன்ற எழுத்தாளர்களை நாம் மதிக்கக் கற்றுக் கொள்ள வேண்டும்" என்று பேசியபோது கூடியிருந்த கூட்டம் ஆர்ப்பரித்தது!

29.12.2003 அன்று வெளிவந்த 'குமுதம்' வார இதழில் 'நட்சத்திர லைப்ரரி' என்ற புதிய பகுதியைத் தொடங்கி, சத்யராஜை பேட்டி கண்டு வெளியிட்டனர். அதில் நூல்களை

நையாண்டிதான்
என் பலம்

வாசிப்பதில் ஏற்பட்ட தாக்கம், தான் பயின்ற நூல்கள், தன் சேகரிப்பில் உள்ள நூல்கள் ஆகியவற்றை எல்லாம் சத்யராஜ் குறிப்பிட்டிருந்தார்.

இறுதியில் சத்யராஜுக்குப் பிடித்த பத்து நூல்களைச் சொல்லும்படி நிருபர் கேட்டபோது, அதில் முதல் நூலாக என்னுடைய நூலைத்தான் குறிப்பிட்டிருந்தார் நடிகர் சத்யராஜ்!

09.01.2005 அன்று வெளிவந்த 'தினமணிக் கதிரி'ல் சத்யராஜை பேட்டி எடுத்து, 'நையாண்டிதான் என் பலம்' என்ற தலைப்பில் அந்தப் பேட்டியை வெளியிட்டிருந்தனர். அதில் கடைசிக் கேள்வி: **"உங்களுடைய இறுதிக் காலத்தில் எப்படி இருக்க ஆசை?"** என்று கேட்டிருந்தனர்.

அதற்கு சத்யராஜ், **"சும்மா உட்கார்ந்துக்கிட்டு டிவியைப் பார்க்க விரும்பல. உலகம் முழுக்க உள்ள செய்திகளைக் கொண்டு வந்து கொட்டுகிற வெப்தளத்தைப் பார்த்து நல்லதை எடுத்துச் சொல்லலாம். நண்பர் ஜீவபாரதி மூலம் கம்யூனிசம் தெரிஞ்சுக்கிட்டேன். வேலு பிரபாகரன் மூலம் பெரியாரிசம்**

தெரிஞ்சுக்கிட்டேன். சினிமா பாப்புலாரிட்டியை வச்சுக்கிட்டு மூட நம்பிக்கையை ஒழிக்கும் பிரச்சாரங்கள் செய்வேன். அதற்கான மேடைகளும், அரங்கங்களும் எனக்கு உண்டு. வயசு அதிகமாகும்போது நடிக்கும் வாய்ப்புக் குறையும். அந்த நேரத்தில் தாத்தா வேஷம் போட நான் தயாரில்லை" என்று பதில் சொல்லியிருந்தார்.

இதைப் படித்துவிட்டு தோழர் த.ஸ்டாலின் குணசேகரனும், தமிழகத்தில் வாழுகின்ற நண்பர்கள் பலரும் விதந்து என்னைப் பாராட்டினர்.

எங்கள் இயக்குநரும் பொதுவுடைமைச் சிந்தனையாளர்தான். எங்கள் இயக்குநர் வழியாக கம்யூனிசத்தைத் தெரிந்துகொண்டதாக சத்யராஜ் சொல்லியிருக்கலாம்! ஆனால் எங்கள் இயக்குநரைத் தமிழகம் நன்கு அறியும். அதனால் தமிழகம் அறிந்து கொள்ளாத என் வழியாகக் கம்யூனிசத்தைத் தெரிந்துகொண்டதாகச் சொல்லி என்னைத் தமிழ் மக்களுக்கு அறிமுகம் செய்தார் சத்யராஜ்!

தனிப்பட்ட முறையில் எனக்கு சத்யராஜ் எத்தனையோ உதவிகளைச் செய்திருக்கிறார். அதைப் பட்டியலிட்டால் பக்கங்கள் அதிகரிக்கும்.

எங்கள் இயக்குநரால் எனக்குக் கிடைத்த ஈடு இணையிலா நண்பர் சத்யராஜ் என்று சொல்வதில் நான் பெருமை கொள்கிறேன்!

14

இப்படியும்

சில அனுபவங்கள்!

ஒருநாள் எங்கள் இயக்குநர் என்னிடம், "ஜீவா! சுவாகத் ஓட்டலில் தெலுங்கு தயாரிப்பாளர் தங்கியிருக்கிறார். அவரிடம் சென்று இந்தக் கதையைச் சொல்லிவிட்டு வாருங்கள்!" என்று 'ஒருவழிப் பாதை' என்ற படத்தின் கதைச் சுருக்கத்தைச் சொல்லி என்னை அனுப்பினார்.

நான் சுவாகத் ஓட்டலுக்குச் சென்றேன். அங்கு மூவர் இருந்தனர். அந்தத் தெலுங்குக்காரர்கள் ஓரளவு தமிழும் அறிந்திருந்தனர். அவர்களிடம் எங்கள் இயக்குநர் என்னிடம் சொல்லி அனுப்பிய 'ஒருவழிப் பாதை' கதையின் சுருக்கத்தைச் சொல்லி முடித்தேன். அவர்களுக்கு கதையும் நான் சொல்லிய விதமும் பிடித்திருந்தது.

அதனால் உடனே அவர்கள் காரில் என்னையும் அழைத்துக் கொண்டு எங்கள் இயக்குநரை வந்து சந்தித்து, "கதை சிறப்பாக இருக்கிறது" என்று சொல்லிவிட்டுச் சென்றனர்.

எங்கள் இயக்குநருக்குப் படம் இல்லாதபோது, அந்தத் தயாரிப்பாளர்களுக்குப் பணம் இல்லை; அவர்கள் பணத்தோடு

வந்தபோது எங்கள் இயக்குநரின் கால்ஷீட் இல்லை. அதனால் 'ஒருவழிப் பாதை' ஆரம்பிக்காமலேயே போய்விட்டது.

என்னுடைய 'காலமறிந்து கூவிய சேவல்', 'காலம்' ஆகிய நூல்களை வெளியிட்ட தஞ்சை சுரேஷ் என்பவர் சில ஆண்டுகளுக்குப் பின் 'ஒருவழிப் பாதை' என்ற தலைப்பில் படம் எடுக்கப்போவதாக 'தினத்தந்தி' நாளிதழில் செய்தி வந்தது. அவரைச் சந்தித்து இந்தப் படம் பற்றி நான் கேட்டபோது, "அற்புதமான கதை; படம் வெளிவந்தால் 'புது வசந்தம்' மாதிரி மிகப் பெரிய வெற்றி பெறும்" என்றார்.

இந்தப் படத்திற்கு சில பாடல்களும் பதிவு செய்யப்பட்டன. இருப்பினும் படம் தொடங்காமலேயே முடிந்துவிட்டது. இப்போது இந்தப் படத்தின் தயாரிப்பாளர் சுரேஷும் உயிரோடு இல்லை.

ஆம்! 'ஒருவழிப் பாதை' எந்த வழியும் தெரியாமல் முடிந்துபோனது சோகம்!

'டார்லிங் டார்லிங்' படத் தயாரிப்பாளர் சண்முகராஜா எங்கள் இயக்குநரை வைத்துப் படம் எடுக்க விரும்பினார். 'மனித சக்தி' என்று படத்திற்குத் தலைப்பும் வைக்கப்பட்டது.

தேவேந்திரன் இசை. பூசை பாட்டை என்னை எழுத வைக்க எங்கள் இயக்குநர் விரும்பினார். ஆனால் தயாரிப்பாளருக்கு ஒரு உதவி இயக்குநரைப் பாடல் எழுத வைப்பதில் உடன்பாடில்லை.

பூசைக்குமுன் ஒருநாள் சண்முகராஜா கம்பெனிக்கு நான் சென்றேன். அப்போது அவர் என்னிடம், "நீங்கள் எந்த ஊர்?" என்றார்.

"கோவில்பட்டி அருகில் உள்ள பூதலப்புரம்" என்றேன்.

"அங்கே உங்கள் வீடு எங்கிருக்கிறது?" என்றார்.

"தியாகி பூதலப்புரம் ஆர்.வேலுச்சாமித் தேவர் தம்பி மகன் நான்" என்றேன்.

அதைக் கேட்டதும் தயாரிப்பாளர் சண்முகராஜாவுக்கு மகிழ்ச்சி.

ஆம்! எங்கள் ஊருக்குக் கிழக்கே இருக்கும் துத்திநத்தம் கிராமத்தில் பிறந்தவர் சண்முகராஜா. மேலும் எங்கள் ஊரிலும் இவருக்குச் சொந்தங்கள் உண்டு. எங்கள் பெரியப்பா பற்றியும் இவர் அறிந்திருக்கிறார். அதனால் அவர் படத்திற்கு நான் பாடல் எழுதுவதைத் தடுக்கவில்லை.

'மனித சக்தி' படத்திற்கு நான் எழுதிய பாடல்:

ஆண்: ***கண்ணே! காதல் இலக்கியப் பெண்ணே!***
காலம் கனிந்ததே கண்முன்னே!

பெண்: ***கல்யாண சந்தோஷம்***
கண்ணில்வந்து உதிக்க
கையோடு கைசேரும்
கற்பனையில் மிதக்க

ஆண்: ***மைபூசும் கண்ணோரம்***
மையல்வந்து தழுவ
கைநீவி உன்மேனி
மெல்லமெல்ல நழுவ

(கண்ணே)

ஆண்: ***கல்யாண மத்தளம் கொட்டும் கண்ணாலே***
கைதிஎன நின்றேன் முன்னாலே

பெண்: ***உன்பாதம் சென்றிடும் அந்தப் பாதையிலே***
உயிர்தாங்கி வந்தேன் பின்னாலே

ஆண்: ***முத்தத்தில் இதழைத்தொட்டு***
மொத்தத்தில் தேனைக்கொட்டு

பெண்: ***எத்தனை காலம்தொட்டு***
இருப்பதோ தனிமைப்பட்டு

ஆண்: *பொன்மானே போதும்வா*
போதும்வா வாட்டுதே

(கண்ணே)

பெண்: *வானத்துச் சந்திரன்போல் வந்தாயே*
வாழ்வுக்கு ஒளியைத் தந்தாயே

ஆண்: *கண்ணுக்குள் மின்னலைவைத்து நின்றாயே*
கண்ணேநீ என்னைக் கொன்றாயே

பெண்: *பூமிக்கு வானத்தாய்தான்*
பூவாலே ஆடைபோட்டாள்

ஆண்: *பூக்களும் உன்னைக் கண்டு*
வேர்க்குதே நாணம் கொண்டு

பெண்: *மன்னவா போதுமே*
மயக்கந்தான் தோன்றுதே!

(கண்ணே)

இந்தப் பாடலை எஸ்.பி.பாலசுப்பிரமணியமும், ஜானகியும் பாடினர்.

என்னுடைய இந்த பாடலைப் பற்றி 31.01.1988 ‘திரைச்சுவை’ பத்திரிகையில்:

மணிவண்ணனின் மனிதாபிமானம்

கண்ணே! காதல் இலக்கியப் பெண்ணே!
....

முத்தத்தில் இதழைத் தொட்டு
மொத்தத்தில் தேனைத் கொட்டு
எத்தனை காலம் தொட்டு
இருப்பதோ தனிமைப் பட்டு
....

மணிவண்ணனின்

இந்தப் பாடல் ஏ.வி.எம்.ஆர்.ஆர். தியேட்டரில் மீண்டும் மீண்டும் ஒலித்துக் கொண்டே இருந்தது.

நாம் உள்ளே நுழைந்தோம். பாடலைப் பாடிய எஸ்.பி. பாலசுப்பிரமணியமும், ஜானகியும் சிரித்துக் கொண்டே வெளியே வந்தனர்.

“பார்த்தா சின்ன ஆளா இருக்கிறார். இந்த போடு போட்டிருக்கிறாரே. ‘முத்தத்தில் இதழைத் தொட்டு மொத்தத்தில் தேனைக் கொட்டு’ போற போக்கைப் பார்த்தால் இப்பத்தி ஆளுங்களைத் தூக்கிச் சாப்பிட்டு விடுவார் போலிருக்கிறதே” என்று முணுமுணுத்தார் இசையமைப்பாளர் தேவேந்திரன்.

“நான் நினைத்தபடி நீ ஜெயிச்சுட்டே கவிஞரே!” என்று தன் உதவியாளரும், கவிஞருமான ஜீவபாரதியிடம் கைகுலுக்கிக் கொண்டிருந்தார் டைரக்டர் மணிவண்ணன்.

“நீ கம்யூனிஸ்ட்காரனாச்சே, உனக்குக் காதல் சமாச்சாரப் பாட்டெல்லாம் வருமான்னு மனசுக்குள்ள நெனைச்சுக்கிட்டு

இருந்தேன். காதல் பாட்டுல இப்படி 'கிக்' ஏத்திட்டியே. இத்தோடு பத்தாவது முறை உன் பாட்டக் கேட்டுட்டேன். எங்கே சாக்லேட்" என்று ஒருவர் நாக்கைச் சப்பிக் கொண்டிருந்தார்.

அனைவருக்கும் மௌனமாக சிரிப்பாலேயே பதில் சொல்லிக் கொண்டிருந்தார் ஜீவபாரதி.

இப்பாடல் மணிவண்ணன் இயக்கத்தில் கோமதி சண்முகராஜா தயாரிப்பில் உருவாகும் 'மனித சக்தி' படத்தில் வருகிறது.

படத்தில் வரும் ஐந்து பாடல்களில் மூன்று பாடல்களை ஜீவபாரதிக்குக் 'கன்ஃபார்ம்' ஆகிவிட்டன. இன்னுமுள்ள இரண்டு பாடல்களையும் இவரே எழுதலாமென அங்கிருந்த சிலர் நம் காதில் கிசுகிசுத்தார்கள்.

"பாலு மகேந்திராவிடமும்தான் அறிவுமதி பத்து வருஷமா அசிஸ்டெண்டா இருக்கிறாரு. என்ன பிரயோசனம்? இப்பதான் 'கண்ணே கலைமானி'ல் ஒரே ஒரு பாடல் கொடுத்தார். ஆனால் மணிவண்ணன் மூன்று படத்தில் பாடல் எழுத வச்சிட்டார். அதுமட்டுமில்லை. அடுத்து ரஜினிகாந்த் நடிக்கும் படத்தில் அனைத்துப் பாடல்களையும் இவரையே எழுதச் சொல்லிவிட்டார். தன்னிடம் பணியாற்றும் உதவியாளரைக் கௌரவிக்கும் மணிவண்ணனைப் போன்று எத்தனை பேர் இப்போதுள்ளனர்?" என்று ஒருவர் நம்மைக் கேட்க பதில் ஏதும் கூறாமல் வெளியே வந்தோம்.

மணிவண்ணனுக்கும், ஜீவபாரதிக்கும் 'லடாய்' என்று சமீபத்தில் 'சிக்கன் ரோஸ்ட்' நிருபர் ஒருவர் 'ரீல்' விட்டதை ஆட்சேபிக்கும் வகையில் மணிவண்ணன் இப்படிச் செய்தாரோ?

- வீர.ஆறுமுகம்

ஆம்! பொதுவுடைமை, சமூகச் சீர்திருத்தம், புரட்சி ஆகியவை பற்றித்தான் என்னால் சிறப்பாகப் பாடல் எழுத முடியும் என்று எண்ணிக் கொண்டிருந்த எங்கள் இயக்குநர்

என்னுடையை இந்தக் காதல் பாட்டைக் கேட்டு மிகவும் பாராட்டினார். அதிலும் அவருக்கு இந்தப் பாடல் பிடித்த பாடலாகவும் இருந்தது.

இருப்பினும் பல்வேறு சிக்கல்களால் 'மனித சக்தி' படம் நின்றுவிட்டது.

எங்கள் இயக்குநரின் மனைவி 'செங்கமலம்' என்பதில் உள்ள 'கமலம்' என்பதையும்; எங்கள் இயக்குநரின் மகள் 'ஜோதி'யையும் இணைந்து சொந்தமாக 'கமலஜோதி கம்பைன்ஸ்' என்ற நிறுவனத்தைத் தொடங்கி 'சந்தனக் காற்று' என்ற படத்தை எங்கள் இயக்குநர் எடுக்கத் தொடங்கினார்.

'தினத்தந்தி' நாளிதழில் 'சந்தனக் காற்று' படம் பற்றி முழுப்பக்கம் கொடுத்த விளம்பரத்தில்

மணிவண்ணன்

சபாபதி

கலைமணி

சங்கர் கணேஷ்

ஜீவபாரதி

என்று இடம்பெற்றது. ஆம். 'மனித சக்தி' படத்திற்கு நான் எழுதிய பாடல் 'சந்தனக் காற்று' படத்தில் எனக்கு அனைத்துப் பாடல்களையும் எழுதுகின்ற வாய்ப்பை வாங்கித் தந்தது.

இசை அமைப்பாளர்கள் சங்கர் - கணேஷில் கணேஷ் மட்டும் பாம்குரோவில் பூசை பாடலுக்கான டியூனை எனக்குக் கொடுத்தார்.

டியூனுக்குப் பாடலை சரிபார்க்கும் போது சங்கர் மட்டும் வந்தார். என் பாடலைக் கொடுத்தேன். சங்கரின் உதவியாளர் ஒரு டியூனை வாசிக்க, நான் எழுதிய பாடலைப் பாடிப் பார்த்த சங்கர், "கவிஞர்! இங்க கொஞ்சம் குறையுது; ஒரு வார்த்தையைப் போடுங்க; இந்த இடத்தில் மாற்றம் செய்யுங்கள்" என்று சொல்லிக் கொண்டே வந்தார்.

எங்கள் இயக்குநர், கதை வசனகர்த்தா கலைமணி, ஒளிப்பதிவாளர் சபாபதி, எங்கள் இயக்குநரின் நிர்வாகிகள் விஜய், ஷெரீப், உதவி இயக்குநர் சசிகுமார் இருக்க, கணேஷ் சொன்னது என்னைத் திகைக்கவைத்தது.

திகைப்பிலிருந்து விடுபட்ட நான், "சார்! எனக்குக் கொடுத்த டியூன் வேற; இப்போது நீங்கள் பாடும் டியூன் வேற" என்றேன்.

அங்கே சிறிது நேரம் அமைதி.

அதன்பின் கணேஷின் உதவியாளர் டியூனை செக் செய்தபோது நான் சொன்னதே நடந்திருக்கிறது.

பின் எனக்குக் கொடுத்த டியூனைக் கொண்டு நான் எழுதிய பாடலை கணேஷ் பாடிப் பார்த்தார்.

டியூனுக்கு நான் எழுதிய பாடல் மிகச் சரியாக உட்கார்ந்தது.

உடனே கணேஷ் என்னிடம் வருத்தம் தெரிவித்தார்.

இந்தச் சூழல் என்னை மிகவும் வருத்தியது. அதனால் சிறிது நேரம் ஓட்டலுக்கு வெளியில் வந்து நின்றேன்.

இந்த இடைப்பட்ட நேரத்தில் என்ன நடந்ததோ தெரியவில்லை. என்னிடம் வந்த எங்கள் இயக்குநரின் நிர்வாகி ஷெரீப், "ஜீவா! பூசை சாங்கை வாலி எழுதட்டும் என்கிறார் கலைமணி. அதை மறுத்துப் பேசவும் முடியாமல், அதை உங்களிடம் சொல்லவும் முடியாமல் நம் இயக்குநர் தவிக்கிறார்" என்றார்.

இது என்மீது மீண்டும் விழுந்த பேரிடி.

இருப்பினும், "நம் இயக்குநரிடம் உதவி இயக்குநராகப் பணியாற்றத்தான் விரும்புகிறேன். அதனால் வாலியைக் கொண்டே எல்லாப் பாடல்களையும் எழுதச் சொல்லுங்கள்" என்று சொல்லிவிட்டேன்.

மறுநாள் ஏ.வி.எம்.ஈ தியேட்டரில் பூசை. கவிஞர் வாலியின் பாடலை நான்தான் பாடகர்களுக்குக் காபி எடுத்துக் கொடுத்தேன். இந்தப் பாடல் மட்டுமல்ல. இந்தப் படத்திற்கு கவிஞர் வாலி எழுதிய அனைத்துப் பாடல்களையும் நான் தான் காபி எடுத்தேன்.

மேலும் பாம்குரோவ் ஓட்டலில் மூன்று மாதங்கள் கலைமணியுடன் தங்கி கதை பற்றி அவர் சொல்லச் சொல்ல நான்தான் எழுதினேன்.

மாதங்கள் கடந்ததே தவிர, கலைமணியிடமிருந்து முழுமையான கதை வந்தபாடில்லை.

ஒரு கட்டத்தில் கலைமணியைக் கழட்டிவிட்டு, எங்கள் இயக்குநரே 'சந்தனக் காற்று' படத்திற்கான கதை வசனத்தை எழுதுவதென முடிவு செய்தார்!

15

தெலுங்குப் படத்தில் நான்!

தெலுங்குப் படத் தயாரிப்பாளர் ஒருவர் ஒரு தெலுங்குப் படம் தயாரிப்பதற்காக எங்கள் இயக்குநரைச் சந்தித்தார். அவருடன் இருவர் வந்திருந்தனர். அதில் ஒருவர் துரைசாமி ரெட்டி என்பவர். அனைவருக்கும் எங்கள் இயக்குநர் என்னை அறிமுகப்படுத்தினார்.

பேசி முடித்துவிட்டு விடைபெறும்போது என்னைத் தனியாக அழைத்த துரைசாமி ரெட்டி, "உங்கள் இயக்குநர் கதை வசனம் எழுதிய 'அலைகள் ஓய்வதில்லை' படத்தை இயக்குநர் பாரதிராஜா தெலுங்கில் எடுத்தபோது உங்கள் இயக்குநரோடு நானும் உதவி இயக்குநராகப் பணியாற்றினேன்" என்று தமிழில் சொன்னார்.

அத்துடன், "இந்தப் படத்தில் நான் அசோஸியேட் டைரக்டராகப் பணியாற்றப் போகிறேன். உங்கள் பெயரில் எங்கள் குருநாதர் (பாரதிராஜா) பெயர் பாதி இருப்பதால், உங்களை நான் 'மச்சான்' என்றுதான் அழைப்பேன். அது உங்களுக்குச் சம்மதம்தானே" என்றார்.

விசாகபட்டினத்திற்கு ரயிலில் பயணித்தபோது எங்கள் இயக்குநர் எடுத்த படம்

நான் சிரித்துக்கொண்டே தலையாட்டினேன்.

முதல் சந்திப்பிலயே என்னை உறவுமுறை சொல்லி துரைசாமி ரெட்டி அழைத்தது எனக்கு வியப்பாகவும் அதே நேரத்தில் புதுமையாகவும் இருந்தது.

இந்தப் படத்திற்கான லொக்கேஷன் பார்க்க விசாக பட்டினம் செல்லத் திட்டமிடப்பட்டது. எங்கள் இயக்குநர் என்னிடம், "ஜீவா! என்னோடு நீங்களும் விசாகபட்டினம் வருகிறீர்கள்!" என்றார்.

அதற்கு, "நான் எதற்கு சார்?" என்றேன்.

"நீங்கள் இந்தப் படத்தில் பணியாற்றுகிறீர்கள்" என்றார் எங்கள் இயக்குநர்.

"சார்! எனக்குத் தெலுங்கு தெரியாதே!" என்றேன்

"எனக்கு மட்டும் தெலுங்கு தெரியுமா? துரைசாமி ரெட்டியை வைத்து சமாளித்துக் கொள்ளலாம். நீங்கள் விசாகபட்டினம் வரத் தயாராகுங்கள்" என்றார் எங்கள் இயக்குநர்.

சென்னையிலிருந்து விசாகப்பட்டினத்திற்கு ரயிலில் பயணித்தோம். அப்போது என்னைப் புகைப்படங்கள் எடுத்து மகிழ்ந்தார் எங்கள் இயக்குநர்.

இந்தப் படத்தின் கதாநாயகன் கார்த்திக், கதாநாயகி ரம்யா கிருஷ்ணன். அப்போது தெலுங்கு தேசம் கட்சியின் சார்பில் நாடாளுமன்ற உறுப்பினராக இருந்த கோபால்ராவ் என்பவர் கார்த்திக்கின் தந்தையாகவும், திரைப்பட இயக்குநராகவும் நடித்தார்.

இந்தப் படம் முழுவதும் நான் பணியாற்றினேன். துரைசாமி ரெட்டி எவ்வளவோ முயன்றும் என்னால் தெலுங்கு மொழியைக் கற்றுக் கொள்ள முடியவில்லை.

எங்கள் இயக்குநர் என்னை நடிகர் கார்த்திக்கிடம் கவிஞன் என்று அறிமுகம் செய்ததால், ஓய்வு நேரத்தில் தான் எழுதிய ஆங்கிலக் கவிதைகளை கார்த்திக் எனக்குப் படித்துக் காட்டுவார். அந்தக் கவிதையின் அர்த்தம் புரியாமல் விழிப்பேன். அந்தக் கவிதையைத் தமிழாக்கம் செய்து எனக்குச் சொல்வார் கார்த்திக்.

எங்கள் இயக்குநரின் ‘விடிஞ்சா கல்யாணம்’ படத்தில் நடிக்க வேண்டிய கார்த்திக், மஞ்சள் காமாலையால் நடிக்காமல் போன குறையை இந்தப் படத்தின் நடித்து நிவர்த்தி செய்தார்.

விசாகபட்டினம் வித்தியாசமான நகரம். கடலும் மலையும் அருகருகே இருக்கும் காட்சி கண்கொள்ளாக் காட்சியாகும். அனைத்துப் பகுதிகளையும் எங்கள் இயக்குநர் இந்தப் படத்தில் இடம்பெறச் செய்தார்.

நானும் தெலுங்குப் படத்தில் பணியாற்றினேன் என்பதைத் தவிர வேறொன்றும் சிறப்பில்லை. ஆனால் இந்தப் படத்தின் வழியாக துரைசாமி ரெட்டி என்ற அற்புதமான நண்பர் எனக்குக் கிடைத்தார்.

விசாகபட்டினத்தில் தயாரிப்பாளர் உறவினர் கடையில் என்னை அமரவைத்து எங்கள் இயக்குநர் எடுத்த படம்

விசாகபட்டினத்தில் படப்பிடிப்பின்போது இடமிருந்து : ஒளிப்பதிவாளர் சபாபதியின் உதவியாளர் பழனி, நான், அசோஸியட் டைரக்டர் துரைசாமி ரெட்டி, உதவி ஒளிப்பதிவாளர் ரவி, பின்னால் அமர்ந்திருப்பவர் உதவி இயக்குநர் சின்ன ரெட்டி

'ராவ் கோபால் ராவ் கொடுகு' என்று ஆரம்பத்தில் பெயரிடப்பட்ட இந்தப் படம் 'கோபால்ராவ் காரி அப்பாயி' என்று பெயர் மாற்றப்பட்டது. இந்தத் தெலுங்குப் படம் 'காதல் ஓய்வதில்லை' என்ற தலைப்பில் தமிழில் டப் செய்து வெளியிடப்பட்டது. இந்தப் படம் நாகேஷ் தியேட்டரில் சில நாட்கள் ஓடியது.

எப்படியோ சென்னையை விட்டுத் தாண்டாத என்னை ஆந்திர மாநிலத்திற்கு அழைத்துச் சென்று விசாகபட்டினத்தின் பேரழகைத் தரிசிக்கச் செய்தார் எங்கள் இயக்குநர்.

16

நடிகர் மோகனுக்கும் எனக்கும்!

தமிழகத்தின் குறிப்பிடத்தக்க அரசியல்வாதிகளில் பழ.கருப்பையாவும் ஒருவர். இவர் எங்கள் தோழர் தா.பாண்டியனின் மாணவர் என்பது கூடுதல் சிறப்பு.

கலைமணி கதை வசனத்தில் எங்கள் இயக்குநரின் திரைக்கதை இயக்கத்தில் பழ.கருப்பையா ஒரு படம் தயாரிக்க விரும்பினார். அந்தப் படம்தான் 'தீர்த்தக் கரையினிலே..' என்ற படம்.

'சந்தனக் காற்று' படத்தில் முழுப் பாடல்களையும் எழுதுகிற வாய்ப்பை எங்கள் இயக்குநர் எனக்கு வழங்கியும், கலைமணி தலையீட்டால் அந்த வாய்ப்பு எனக்குக் கிட்டாமல் போனதை ஏற்கனவே பதிவு செய்திருக்கிறேன்.

அத்தகைய கலைமணியுடன் நான் கதை விவாதத்தில் கலந்துகொள்ள எங்கள் இயக்குநர் என்னை அனுப்பினார். எந்த நிலையிலும் எனக்கு கலைமணிமீது வருத்தம் இல்லை.

அதனால் மகிழ்ச்சியோடு கலைமணியைச் சந்தித்து அவர் சொல்லச் சொல்ல வசனங்களை எழுதினேன். சில நாட்கள் பாம்குரோவில் சந்திப்போம்; சில நாட்கள் தேனாம்பேட்டை எஸ்.ஐ.ஈ.டி பெண்கள் கல்லூரிக்கு எதிரில் கலைமணி புதிதாக வாங்கியிருந்த வீட்டில் சந்திப்போம்.

அவ்வளவு எளிதாக கலைமணியிடமிருந்து காட்சிகளும் வசனமும் வராது; வரத் தொடங்கிவிட்டால் அருவி போல் கொட்டித் தீர்த்துவிடுவார்.

இந்தப் படத்தின் கதாநாயகன் மோகன்; கதாநாயகி ரூபினி.

கோபிசெட்டிப்பாளையத்தில் தொடர்ந்து படப்பிடிப்பு நடந்தது. படப்பிடிப்பு நடந்துகொண்டிருக்கும் இடத்திற்கு அருகே அமர்ந்துகொண்டு கலைமணி வசனத்தைச் சொல்ல, அதை எழுதுவது என் வழக்கம், சில நேரங்களில் அறையில் நடப்பதுண்டு.

இந்தப் படம் நடந்துகொண்டிருந்தபோது புத்தாண்டு வந்தது. நாங்கள் தங்கியிருந்த வெற்றிவேல் மன்றத்தின் மொட்டை மாடியில் புத்தாண்டை வரவேற்கும் விழாவை ஏற்பாடு செய்தோம்.

நடிகர் மோகன், நடிகை ரூபினி, தயாரிப்பாளர் பழ.கருப்பையா ஆகியோர் புத்தாண்டு வாழ்த்துகள் கூறினர். இந்தப் படத்தில் முக்கிய கதாபாத்திரத்தில் நடித்த மலேசியா வாசுதேவன், 'இனி ஒரு சுதந்திரம்' படத்தில் நான் எழுதி அவரும் சித்ராவும் பாடிய,

"கைகளிலே வலுவிருக்கு
கம்மாக்கரை நெலமிருக்கு"
என்ற பாடலைப் பாடிவிட்டு புத்தாண்டு வாழ்த்துக் கூறினார்.

இறுதியாக எங்கள் இயக்குநர் பேசினார். அப்படியும் புத்தாண்டு பிறப்பதற்கு சில நிமிடங்கள் இருந்ததால், "அடுத்து யாராவது பேசுவதாக இருந்தால் பேசலாம்" என்றார் எங்கள் இயக்குநர்.

முன்னாள் அமைச்சர் அரங்கநாயகத்தின் பெயரன்; நடிகர் சந்தனப்பாண்டியன் மகன் பிறந்த நாள் நிகழ்வில் நடிகர் மோகனுடன் நான் கலந்து கொண்டபோது...

உடனே, "ஜீவபாரதியைப் பேச விடுங்கள்" என்ற குரல் வந்தது.

அதைக் கேட்ட எங்கள் இயக்குநர் மைக்கில், "நல்ல கவிஞர், சிறந்த பேச்சாளர்; என்னுடைய உதவியாளர் ஜீவபாரதி பேசுவார்" என்றார்.

நானும் பேசினேன்.

தயாரிப்பாளர் பழ.கருப்பையா இங்குதான் முதன்முதலாக என் பேச்சைக் கேட்டார்.

ஒருவழியாக படப்பிடிப்பு முடிந்து... டப்பிங் நேரத்தில் எனக்கு உடல்நிலை சரியில்லாமல் போயிற்று. அதனால் இந்தப் படத்தின் டப்பிங்கில் நான் கலந்துகொள்ள இயலவில்லை.

படம் முடிந்து டைட்டில் கார்டு எழுதுகின்ற போது இந்தப் படத்தில் எனக்குக் கீழே பணியாற்றிய உதவி இயக்குநர் ஒருவர் தயாரிப்பாளர் பழ.கருப்பையாவைச் சந்தித்து, "இந்தப் படத்தில் 'ஜீவபாரதி' சார் முழுமையாகப் பணியாற்றவில்லை; அதனால் படத்தின் டைட்டிலில் என் பெயரைப் பிரதானப் படுத்திப் போடுங்கள்" என்று சொல்லியிருக்கிறார்.

அதைக் கேட்ட தயாரிப்பாளர் பழ. கருப்பையா, "இந்தப் படத்தின் கதை, கதை வசனகர்த்தா கலைமணிக்கும் தெரியாது; உங்கள் இயக்குநருக்கும் முழுமையாகத் தெரியாது; ஜீவபாரதி ஒருவருக்குத்தான் தெரியும். போ! உன் வேலையைப் பார்" என்று சொல்லியிருக்கிறார்.

'தீர்த்தக் கரையினிலே...' திரைப்படம் வெளிவந்து வெற்றிகரமாக 100 நாட்கள் ஓடி சாதனை படைத்தது.

நடிகர் மோகன் நடித்து 100 நாள் ஓடிய கடைசிப் படம் 'தீர்த்தக் கரையினிலே..'தான்.

எங்கள் இயக்குநரிடம் நான் உதவி இயக்குநராகப் பணியாற்றிய கடைசிப்படமும் 'தீர்த்தக் கரையினிலே' தான்.

தான் பயின்ற பள்ளியில் ஆசிரியராகப் பணியாற்றிய பேராசிரியர் ஏ.எஸ்.பிரகாசத்தின் உதவியாளராகத் திரையுலகில் நுழைந்த கலைமணி, கதை வசனகர்த்தாவாக உயர்ந்தார். '16 வயதினிலே' போன்ற படங்கள் கலைமணிக்கு மக்களிடத்தில் மகத்தான வரவேற்பைப் பெற்றுத் தந்தது.

இதன்பின் 'எவரெஸ்ட் பிலிம்ஸ்' என்ற படக் கம்பெனியை ஆரம்பித்து எங்கள் இயக்குநரைக் கொண்டு 'கோபுரங்கள் சாய்வதில்லை', 'இங்கேயும் ஒரு கங்கை', 'முதல் வசந்தம்' ஆகிய வெற்றிப்படங்களைத் தயாரித்து வெளியிட்டார் கலைமணி.

பல தயாரிப்பு நிறுவனங்கள் பாம்குரோவில் கலைமணிக்காக ஒரே நேரத்தில் அறைகள் எடுத்து, அவருக்காகக் காத்திருந்ததை நானறிவேன்.

இந்தச் சூழலில்தான் சென்னை தேனாம்பேட்டை எஸ்.ஐ.ஈ.டி பெண்கள் கல்லூரிக்கு எதிரில் அழகிய பங்களாவை வாங்கினார் கலைமணி.

கலைமணிக்கும் டைரக்டராக வேண்டுமென்ற ஆசை வந்து, ஒரு படத்தை இயக்கினார். அது சரியாக ஓடவில்லை.

காலப்போக்கில் வாங்கிய வீட்டை விற்றுவிட்டு, சென்னை தி.நகர் தெற்கு போக்கு சாலையில் இந்தியக் கம்யூனிஸ்ட்

கட்சியின் தலைமை அலுவலகமான பாலன் இல்லத்திற்கு எதிரில் வாடகைக்கு கலைமணி குடி அமர்ந்தார்.

இந்தியக் கம்யூனிஸ்ட் கட்சி அலுவலகத்திற்குச் சென்ற நான், கலைமணி இல்லத்திற்கும் சென்றேன். என்னை வரவேற்று நீண்ட நேரம் பேசினார் கலைமணி. அப்போது, "கவிஞர்! 'சந்தனக் காற்று' திரைப்படத்தில் நான் நடந்துகொண்டது எதார்த்தமானது. ஆனால் உங்கள் சாபம்தான் என்னை வெகுவாகப் பாதித்துவிட்டது" என்றார்.

அதைக் கேட்டு அதிர்ச்சியுற்ற நான், "சார்! சினிமாவுக்கு நான் பாட்டெழுதும் நோக்கத்தோடு வரவில்லை. அதனால் 'சந்தனக் காற்று' படத்தில் எனக்குப் பாடல் எழுத வாய்ப்புக் கிடைக்காமல் போனதற்கு நான் எப்போதும் வருந்தவில்லை. நீங்கள் சாபம் கீபம் என்று சொல்வது என்னை வருத்துகிறது" என்றேன்.

"கவிஞர்! நான் தமாஷாகத்தான் சொன்னேன். நீங்கள் சீரியசாக எடுத்துக் கொண்டீர்கள்" என்று சொல்லிச் சிரித்தார்.

காலம் கடந்தது.

சென்னை தேனாம்பேட்டையில் வாழ்ந்த என் நண்பன் காமராஜ் மறைந்தபோது மயிலையில் உள்ள சுடுகாட்டுக்குச் சென்றேன். அவனுக்கு இறுதி மரியாதை செலுத்தியபின், அங்கிருக்கும் கல்லறைகளில் என் பார்வையைப் பதித்தேன்.

ஓரிடத்தில் இருந்த கல்லறை என்னை அங்கு சிறிது நேரம் நிற்கவைத்துவிட்டது.

ஆம்! அது கலைமணியின் கல்லறை. அவருடைய பெயரும் அந்தக் கல்வெட்டில் பதியப்பட்டிருந்தது.

அந்த மகத்தான திரைக்கலைஞரான கலைமணிக்கு என் கண்ணீரை அஞ்சலியைக் காணிக்கையாக்கிவிட்டு வந்தேன்.

17

பிரிந்து போனாலும்
பிரியாத தோழமை!

நான் எங்கள் இயக்குநரிடமிருந்து பிரிந்து வந்தது தனியாகப் படம் பண்ணுவதற்குத்தான். இதுபற்றி எங்கள் இயக்குநரிடம் நான் சொல்லவில்லை. ஏனென்றால் திரைப்படத் துறையைப் பொறுத்தவரை நாம் நினைப்பது ஒன்றாகவும், நடப்பது வேறாகவும் இருக்கும். அதனால்தான் எங்கள் இயக்குநரிடம் என் முயற்சிகள் பற்றி நான் வாய் திறக்கவில்லை.

இருப்பினும் நான் நடிகர் பிரபுவை விஜயா ஸ்டுடியோவில் சந்தித்ததைக் கண்ட ஜெமினி சினிமாவின் நிருபர், "ஜீவபாரதி இயக்குநராகிறார்; பிரபு அவர் படத்தில் நடிக்கிறார்" என்று செய்தி வெளியிட்டுவிட்டார்.

எங்கள் இயக்குநரிடம் நான் உதவி இயக்குநராக பணியாற்றாவிட்டாலும் வாய்ப்புக் கிடைக்கும் போதெல்லாம் எங்கள் இயக்குநர் அலுவலகத்திற்கு நான் செல்வது வழக்கம். இயக்குநர் வீட்டிலிருந்து வரும் மதியச் சாப்பாட்டை எங்கள் இயக்குநரும் நானும் சாப்பிடுவோம்.

இப்படிப்பட்ட சூழலில்தான் ஜெமினி சினிமாவில் நான் இயக்குநராவது பற்றிய செய்தி வந்தது.

இதைப் படித்திருந்த எங்கள் இயக்குநர் இதுபற்றி என்னிடம் கேட்டார். நான் அதற்கு ஏதோ சொல்லி சமாளித்தேன்.

எங்கள் இயக்குநரிடம் பி.ஏ.பி அவுட்டோர் யூனிட் ஆபரேட்டிங் கேமராமேனாகப் பணியாற்றிய கண்ணன் என்னை இயக்குநராக்கிப் பார்க்க அலைந்தது பற்றியும்; நான் தனியாகப் படம் இயக்க செய்த முயற்சிகள் பற்றியும்; அதில் ஏற்பட்ட அனுபவங்கள், தடங்கல்கள் பற்றியும் இங்கு எழுதுவது சரியல்ல. 'தமிழ் சினிமாவும் நானும்' என்ற நூலில் இதைப் பற்றி விரிவாக எழுதுவேன்.

ஒருநாள் எங்கள் இயக்குநர் அலுவலகத்திற்கு நான் சென்றேன். என்னைக் கண்டதும், "எங்கே போனீங்க ஜீவா?" என்று கேட்டுவிட்டு, உள் அறைக்கு என்னை அழைத்துச் சென்றார். அங்கே இசையமைப்பாளர் தேவேந்திரன்.

எங்கள் இயக்குநர் தேவேந்திரனிடம், "நான் சொன்ன சூழ்நிலைக்கு நீங்கள் போட்ட டியூனை மீண்டும் போடுங்கள்" என்றார். அவரும் அந்த டியூனைப் போட்டார். அதைக் கேட்டு முடித்ததும் வெளியில் என்னை அழைத்து வந்த எங்கள் இயக்குநர், "ஜீவா 'கனம் கோட்டார் அவர்களே!' படம் நம் சொந்தப் படம். இந்தப் படத்திற்குரிய அனைத்துப் பாடல்களும் பதிவு செய்யப்பட்டுவிட்டது. இப்போது தேவேந்திரன் போட்டுக் காட்டிய டியூன்தான் பாக்கி. இந்த டியூனுக்கு டிஸ்கோ சாந்தி பாடுவது போல் நீங்கள் பாடல் எழுதித் தாருங்கள்" என்றார்.

அதற்கு நான், "சார்! ஏற்கனவே இந்தப் படத்திற்கு பாடல் எழுதியவரையே இந்த டியூனுக்கும் பாடல் எழுதச் சொல்லுங்கள். அதுதான் சரியாக இருக்கும்" என்றேன்.

"இல்லை ஜீவா! இந்த டியூனுக்கு நீங்கள்தான் பாடல் எழுத வேண்டும்" என்றார் எங்கள் இயக்குநர்.

அதற்கு நான், "சார் டிஸ்கோ சாந்தி பாடுவது போல் என்னால் பாடல் எழுத இயலாது; அதனால் ஏற்கனவே இந்த படத்திற்குப் பாடல் எழுதியவரையே பாடல் எழுதச் சொல்லுங்கள். அதுதான் சரியாக இருக்கும்" என்றேன்.

அதற்கு எங்கள் இயக்குநர், "இல்லை ஜீவா! இந்தப் பாடலை டிஸ்கோ சாந்தியும் சத்யராஜும் பாடுவது போல் வைத்துக் கொள்ளலாம். இந்தப் பாடலை நீங்கள்தான் எழுத வேண்டும்" என்று வலியுறுத்தினார்.

வேறு வழியின்றி, 'கனம் கோட்டார் அவர்களே!' திரைப்படத்திற்கு நான் எழுதிய பாடல்:

பெண்:

ஆசைக்கு பூசை போடும் நேரம் பாரு
ஆம்பள சிங்கம் இங்கே யாரு
வாலிபம் கிடைச்சது யோகம் யோகம்

வாழ்க்கையில் சுகங்களே லாபம் - என்னைத்
தொட்டுக்கொள்ளு கட்டிக்கொள்ளு
இன்பங்களைக் கொட்டிக்கொள்ளத்
தயக்கம் ஏன்? மயக்கம் ஏன்?
[ஆசைக்கு]

பஞ்சு மெத்தை சுகத்தைத் தேடி - இந்தப்
பெண்ணுக்குத் தூக்கம் கெட்டதே
மஞ்சத்திலே தினமும் கலகம்
மாமனுக்கும் வேர்த்து கொட்டுதே

ஊருக்குள்ள ஓடுகின்ற ஆறு - அது
யாருக்குச் சொந்தம் என்று கூறு - பதில்
காத்துக்கு வேலிஎன்றால் ஏது? - விடை
கற்பனை உறவுக்கு ஏது? - தடை

வானுக்கு மேலே சென்றும்
பூமிக்குக் கீழே நின்றும்

யாரிங்கே பெண்ணுள்ளத்தைப்
பார்த்தார் சொல்லு!

[ஆசைக்கு]

ஆண்:

ஆசைக்குப் பூசை போடும் நேரம் பாரு
ஆம்பள சிங்கம் இங்கே யாரு
வாலிபம் கிடைச்சது யோகம் யோகம்
வாழ்க்கையில் சுகங்களே லாபம் - என்னைத்
தொட்டுக்கொள்ளு கட்டிக்கொள்ளு

[ஆசைக்கு]

இன்பங்களைக் கொட்டிக்கொள்ள
தயக்கம் ஏன்? மயக்கம் ஏன்?

[ஆசைக்கு]

ஊறிக்கிட்டே இருக்கும் கிணறு
உனக்கும் நீரைக் கொட்டுமே
தொட்டில் கட்டும் காலம் வரைக்கும்
சொந்தங்கள் மேளம் தட்டுமே

ஆணின்றிப் பெண்ணழகு தானே - அது
வீணென்று புரிந்துகொள் மானே - அடி
தேனென்று உன்னைச் சொன்னேன் நானே - பல
தேசங்கள் சுற்றி வந்தேனே - அந்த

வானுக்கும் மேலே சென்றும்
பூமிக்கு கீழே நின்றும்
ஆண்கள்தான் பெண்ணினத்தைக்
காத்தார் கண்ணே!

இந்தியக் கம்யூனிஸ்ட் கட்சியிலிருந்து பிரிந்து தோழர் எம்.கல்யாணசுந்தரம் 'இந்தியன் கம்யூனிஸ்ட் கட்சி' என்ற அமைப்பை உருவாக்கினார். இந்த இயக்கத்தின் மாநிலக் குழு

உறுப்பினராகவும் என்னை நியமித்தார். இந்த இயக்கத்தின் பணிகளில் என்னை இணைத்துக் கொண்டு செயல்பட்டேன். இதுவும் எங்கள் இயக்குநருக்குத் தெரியும்.

எப்போதும் போல் வாய்ப்பு கிடைக்கும் போதெல்லாம் எங்கள் இயக்குநர் அலுவலகத்திற்குச் செல்வதை நான் வழக்கமாகக் கொண்டிருந்தேன். இந்தக் காலகட்டத்தில்தான் அதாவது 1988 ஜூன் 20 அன்று துறைமுகத் தொழிலாளர் பிரச்சினையைப் பற்றிப் பேசுவதற்காக டெல்லி சென்ற தோழர் எம்.கல்யாணசுந்தரம் அங்கேயே மறைந்து விட்டார். இது எனக்குப் பேரிடியாக அமைந்தது.

டெல்லியிலிருந்து சென்னைக்குக் கொண்டுவரப்பட்ட தோழர் எம்.கல்யாணசுந்தரம் உடல் சென்னை துறைமுகத் தொழிலாளர் சங்கத்தில் வைக்கப்பட்டு ஆயிரக்கணக்கான தொழிலாளர்கள் அஞ்சலி செலுத்தியபின் இலக்கியப் பேராசான் ஜீவா, தோழர் ஏ.எஸ்.கே ஆகியோர் அடக்கம் செய்யப்பட்ட காசிமேடு சுடுகாட்டில் தோழர் எம்.கல்யாணசுந்தரமும் அடக்கம் செய்யப்பட்டார். இங்கு நடந்த நினைவஞ்சலிக் கூட்டத்திலும் நான் கலந்து கொண்டேன். இதன் பொருட்டு பல வாரங்கள் எங்கள் இயக்குநரை நான் சந்திக்கவில்லை.

ஒருநாள் எங்கள் இயக்குநரின் அலுவலகத்திற்கு நான் சென்றிருந்தபோது தோழர் எம்.கல்யாணசுந்தரம் பற்றி என்னிடம் நீண்ட நேரம் பேசினார் எங்கள் இயக்குநர்.

அப்போது நான் எங்கள் இயக்குநரிடம், "சார்! தோழர் எம்.கல்யாணசுந்தரத்திற்கு இயக்கம் ஒரு நினைவு மலர் கொண்டு வருகிறது. அதில் நீங்கள் என்னிடம் சொல்லியதை எல்லாம் ஒரு கட்டுரையாக்கிக் கொடுக்கலாமே!" என்றேன்.

உடனே எங்கள் இயக்குநர், "ஜீவா! நான் தோழர் எம்.கல்யாணசுந்தரம் பற்றிச் சொல்கிறேன். அதை எழுதி மலரில் சேர்த்து விடுங்கள்" என்று சொல்லிவிட்டு சொல்லத் தொடங்கினார். எங்கள் இயக்குநர் சொல்லச் சொல்ல எழுதிய அந்தக் கட்டுரை எம்.கல்யாணசுந்தரம் நினைவு மலர் 1988ல் இடம்பெற்றது. அந்தக் கட்டுரை:

கடவுளைவிட கடமைவாதிகளை நம்புகிறேன்

- மணிவண்ணன்,
திரைப்பட இயக்குநர்

தோழர் எம்.கே. 'நடப்பதே உயிருக்கு ஆபத்து' என்று டாக்டர்கள் எச்சரித்த நேரத்திலும் ஓடியோடி உழைப்பாளர்களுக்காக உழைத்த உயிர்நீத்த உத்தமன்.

இந்தியக் கம்யூனிஸ்ட் இயக்கத்தில் அவர் ஓர் இணையற்ற பாத்திரம்.

இந்தியத் தொழிற்சங்க வரலாற்றில், இந்தியத் தொழிலாளர்களின் தலையில் மகுடம் சூட்டாவிட்டாலும் அவர்களின் மார்பில் பதக்கம் சூட்டியிருக்கிறான்.

தொழிலாளர் வர்க்கத்தின் விடுதலையை வாங்குமுன் அவன் நம்மிடம் இருந்து விடுதலை வாங்கிக் கொண்டான்.

ஆனாலும், நலிந்து கிடந்த தொழிலாளி வர்க்கத்திற்கு அவன் வாழ்க்கையை வாங்கித் தந்தான்.

அவன் பிரமிப்பான தலைவன். ஆனால் எதைக் கண்டும், எவரைக் கண்டும் பிரம்மிக்காத தோழன்.

காரல் மார்க்ஸ் என்கின்ற ஜெர்மானியனை எனக்கு அறிமுகப்படுத்தியவன்.

அந்த காரல் மார்க்ஸ் பிறப்பால் ஜெர்மானியனாக இருந்தாலும் நினைவால், சிந்தனையால், வாழ்வால் தொழிலாளி வர்க்கத்திற்கு தலைமையேற்றதால் அவன் உலகத்திற்கே பொது மனிதன் என்று எனக்குப் புரிய வைத்தவர் தோழர் எம்.கே.

அந்த மாபெரும் பொதுவுடைமையாளர் எம்.கே அவர்களை மூன்று முறை சந்திக்கும் வாய்ப்பு எனக்குக் கிடைத்தது.

சிலபேருக்கு காசிக்குப் போவதில் சந்தோஷம்...

சிலபேருக்கு திருப்பதிக்குப் போவதில் நிம்மதி...

சிலபேருக்கு மெக்காவுக்குப் போனால் அமைதி...

சிலபேருக்கு ஜெருசலத்திற்கு போனால் ஜென்ம பலன் அடைந்து விட்டதாகத் திருப்திப்படுவார்கள்.

அந்த சந்தோஷம் எம்.கே.யை சந்தித்த இரண்டு சந்திப்பில் எனக்குக் கிடைத்துவிட்டதாக நான் கருதுகிறேன்.

ஏனெனில் நான் கடவுளைவிட கடமைவாதிகளை நம்புகிறேன். மதத்தைவிட மனிதர்களை நேசிக்கிறேன்.

நான் முதன்முறையாக எம்.கே.வைச் சந்தித்தேன்...

அப்போது நான் வேலையில்லாத இளைஞன். வறுமைக் கோட்டுக்குக் கீழே எனது வாழ்க்கை. அப்போது எனக்குத் தெரிந்த ஒரே தொழில் ஓவியம்.

தோழர் பாலதண்டாயுதம் என் தொகுதி பாராளுமன்ற உறுப்பினர்.

தூக்கு மேடைவரை சென்று, அங்கே சிறைச்சாலையில் ஏறத்தாழ மூன்று ஐந்தாண்டுத் திட்டங்களைச் சந்தித்து, திரும்பவும் மக்களிடம் வந்து மக்களுக்காகப் பணியாற்றியனார்.

ஆனால் அந்த மகத்தான தோழன் வினாடி நேர விமான விபத்தில் பஸ்பமாகி நம் கைகளில் கிடைத்தான்.

அவன் இடத்தை நிரப்புவதற்காக (மன்னிக்க வேண்டும். அவன் இடத்தை எவராலும் நிரப்ப முடியாது. அவன் பாராளுமன்ற இடத்தை நிரப்புவதற்காக) ஒரு தேர்தல்.

அதில் பார்வதி கிருஷ்ணன் நிறுத்தப்படுகிறார். அப்போது எனக்கு கம்யூனிஸ்ட் கட்சி மீது ஈடுபாடு இல்லை. கம்யூனிஸ

கொள்கை மீதும் விருப்பமில்லை.

ஏனென்றால் வறுமைக் கோட்டுக்குக் கீழே வாழ்ந்து கொண்டிருந்த நான் விரும்பியது கஞ்சி மட்டுமே!

எலெக்சன் வந்தது.

பணக்காரக் கட்சிகள், பயங்கரமாக போஸ்டர் அடித்து ஒட்டின. ஏழைக் கட்சிகள், எவனாவது கிடைத்தால் சோறு போட்டு சுவற்றில் எழுத வைக்கலாம் என தேடிக் கொண்டிருந்தபோது நான் மாட்டினேன்.

எனக்கு சோறு போட்டார்கள். நான் அவர்களுக்கு சுவற்றில் எழுதினேன்.

ஒருநாள் எழுதிக் கொண்டிருந்தபோது... அப்போது மணி இரவு இரண்டு...

எங்கள் ஊர் பஞ்சாயத்து காம்பவுண்ட் சுவற்றில் நான் எழுதிக் கொண்டிருந்தேன்...

அதற்கு எதிரில் இருந்த இந்தியக் கம்யூனிஸ்ட் கட்சியின் முக்கிய தோழர் சூ.ரா.தங்கவேலுவின் வீடுதான் கட்சியின் தேர்தல் அலுவலகம்.

"என்னடா சிக்கலான சின்னமாக இருக்கிறதே... ஒவ்வொரு கதிராக வரைவதற்குள் உயிர் போயிடும் போலிருக்கே...

சிம்பிளான சின்னமாகயிருந்தால் சீக்கிரமாக வரைந்து விட்டு சில்லரையை வாங்கியிருக்கலாம்" என எண்ணியபடி வரைந்து கொண்டிருந்தேன்.

பக்கத்திலோ சாக்கடை...

அதிலோ பயங்கரமான துர்நாற்றம்...

பசிக் கொடுமையால் அதையும் சகித்துக் கொண்டு வரைந்து கொண்டிருந்தேன்.

பக்கத்தில் ஒரு கார் வந்து நின்றது.

அதிலிருந்து பளிச்சென்று நெட்டையான, சொட்டையான மனிதர் வந்து இறங்கினார்.

"என்ன தோழரே! வேலையெல்லாம் வேகமாக நடக்குதோ?" என்று என்னைக் கேட்டார்.

நான் அதிர்ந்து விட்டேன்.

காரிலிருந்து இறங்குபவர்கள், "என்னடா.." என்று அழைப்பதையே கேட்டுப் பழகிவிட்ட எனது செவிகள் "என்ன தோழரே!" என்ற குரல் கேட்டு சிலிர்த்து விட்டேன்.

கேட்டது எம்.கே.

அதைக் கேட்டவன் நான்.

நடந்து வந்து, அந்த கெட்ட வாசம் அடிக்கும் சாக்கடை அருகே, தன் தோளில் இருந்த துண்டை எடுத்துத் தட்டி விட்டுத் தரையில் அமர்ந்தார்.

எதிரே அமர்ந்த பெரியவரின் வயது காரணமாக என் வாயிலிருந்த பீடித்துண்டு நழுவி விழுந்தது.

"யாரைய்யா இது?" என்று கேட்டேன்...

"எம்.கல்யாணசுந்தரம்" என்று சொன்னார்கள்.

ஒரு அகில இந்தியக் கட்சியில் அங்கம் வகிப்பவன், ஒரு மாநில அளவில் கட்சிக்குத் தலைமை வகிப்பவன், ஏழை மக்களோடு மக்களாய் என்னை நெருங்கிய போதே மார்க்ஸிஸத்திற்குள்ளிருக்கும் மனிதாபிமானம் எனக்குத் தெரிய ஆரம்பித்தது.

என் கைகள் உற்சாகத்தோடு கதிர்களை வரைந்து கொண்டிருந்தபோதே, எனது காதுகளில் கம்யூனிஸத்தை அவன் வரைந்து கொண்டிருந்தான்!

நான் அப்போது பல சிவராத்திரிகளைச் சந்தித்திருக்கிறேன். ஆனால் சிந்தனை ராத்திரியைச் சந்தித்தது அன்றுதான்.

அப்போதுதான் நான் சிந்திக்கவே தொடங்கினேன் என்று கூறினாலும் அது மிகையாகாது.

என் பசியை மட்டுமே தெரிந்து கொண்டிருந்த எனக்கு, அதன் காரணத்தையும் புரிய வைத்தவன் அவனே!

புத்தகங்கள் சுமையாகவே இருந்த எனக்கு, அவைகள் சுவையானவைகளாக மாறியதற்கும் காரணம் அவனே!

வாழ்வதற்காக மட்டுமே படித்துக் கொண்டிருந்த நான், ஏன் வாழ முடியவில்லை என்பதற்காகவும் படிக்கத் தொடங்கினேன்.

தனி மனித வாழ்க்கை, எங்கோ இருக்கிற ஏகாதிபத்தியவாதிகளால் நிர்ணயிக்கப்படுகிறது என்பதைப் புரிந்து கொண்டேன்.

நாம், நாமாக வாழ வேண்டுமென்றால் நாம் எல்லோரையும் நேசிக்க வேண்டும் என்பதைப் புரிந்து கொண்டேன்.

அந்த ஒருநாள் இரவில் அவன் நடத்திய பாடம் என் பள்ளிக் காலத்தில் சர்க்கார் எப்போதுமே கற்றுக் கொடுக்கவில்லை.

காலையில் கதிர்களை வரைந்து முடித்தேன்.

காசு கொடுத்தார்கள்.

“வேண்டாம்” என்றேன்.

ஏனென்று அவர்களுக்குப் புரியவில்லை. ஆனால், எனக்கு மட்டுமே புரியும்.

ஒரு பல்கலைக்கழகமல்லவா எனக்குப் பாடம் நடத்தியது!

இந்த பட்டதாரிக்கு எதற்கு பன்னும் டீயும்?

அதனால்தான் காசு வேண்டாம் என்றேன்.

***

காலம் ஓடியது.

வாழ்க்கைக்கும் சிந்தனைக்குமான போராட்டம்.

கோடிக்கணக்கான வேலை தேடும் இளைஞர்களில் நானும் ஒருவனாக வீதிவீதியாகத் திரிந்தேன்.

அன்று என் எதிர்கால வாழ்க்கைக்கு நம்பிக்கை ஒளியாகத் தெரிந்தவர் பாரதிராஜா. சென்னை தியாகராய நகர் 5 லோகாம்பாள் தெருவில் அவர் குடியிருந்தார். காகிதத்தில் பெற்றுப் போட்ட என் கதைக் குழந்தைகளை அனைத்து கொண்டு பல நாள் காலையில் அவர் வீட்டு முன்பு தவமிருப்பேன். நாட்களை வாரங்கள் விழுங்கின. வாரங்களை மாதங்கள் விழுங்கின. பசியோ என்னை விழுங்கிக் கொண்டிருந்தது. பலனோ ஒன்றும் கிடைத்தபாடில்லை.

அப்படி ஒருநாள் டைரக்டரைச் சந்திக்க முடியாமல் சோர்வோடு திரும்பிக் கொண்டிருந்தபோது, எதிர் வீட்டில் இருந்து வந்தார் எம்.கே. அப்போதுதான் தெரிந்தது, அதுதான் அவர் வீடென்று!

நேராக அவர் அருகில் சென்று, எனது பழைய சந்திப்பை நினைவுபடுத்தி என்னை அறிமுகப்படுத்திக் கொண்டேன். பல ஆண்டுகளுக்கு முன்பு மாநிலத்தின் மேற்கு எல்லையில் சந்தித்துக் கொண்ட நாங்கள், மீண்டும் கிழக்கு எல்லையில் சந்தித்தோம்.

"என்ன செய்து கொண்டிருக்கிறீர்கள்?" என்று கேட்டார்.

என் திரையுலக பிரவேசத்திற்கான போராட்டத்தைச் சொன்னேன்.

"சினிமாவுக்கு முயற்சி செய்கிறீர்களா?" என்று கேட்டார்

இந்த சின்னக் கேள்வியில் எனக்கு எத்தனையோ அர்த்தங்கள் தெரிந்தது.

"சினிமா என்பது சீக்கிரமாக சம்பாதித்து தரும் சாதனம்தான். ஆனால், ஆசை மட்டும் மூலதனமாக இருந்தால் அழிந்து விடுவீர்கள்... அங்கே போராடி வெல்வதற்கான ஆற்றலும், அறிவும், தன்னம்பிக்கையும் தேவை. அது உங்களிடம் இருக்கிறதா? உங்களுக்குள்ளேயே ஆயிரம் முறை கேட்டுப்பாருங்கள், வெற்றி பெறுங்கள்... இல்லாவிட்டால் தெரிந்தே தோல்வியைக் கட்டி அணைக்க ஆசைப்படாதீர்கள்" என்று அறிவுரை கூறினார்.

அவரின் கேள்விகளுக்குப் பதிலாக என் மடியிலிருந்த கதைக் குழந்தைகளை இறக்கிவிட்டேன். அவைகளைத் தன் மடியில் போட்டுக் கொஞ்சினார். நான் மலடல்ல என்பதைப் புரிந்து கொண்டவர், பின் மானசீகமாக வாழ்த்தினார்.

"திரையுலகில் உனக்கு ஒரு இடமுண்டு" என்று என் தன்னம்பிக்கைக்கு வலுவூட்டி வாழ்த்தி அனுப்பினார்.

வயிற்றுப் பசியோடு இருந்த எனக்கு இந்த வாழ்த்துக்களே ஒரு மாதத்திற்கு உணவாயிற்று...

***

காலம் கடந்தது...

ஒரு இடத்தைத் தேடிப் பிடித்து விட்டேன்.

தக்க வைத்துக் கொள்ள முயற்சிக்கிறேன்.

நான் இயக்குநரான பின்பு இந்தியக் கம்யூனிஸ்ட் கட்சியின் கவிஞரான ஜீவபாரதி என்னிடம் உதவியாளராகச் சேர்ந்தார்.

அவருக்கும் எம்.கே.வுக்கும் இருந்த பழக்கமோ நெருக்கமோ எனக்குத் தெரியாது.

ஒருநாள் ஜீவபாரதி என்னிடம், "சார் எம்.கே.வைச் சந்தித்தேன். 'எங்கு வேலை செய்கிறாய்?' என்று கேட்டார். சினிமா டைரக்டர் மணிவண்ணனிடம் உதவியாளராகப் பணியாற்றுவதாகவும் அவருடைய படங்களுக்குப் பாட்டு எழுதுவதாகவும் சொன்னேன். 'அவரைப் பார்க்கணுமே' என்று எம்.கே. சொன்னார்" என்று ஜீவபாரதி என்னிடம் சொல்லிய போது நான் எம்.கே.வைச் சந்திக்க ஆசைப்பட்டேன்.

கம்யூனிஸத்துக்காக அவரும், காசுக்காக நானும் இடைவிடாது உழைத்துக் கொண்டிருந்ததால் ஒருவரை ஒருவர் சந்திக்க முடியவில்லை!

மூன்றாவது முறை சந்தித்தேன்!

பத்திரிகைச் செய்தியில் எம்.கே. நம்மை விட்டுப் பிரிந்திருந்தார். படித்துவிட்டு கண்கலங்கினேன்.

நான் திரும்பத் திரும்பச் சொல்கிறேன். கடவுளை விட கடமைவாதிகளை நம்புகிறேன். மதத்தைவிட மனிதர்களை நேசிக்கிறேன்.

அந்த மனிதன் எம்.கே.வின் புகழ் பாடுவதைவிட அந்த மாமனிதனின் வழி நடப்பதே மனித குலத்திற்கு நாம் செய்யும் கடமையாகும் என்று கூறி முடிக்கிறேன்.

***

 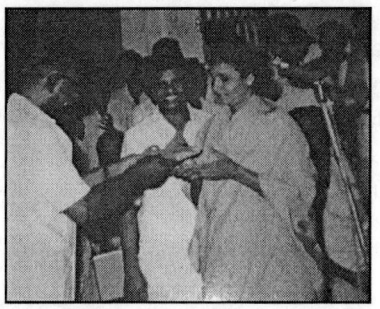

என்னுடைய நூலை பேராசிரியர் சாலமன் பாப்பையா வெளியிடுகிறார்; மக்கள் கவிஞர் பட்டுக்கோட்டை கல்யாணசுந்தரத்தின் மனைவி கௌரவாம்பாள் பெற்றுக் கொள்கிறார்.

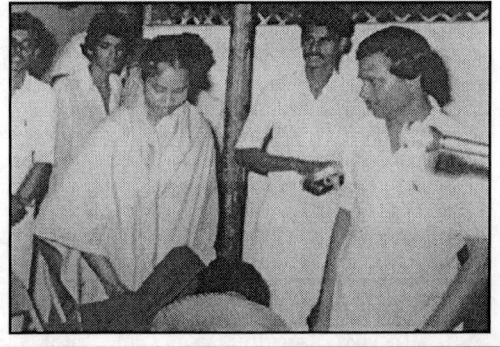

வாழ்த்துரை வழங்குவதற்கு முன் மக்கள் கவிஞர் பட்டுக் கோட்டை கல்யாணசுந்தரத்தின் மனைவி கௌரவாம்பாளின் கால்களைத் தொட்டு எங்கள் இயக்குநர் வணங்குகிறார்.

மக்கள் கவிஞர் பட்டுக்கோட்டை கல்யாணசுந்தரம் படைப்புகளை ஆய்வு செய்து, 'காலமறிந்து கூறிய சேவல்' என்ற நூலை எழுதினேன்.

இந்த நூலைத் திருப்பூரில் வெளியிட விரும்பினேன். அதற்கு தோழர் சு.பழனிச்சாமி ஒத்துழைத்தார்.

இந்த நிகழ்வில் எங்கள் இயக்குநரைக் கலந்து கொள்ள வேண்டினேன். அவரும் அதற்குச் சம்மதித்தார். அத்துடன்

விழா போஸ்டரையும் எங்கள் இயக்குநர் அச்சடித்துக் கொடுத்தார். அதை திருப்பூருக்கு அனுப்பினேன். போஸ்டரைப் பார்த்த திருப்பூர் தோழர்கள் என்னைத் தொடர்பு கொண்டு, "போஸ்டர் கிடைத்தது... அதை ஒட்டுவதற்கு சுவரையும் அனுப்பி வையுங்கள்!" என்றனர். ஆம் அவ்வளவு பெரிய போஸ்டர் அது!

16.08.1988 அன்று திருப்பூரில் இந்த நிகழ்வு நடந்தது. விழாவில் என் நூலை பேராசிரியர் சாலமன் பாப்பையா வெளியிட, மக்கள் கவிஞர் பட்டுக்கோட்டை கல்யாணசுந்தரத்தின் மனைவி கௌரவாம்பாள் முதல் பிரதியைப் பெற்றுக் கொண்டார். கொங்கு மண்டலத்தில் மக்கள் கவிஞரின் மனைவி கலந்து கொண்ட முதல் நிகழ்வு இதுதான்.

விழாவில் வாழ்த்திப் பேசிய எங்கள் இயக்குநர் மக்கள் கவிஞரைப் பற்றியும் என் நூலைப் பற்றியும் குறிப்பிட்டு விட்டு, "ஜீவபாரதி கொள்கையில் உறுதியானவர். சினிமாவிலும்கூட அவர் கொள்கையை விட்டுக் கொடுத்ததில்லை. 'கனம் கோட்டார் அவர்களே!' என்ற படத்தில் டிஸ்கோ சாந்தி, சத்யராஜுக்கு ஜீவபாரதியை ஒரு பாடலை எழுதச் சொன்னேன். அதற்கு அவர் ஒப்புக்கொள்ளவில்லை. நான் மீண்டும் மீண்டும் வலியுறுத்தியதால் ஜீவபாரதி அந்தப் பாடலை எழுதினார். அவர் விருப்பமில்லாமல் அந்தப் பாடல் எழுதியதால் அந்தப் பாடல் இடம் பெற்ற 'கனம் கோட்டார் அவர்களே!' படம் தோல்வியைத் தழுவியது" என்றார். கூட்டம் அதைக் கேட்டு சிரித்துக் கைதட்டியது.

'**சந்தனக்** காற்று' படத்திற்கு கதை வசனம் எழுதுவதில் கலைமணி தாமதம் செய்ததால், இந்தப் படத்திற்கு எங்கள் இயக்குநரே கதை, திரைக்கதை, வசனம், இயக்கம் ஆகிய பொறுப்புகளை ஏற்றார். இந்தப் படத்திற்கான அனைத்துப் பாடல்களையும் கவிஞர் வாலி எழுதி ஏற்கனவே பதிவு செய்யப்பட்டுவிட்டது.

இந்தச் சூழலில் ஒருநாள் எங்கள் இயக்குநர் அலுவலகத்திற்கு நான் சென்றிருந்தேன். அப்போது பல விஷயங்களை என்னிடம்

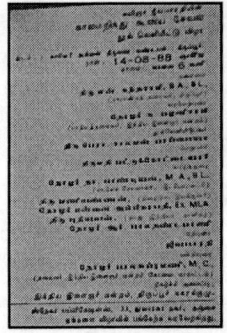

14-08-88

எங்கள் இயக்குநர் வாழ்த்துரை வழங்குகிறார்.

பேசிக் கொண்டிருந்த எங்கள் இயக்குநர் இறுதியாக, "ஜீவா! நீங்கள் விரும்பும் பட்டுக்கோட்டை கல்யாணசுந்தரம் 'பதிபக்தி' என்ற படத்தில் ராணுவத்திலிருந்து சொந்த ஊருக்கு வரும் சிவாஜி கணேசனுக்காக,

"வீடு நோக்கி ஓடிவந்த நம்மையே
நாடி நிற்குதே அனேகே நன்மையே உண்மையே.."

என்று ஒரு பாடல் எழுதியிருப்பார். அதுபோன்று ராணுவத்திலிருந்து சொந்த ஊருக்கு வரும் நம் படத்தின் கதாநாயகன் விஜயகாந்துக்கு நீங்கள் ஒரு பாடல் எழுத வேண்டும். விஜயகாந்தின் அறிமுகப் பாடல் இதுதான்.

'பதிபக்தி'யில் பட்டுக்கோட்டை கல்யாணசுந்தரம் சிவாஜி கணேசனுக்கு எழுதிய பாடல் உறவுகளையும், பழைய நினைவுகளையும் சொல்வதாக இருக்கும்.

ஆனால், 'சந்தனக் காற்று' படத்தில் நீங்கள் எழுதப் போகும் பாடல், விஜயகாந்த் சொந்த ஊர் ஊட்டி என்பதால் ஊட்டியின் இயற்கை அழகை நீங்கள் வர்ணிக்க வேண்டும். அத்துடன் படத்தின் டைட்டிலான 'சந்தனக் காற்று' என்பது பாடலின் தொடக்கத்திலேயே வரவேண்டும்" என்றார்.

அதற்கு நான், "சார்! இந்தப் பாடலையும் கவிஞர் வாலியையே எழுதச் சொல்லலாமே!" என்றேன்.

"அது எனக்கு தெரியாதா? இந்தப் பாடலை நீங்கள்தான் எழுத வேண்டும் என்பது என் விருப்பம். அதனால் பாடலை எழுதி நாளை கொண்டு வாருங்கள். நாளை பிற்பகல் ஏ.வி.எம்.ஈ தியேட்டரில் சாங் ரெக்கார்டிங்" என்றார்.

அத்துடன் சங்கர் கணேஷ் மலையாளப் படத்திற்குப் போட்டு மலையாளத்தில் ஹிட்டான டியூனை என்னிடம் கொடுத்தார் எங்கள் இயக்குநர்.

மறுநாள் காலையில் பாடலுடன் எங்கள் இயக்குநரை அவருடைய இல்லத்தில் சந்தித்தேன். பாட்டைப் படித்துப் பார்த்து சில வரிகளைச் சொல்லிப் பாராட்டினார். 'சந்தனக் காற்று' திரைப்படத்தில் இடம்பெற்ற என்னுடைய அந்தப் பாடல்:

'சந்தனக் காற்றில் சுந்தரப் பூக்கள்
ஆடுது நாட்டியமே
வெண்பனித் தூவ புன்னகையோடு
பூத்தது பூவினமே - ஓ
பூமகள் மடிமேலே!
                        (சந்தனக் காற்றில்)

வானத்தின் மேலே மேகப் பறவை
ஊர்வலம் போகின்றது
வருகின்ற மேகம் சூரியன் முகத்தில்
ஓவியம் வரைகின்றது

மூங்கில் இலைக்குள் தூங்கும் பனிக்குத்
தூக்கம் கலைகிறது

மூலை முடுக்கில் ஓலை இடுக்கில்
சூரியன் நுழைகிறது
மண்ணிலெல்லாம் ஓ...
பொன்னொளியே..!
                        (சந்தனக் காற்றில்)

> ஆயிரம் கோடி ஆசைகள் சுமந்து
> நானிங்கு வந்தேனே!
> 'வா'வென்று என்னைப் பூக்களின் கூட்டம்
> வாழ்த்திடக் கண்டேனே!
>
> நாட்டை உயர்த்தி நாமும் உயரச்
> சேவைகள் செய்வோமே!
> நாளைய பொழுது நமக்கென விடியும்
> நம்பிக்கை கொள்வோமே!
> பிள்ளைகளே... ஓ...
> முல்லைகளே!

இந்தப் பாடலை எஸ்.பி.பாலசுப்ரமணியம் பாடினார். பல பத்திரிகைகளும் என்னுடைய இந்தப் பாடலைப் பாராட்டி எழுதின.

சில ஆண்டுகளுக்கு முன் சென்னை எழும்பூர் ரயில்வே ஸ்டேஷனுக்கு எதிரில் ஓர் இலக்கியக் கூட்டம். இந்தக் கூட்டத்திற்கு கவிஞர் வாலி தலைமை. இதில் கவிஞர் முத்துலிங்கம் சிறப்புரை. கவிஞர் முத்துலிங்கத்தின் உரையைக் கேட்பதற்காக அங்கு நான் சென்றேன். விழா முடிந்ததும் கவிஞர் முத்துலிங்கம் என்னிடம், "ஜீவபாரதி! நாம் கவிஞர் வாலி காரில் சென்று அண்ணா அறிவாலயத்தில் இறங்கிக் கொள்ளலாம்" என்றார்.

அதற்கு முன் கவிஞர் வாலியை நான் அறிவேன். எங்கள் இயக்குநர் படங்களுக்கு கவிஞர் வாலி எழுதிய பாடல்களைப் பாடும் கலைஞர்களுக்கு நான் பிரதி எடுத்துக் கொடுத்திருக்கிறேன். ஆனால் அவரோடு நெருங்கிய பழக்கம் எனக்கு இல்லை.

கவிஞர் முத்துலிங்கத்துடன் நானும் கவிஞர் வாலி காரில் பயணித்தோம். எங்களைத் தேனாம்பேட்டை அறிவாலயத்தில் இறக்கிவிட்டார். நாங்கள் விடைபெறும்போது கவிஞர் முத்துலிங்கம் கவிஞர் வாலியிடம் என்னைக் காட்டி, "ஜீவபாரதி நல்ல மேடைப் பேச்சாளர்; சிறந்த கவிஞர்; சினிமாவுக்கும் பாட்டெழுதியிருக்கிறார்" என்றார்.

உடனே கவிஞர் வாலி என்னிடம், "என்ன படத்திற்கு பாட்டெழுதியிருக்கிறீர்கள்?" என்றார்.

"நீங்கள் பாட்டெழுதிய, 'சந்தனக் காற்று' படத்தில் நான் பாடல் எழுதி இருக்கிறேன்" என்றேன்.

"அந்தப் படத்தில் நீங்கள் எழுதியது எந்தப் பாட்டு?" என்றார் கவிஞர் வாலி.

"சந்தனக் காற்றில்
சுந்தர பூக்கள்
ஆடுது நாட்டியமே!

என்ற பாடல் நான் எழுதியதுதான்!" என்றேன்

உடனே கவிஞர் வாலி, "அது அற்புதமான பாட்டாச்சே! அப்புறம் ஏன் நீங்கள் தொடர்ந்து சினிமாவுக்குப் பாட்டெழுதவில்லை?" என்றார்.

"நீங்கள் சினிமாவுக்குப் பாட்டெழுதும் போது அங்கு நான் எதற்கு?" என்றேன்.

அதைக் கேட்டு கவிஞர் வாலி குலுங்கிக் குலுங்கிச் சிரித்தார். கவிஞர் முத்துலிங்கமும் நானும் அதை ரசித்தோம்.

கவிஞர் முத்துலிங்கம் 'தினமணி' நாளிதழில் 'ஆனந்தத் தேன் காற்றுத் தாலாட்டுதே' என்ற தலைப்பில் 76 வாரங்கள் எழுதினார். இந்தத் தொடரில் இரண்டு இடத்தில் கவிஞர் முத்துலிங்கம் என்னைப் பதிவு செய்திருந்தார். அதில் ஒன்று இங்கே:

"சிறந்த எழுத்தாளரும், பேச்சாளருமான கவிஞர் ஜீவபாரதியைப் பற்றி ஏற்கனவே ஒரு கட்டுரையில் குறிப்பிட்டிருக்கிறேன். ஆனால் இவர் பாடலைப் பற்றிக் குறிப்பிடவில்லை.

இவர் இயக்குநர் மணிவண்ணனிடம் உதவி இயக்குநராகப் பணியாற்றியவர். 'முதல் வசந்தம்', 'இங்கேயும் ஒரு கங்கை',

'பாலைவன ரோஜாக்கள்', '24 மணி நேரம்', 'விடிஞ்சாக் கல்யாணம்', 'அன்பின் முகவரி', 'சின்னத்தம்பி பெரியதம்பி' உட்பட பதினொன்று படங்களில் உதவி இயக்குநராகப் பணியாற்றியிருக்கிறார். இதில் பல படங்களில் நானும் பாடல் எழுதியிருக்கிறேன்.

மணிவண்ணன் இயக்கிய 'இனி ஒரு சுதந்திரம்', 'சந்தனக் காற்று' ஆகிய இரு படங்களில் இவர் பாடல் எழுதியிருக்கிறார். 'சந்தனக் காற்று' படத்தில் இவர் எழுதிய ஒரு பாடல்.

'சந்தனக் காற்றில் சுந்தர பூக்கள்
ஆடுது நாட்டியமே
வெண்பனித் தூவ புன்னகையோடு
பூத்தது பூவினமே'

என்று தொடங்கும். இதற்கு இசையைமைத்தார் சங்கர் - கணேஷ். பாடியவர் எஸ்.பி.பாலசுப்பிரமணியம்.

'வானத்தின் மேலே
மேகப் பறவை
ஊர்வலம் போகின்றது
வருகின்ற மேகம்
சூரியன் முகத்தில்
ஓவியம் வரைகின்றது
மூங்கில் இலைக்குள்
தூங்கும் பனிக்குத்
தூக்கம் கலைகின்றது
மூலை முடுக்கில்
ஓலை இடுக்கில்
சூரியன் நுழைகின்றது"

என்று கவித்துவத்தோடு சரணத்தை எழுதியிருப்பார்.

இவரைப் போன்றவர்கள் படங்களுக்கு அதிகம் எழுதவில்லை. அதற்காக இவர் யாரையும் அணுகியதும்

சென்னை வாணி மஹாலில் நடந்த கவிஞர் முத்து லிங்கத்தின் 'காற்றில் விதைத்த கருத்து' என்ற நூல் வெளியீட்டு விழாவில் கவிஞர் வாலி எனக்குப் பயனாடை அணிவித்து வாழ்த்தியபோது...

இல்லை. ஆனாலும் இவர் எழுத்துக்கள் வாடாத முல்லை. சினிமாவுக்கு எழுதினால்தான் கவிஞன் என்று அர்த்தமா என்ன!"

இந்தத் தொடர் கட்டுரை அதே தலைப்பில் நூலாகவும் வெளியானது.

கவிஞர்கள் வாலியும், முத்துலிங்கமும் என்னைப் பாராட்டும் அளவிற்கு என்னை வளர்த்தெடுத்தது எங்கள் இயக்குநர்தான்.

18

தந்தை என்றொரு
தகைசால் மனிதர்!

எங்கள் இயக்குநரின் தந்தை சுப்பிரமணியம் (ஆர்.எஸ்.மணியம்) பகுத்தறிவாளர்; சுயமரியாதைக்குச் சொந்தக்காரர். சூலூர் நகரத்தின் முதல் தி.மு.க. செயலாளர். பல நூல்களைப் பயின்றவர்.

எங்கள் இயக்குநரின் கே.கே.நகர் இல்லத்தில், வாசலில் உள்ள திண்ணை போன்ற கைப்பிடிச் சுவரில் அமர்ந்து கொண்டு எப்போதும் புகைபிடித்துக் கொண்டிருப்பார். எந்த உதவி இயக்குநரும் அவரைத் தாண்டி வீட்டிற்குள் செல்ல இயலாது...

ஏனோ என்மீது அவருக்குத் தனித்த பாசம் உண்டு. எங்கள் இயக்குநரைச் சந்திக்க நான் செல்லுகின்றபோதெல்லாம் சிறிது நேரம் அவரிடம் நான் பேசாமல் சென்றதில்லை.

என்னுடைய 'சொல்லுறத சொல்லிப்புட்டேன்... கவிதை நூலை தங்கை மேகலாவைப் (இயக்குநரின் கடைசித்

தங்கை) படிக்கச் சொல்லிக் கேட்டுவிட்டு, நான் அவர் வீட்டிற்குச் சென்றபோது, "உன் நூல் முழுவதையும் மேகலாவைப் படிக்கச் சொல்லிக் கேட்டேன். பட்டுக்கோட்டை கல்யாணசுந்தரம் பாணியில் உன் கவிதைகள் இருக்கின்றன" என்று சொல்லிப் பாராட்டினார்.

நான் இயக்கப் பணிகளிலும், எழுத்துப் பணிகளிலும் தீவிரமாக ஈடுபட்டதால் எங்கள் இயக்குநரைச் சந்திப்பதில் காலதாமதம் ஏற்பட்டது.

1990 ஆம் ஆண்டில் ஒருநாள் எங்கள் இயக்குநர் அலுவலகத்திற்குச் சென்றேன். நானும் எங்கள் இயக்குநரும் அவர் வீட்டிலிருந்து வந்த மதிய உணவைச் சாப்பிட்டுக் கொண்டிருந்தோம்.

சாப்பிட்டு முடித்ததும் எங்கள் இயக்குநர் என்னிடம், "ஜீவா! அப்பாவுக்கு கேன்சர். அது அவருக்குத் தெரியாது. எனக்கு என்னவோ அவர் உங்களைப் பார்க்க விரும்புவதாகத் தெரியுது. வந்து அப்பாவைப் பாருங்கள்" என்று கண்கலங்கியபடி சொன்னார்.

மறுநாளே எங்கள் இயக்குநர் இல்லத்திற்கு நான் சென்றேன். எங்கள் இயக்குநர் தந்தையார் படுத்திருக்கும் அறைக்கு என்னை அழைத்துச் சென்றார். உடன் தங்கை மேகலாவும் வந்தார்.

அறையில் அப்பா கண் மூடியபடி இருந்தார். எங்கள் இயக்குநர், "அப்பா! ஜீவா வந்திருக்கிறார்" என்றார்.

அப்பா கண்விழித்துப் பார்த்தார். என்னைக் கண்டதும் அவர் கண்கள் கலங்கின. அதைக் கண்டு என்னுடைய கண்களும் கலங்கின.

இதுதான் நான் அப்பாவைக் கடைசியாகச் சந்தித்தது.

1990 பிப்ரவரி 4 அன்று அப்பா மறைந்த செய்தி கிடைத்து எங்கள் இயக்குநர் வீட்டிற்கு நான் ஓடினேன். அப்பாவின்

இறுதிச் சடங்கை முடித்துவிட்டு வீட்டிற்கு வந்தேன். அன்று இரவு முழுவதும் எனக்குத் தூக்கம் தொலைந்தது.

அடுத்து வெளிவந்த என்னுடைய, "இந்தப் பாடல்களும் எனது திரையும்" என்ற நூலை எங்கள் இயக்குநரின் தந்தைக்குக் காணிக்கையாகிகி என் அஞ்சலியைச் செலுத்தினேன்.

எங்கள் இயக்குநரின் அக்கா பரிமளமுத்து கவிஞர். சென்னை மின்சார வாரியத்தில் பணியாற்றினார். இவருடைய புத்தக வெளியீட்டு விழா அழைப்பிதழை எனக்கு அனுப்பி இருந்தார்.

திருப்பூர் கிருஷ்ணன், சன் டி.வி. வீரபாண்டியன் மற்றும் பலர் இந்த நிகழ்வில் கலந்து கொண்டனர். அழைப்பிதழில் என் பெயர் இல்லையென்றாலும் இந்த நிகழ்வுக்கு நான் சென்றேன்.

இந்த நிகழ்வுக்கு எங்கள் இயக்குநரின் தாயார், மனைவி, தங்கை மேகலா, மகள் ஜோதி, மகன் ரகு வந்திருந்தனர்.

அனைவரும் பேசியபின் நூலாசிரியர் அக்கா பரிமளமுத்துவை ஏற்புரை வழங்கப் பணித்தனர்.

ஒலிபெருக்கி முன் சென்ற அக்கா பரிமளமுத்து, "நான் ஏற்புரை வழங்குவதற்கு முன் எங்கள் தம்பி ஜீவபாரதி இங்கு வந்திருக்கிறான். அவன் ஒரு சில வார்த்தைகள் பேசியபின்

நான் ஏற்புரை நிகழ்த்துகிறேன்'' என்றார்.

நான் மேடைக்குச் சென்றேன். எங்கள் இயக்குநரின் தாயார் எனக்குப் பயனாடை அணிவித்தார். இது என் வாழ்வின் பாக்கியமாகும். ஆம்! இப்படி ஒரு வாய்ப்பு எங்கள் இயக்குநரின் உதவியாளர்கள் எவருக்கும் கிடைத்ததில்லை.

நான், "இங்கு பேசிய அனைவரும் அக்கா பரிமளமுத்துவின் எழுத்தாற்றல் பற்றியும், எங்கள் இயக்குநரின் சாதனைகள் பற்றியும் பேசினர். ஆனால் ஒரு மரத்தின் கிளையையும், கனியையும், இலையையும் பார்க்கின்றவர்கள் எப்படி அந்த மரத்தின் அடி வேரைப் பார்ப்பதில்லையோ, பார்க்க முடிவதில்லையோ அதுபோன்று அக்கா பரிமளமுத்துவின் வெற்றிகளுக்கும், எங்கள் இயக்குநரின் வெற்றிகளுக்கும் அடிவேராக இருந்தவர் அப்பா சுப்ரமணியம். அவருடைய தோளின் மீது நின்றுதான் எங்கள் அக்கா பரிமளமுத்துவும், எங்கள் இயக்குநரும் சாதனை படைத்துக் கொண்டிருக்கிறார்கள்'' என்ற பொருள்படப் பேசினேன். அதைக் கேட்டு அங்கு வந்திருந்த எங்கள் இயக்குநரின் உறவுகள் எல்லாம் கண்ணீர் சிந்தினர்.

விழா முடிந்தபின் வெளியில் வந்த சன் டி.வி. வீரபாண்டியன், "நாங்கள் புத்தகத்தைப் படித்துவிட்டு 'மாங்கு மாங்கு' என்று பேசினால், நீங்கள் சென்டிமென்டாகப் பேசி அனைவரையும் அழவைத்துவிட்டீர்கள். இனிமேல் உங்களோட கூட்டத்தில் கலந்து கொள்ளமாட்டேன்'' என்று சிரித்துக் கொண்டே சொன்னார்.

ஆம்! எங்கள் இயக்குநரின் தந்தை மகத்தான மனிதர் என்பதை அறிந்தவன் நான்.

எங்கள் இயக்குநரின் அப்பாவைப் போன்றே எங்கள் இயக்குநரின் அம்மாவும் என்மீது பேரன்பு கொண்டவர்.

எங்கள் இயக்குநர் இல்லத்திற்கு செல்லுகின்ற போதெல்லாம், "கண்ணு! காபி சாப்பிடுறியா?'' என்று கேட்டுவிட்டு என் பதிலைக் கூட எதிர்பார்க்காமல் எனக்குக் காப்பியைக் கொண்டு வந்து கொடுத்துவிட்டு, "கண்ணு

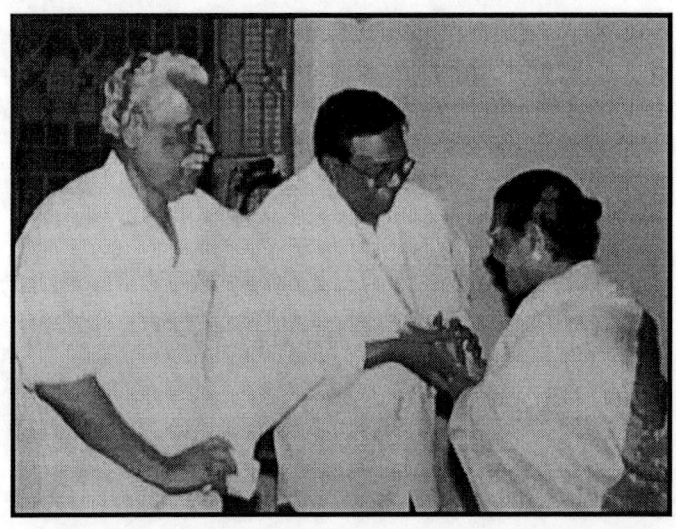

இயக்குநரின் அக்கா பரிமளமுத்துவின் நூல் வெளியீட்டு விழாவில் இயக்குநரின் தாயார் எனக்குப் பயனாடை அணிவித்து வாழ்த்துகிறார். உடன் அக்கா பரிமளமுத்து வின் கணவர்.

அம்மணி எப்படி இருக்கா?" என்று என் மனைவி பற்றிக் கேட்பதை வழக்கமாகக் கொண்டிருந்தார்.

இன்னும் சொல்லப்போனால் எங்கள் இயக்குநர் குடும்பத்தில் இருந்த அனைவரும் ஒரு உதவி இயக்குநராக என்னைக் கருதாமல் அந்தக் குடும்பத்தில் ஒருவனாகவே என்னைக் கருதினர். அதில் அம்மா என் மீது கொண்டிருந்த அன்பு பேரன்பாகும். அம்மாவின் பெயர் மரகதம். பெயருக்கேற்ப மங்களகரமாக இருப்பார் அம்மா. 12.08.2006 அன்று அம்மா மறைந்தார்.

ஆம்! எங்கள் இயக்குநர் இல்லத்தின் ஆகப்பெரும் இருதூண்கள் சாய்ந்து விட்டன. இதன்பின் எங்கள் இயக்குநர் வீட்டிற்கு நான் சென்றபோதெல்லாம் ஒருவிதமான வெறுமையை நான் உணர்ந்தேன்.

இந்திய ஐக்கியக் கம்யூனிஸ்ட் கட்சியின் முதல் மாநாடு சேலத்தில் நடக்க இருந்தது. இந்தக் கட்சியில் நான் மாநிலக் குழு உறுப்பினர்.

மாநாடு நெருக்கத்தில் என்னை அழைத்த தோழர் தா.பாண்டியன், "கவிஞா! மாநாட்டுக்குச் சுவரொட்டி அடிக்க வேண்டும். அதற்குப் போதுமான காசு நம்மிடம் இல்லை. இதற்கு ஏதாவது செய்ய முடியுமா?" என்றார்.

"எவ்வளவு போஸ்டர் தேவைப்படும்?" என்றேன்.

"ஐயாயிரம் போஸ்டர்" என்றார் தோழர் தா.பாண்டியன்.

"முயற்சிக்கிறேன்" என்று சொல்லிவிட்டு மறுநாள் எங்கள் இயக்குநரைச் சந்தித்து தோழர் தா. பாண்டியனின் வேண்டுகோளைச் சொன்னேன்.

"மேட்டரை வாங்கி வாருங்கள். நாம் போஸ்டர் அடித்துக் கொடுக்கலாம்" என்றார் எங்கள் இயக்குநர்.

மறுநாள் போஸ்டரில் இடம்பெற வேண்டிய மேட்டருடன் எங்கள் இயக்குநரைச் சந்தித்தேன்.

உடனே எங்கள் இயக்குநர் ஐந்தாயிரம் போஸ்டர்கள் அச்சிட்டுக் கொடுத்தார்.

தமிழக வீதிகளில் இந்திய ஐக்கியக் கம்யூனிஸ்ட் கட்சி மாநாட்டுக்காக எங்கள் இயக்குநர் அச்சிட்டுக் கொடுத்த போஸ்டர்கள் ஒட்டப்பட்டன!

இயக்குநர் பாரதிராஜாவின் 'கொடி பறக்குது' படத்தில் எங்கள் இயக்குநர் வில்லனாக நடித்துக் கொண்டிருந்தார். இந்தச் சூழலில் எங்கள் இயக்குநர் அலுவலகத்திற்கு நான் சென்றேன். அப்போது படப்பிடிப்புக்காக எங்கள் இயக்குநர் புறப்படத் தயாராகிக் கொண்டிருந்தார். என்னைக் கண்டதும், "வாங்க ஜீவா" என்று அழைத்து காரில் என்னையும் ஏற்றிக் கொண்டார். கார் வீனஸ் ஸ்டுடியோவில் போய் நின்றது.

இயக்குநருடன் நானும் சென்றேன். நேரே ரஜினிகாந்திடம் என்னை அழைத்துச் சென்ற எங்கள் இயக்குநர், "இவர் ஜீவபாரதி. நல்ல கவிஞர்; பேச்சாளர்; என் உதவியாளர்" என்று அறிமுகம் செய்துவைத்தார்.

இடமிருந்து : இயக்குநரின் தங்கை மேகலா, இயக்குநரின் மகள் ஜோதி, இயக்குநரின் அக்கா பரிமள முத்து

அதைக் கேட்டு மகிழ்ந்த ரஜினிகாந்த் எனக்குக் கைகொடுத்துப் பாராட்டினார்.

இதன்பின் இயக்கப் பணிகளும் எழுத்துப் பணிகளும் அதிகரித்ததால் எங்கள் இயக்குநரை நான் சந்திக்கவில்லை.

நீண்ட நாட்களுக்குப் பின் எங்கள் இயக்குநரின் அலுவலகத்திற்குச் சென்றேன். என்னைக் கண்டதும் எரிச்சலுடன், "எங்கே போய் தொலைஞ்சீங்க ஜீவா?" என்றார்.

"என்ன சார்?" என்றேன்.

"'கொடி பறக்குது' படத்தில் எனக்கு நான் டப்பிங் பேசினேன். எங்கள் இயக்குநர் என் குரல் நல்லாயில்லை என்று சொல்லிவிட்டார். அப்போது அவரிடம் நான், "சார் என் அசிஸ்டெண்ட் ஜீவபாரதி குரல் பொருத்தமாய் இருக்கும்" என்றேன். "அவரை அழைத்து வா!" என்றார் இயக்குநர்.

உங்கள் வீட்டிற்கு ஆள் அனுப்பினேன். கட்சி ஆபிஸைத் தொடர்பு கொண்டேன். உங்களைக் கண்டுபிடிக்க முடியவில்லை. கடைசியில் எனக்கு எங்கள் இயக்குநரே டப்பிங் பேசினார். அது எனக்கு ஒட்டவே இல்லை" என்றார்.

ஆம்! படம் வெளிவந்தது. எங்கள் இயக்குநர் சொல்லியது போல் எங்கள் இயக்குநருக்கு பாரதிராஜா குரல் ஒட்டவே இல்லை. எப்படியோ எங்கள் இயக்குநருக்கு டப்பிங் பேசக்கூடிய வாய்ப்பு எனக்கு வாய்க்காமல் போனது எங்கள் இயக்குநருக்கும் எனக்கும் வருத்தம்தான்!

இந்திய தேசியக் காங்கிரசும், இந்திய ஐக்கியக் கம்யூனிஸ்ட் கட்சியும் இணைந்து தமிழக சட்டமன்றத் தேர்தலைச் சந்திக்க இருந்த காலம்.

இந்தச் சூழலில் ஒருநாள் எங்கள் இயக்குநர் என்னிடம், "கட்சி கட்சி என்று அலைகிறீர்கள்.. தோழர் தா.பா.விடம் சொல்லி உங்களுக்கு ஒரு தொகுதியை வாங்குங்கள். நானும் சத்யராஜும், விஜயகாந்தும் பிரச்சாரத்துக்கு வருகிறோம். தேர்தல் முடியும் வரை நீங்கள் வாக்குக் கேட்கச் செல்ல ஒரு ஜீப்பையும் நான் ஏற்பாடு செய்து தருகிறேன். செலவையும் ஓரளவு சமாளிக்கலாம்" என்றார்.

மறுநாளே தோழர் தா.பாண்டியனைச் சந்தித்து எங்கள் இயக்குநர் சொன்னதைக் கடிதமாக்கிக் கொடுத்தேன். தோழர். தா.பாண்டியன், "அருமையான ஐடியா" என்றார்.

"தா.பா. இந்தத் தேர்தலில் வெற்றி பெறுவதற்காக நான் போட்டியிடவில்லை. சினிமாக்கலைஞர்களை நம் இயக்கத்திற்குப் பயன்படுத்திக் கொள்ள ஒரு வாய்ப்புக் கிடைத்திருக்கிறது. அதனால் எனக்குத் தொகுதி கிடைக்க முயற்சியுங்கள்" என்றேன்.

தோழர் தா. பாண்டியன் தலையாட்டினார்.

இரண்டொரு நாளில் என்னைத் தோழர் தா.பாண்டியன் அழைத்தார்.

கட்சி அலுவலகத்திற்குச் சென்றேன்.

என்னிடம், "கவிஞா! கோவில்பட்டி தொகுதி கிடைத்தால் போட்டி போடுகிறாயா?" என்றார்.

நான் தலையாட்டினேன்.

உடனே ப.சிதம்பரத்தைச் சந்தித்துத் தொகுதியை முடிவு செய்ய, தோழர் க.மாணிக்கத்துடன் என்னையும் தோழர் தா.பாண்டியன் அழைத்துச் சென்றார்.

தோழர்கள் தா. பாண்டியனும், க. மாணிக்கமும், ப.சிதம்பரம் வீட்டிற்குள் செல்ல நான் காரில் காத்திருந்தேன்.

வெளியில் வந்த தோழர் தா.பாண்டியன், "கவிஞா! சிதம்பரம் கோவில்பட்டியைக் கொடுக்க முடியாது. செங்கற்பட்டை எடுத்துக் கொள்ளச் சொல்கிறார். நீங்கள் செங்கற்பட்டு தொகுதியில் போட்டி போடத் தயாரா?" என்றார்.

"தமிழகத்தில் எந்தத் தொகுதியைக் கொடுத்தாலும் நான் போட்டியிடத் தயார்" என்றேன்.

உடனே இந்திய ஐக்கியக் கம்யூனிஸ்ட் கட்சியின் செங்கற்பட்டு மாவட்டச் செயலாளர் தோழர் எம்.எஸ். ராமமூர்த்தியிடம், "நம் கட்சியின் செங்கற்பட்டுத் தொகுதி வேட்பாளர் கவிஞர் ஜீவபாரதி" என்றார். அவர் உடனே பல்லாவரம் தோழர் ஜெ.பூபாலனுக்குத் தெரிவிக்க, அவர் பத்துப் பேருடன் வந்து என்னை வாழ்த்தினார்.

இறுதியில் எந்தத் தொகுதியும் எனக்குக் கொடுக்கப்படவில்லை. அதுபற்றிய கூத்தையெல்லாம் இங்கு எழுத விரும்பவில்லை.

தொகுதி கிடைத்து நான் போட்டியிட்டிருந்தாலும் வெற்றி பெறுவது சிரமம்தான். ஆனால் மக்கள் மத்தியில் எங்கள் இயக்குநர் என்னைச் சிறப்பாக அறிமுகம் செய்திருப்பார். அந்த வாய்ப்பு கனவாகிப் போனது!

19
பிறந்த நாளன்று...

எங்கள் இயக்குநர் படங்களில் நடிக்கத் தொடங்கி பிஸியாகிவிட்டார்; நானும் என்னை முழுமையாக எழுத்துப் பணிகளில் ஈடுபடுத்திக் கொண்டதாலும் எங்கள் சந்திப்பு அரிதாகிவிட்டது.

ஒருநாள் சென்னையில் உள்ள பாரதிராஜா மருத்துவமனையில் உடல்நிலை பாதிக்கப்பட்டு எங்கள் இயக்குநர் சிகிச்சை பெற்றுக் கொண்டிருந்தபோது, முன்னாள் கல்வி அமைச்சர் அரங்கநாயகத்தின் மகனும், ஒளிப்பதிவாளர் சபாபதியின் உதவியாளருமான சந்தனப்பாண்டியனும் நானும் மருத்துவமனைக்குச் சென்று எங்கள் இயக்குநரைச் சந்தித்தோம்.

அப்போது என் கைகளைப் பற்றிக் கொண்டு எங்கள் இயக்குநர், "ஜீவா நான் செத்து விடுவேன்" என்றார்.

"அதெல்லாம் ஒண்ணும் ஆகாது. சும்மா இருங்க சார்!" என்று சொல்லிவிட்டு வந்தேன்.

சென்னை அண்ணா சாலையில் உள்ள காயிதே மில்லத் பெண்கள் கல்லூரியில் புத்தகக் கண்காட்சி நடந்தது. இந்தியக்

கம்யூனிஸ்ட் கட்சியின் தலைவர்களில் ஒருவரும் 'தாமரை' மாத இதழின் ஆசிரியருமான தோழர் சி.மகேந்திரனின் நூல் வெளியீட்டு விழா நடந்தது.

இந்த விழாவில் பேச அழைக்கப்பட்டிருந்த எங்கள் இயக்குநர் முன்வரிசையில் அமர்ந்திருந்தார். நான் அவர் அருகில் சென்று அமர்ந்தேன். அப்போதும் தன்னுடைய பேச்சுக்கிடையே தன் மரணத்தைப் பற்றி எங்கள் இயக்குநர் என்னிடம் சொல்ல, அப்போதும் அவரை நான் கண்டித்தேன்.

விழா முடிந்ததும், "ஜீவா! என்னால் நடக்க முடியவில்லை" என்று கூறினார். என்னை ஜீவபாரதி என்று கூப்பிட்டதே இல்லை. பிறரிடம் என்னை அறிமுகம் செய்யும் போது, "இவர் ஜீவபாரதி. துணை இயக்குநர். நல்ல பேச்சாளர்" என்று அறிமுகம் செய்வார். மீட்டிங் முடிந்ததும் காரில் செல்லும் போது, "பேச்சு எப்படி இருந்தது?" என்று கேட்டார். "புத்தகத்திற்கு சம்மந்தம் இல்லாமல் பேசி கைத்தட்டல் வாங்கி விட்டீர்கள்" என்று கூறினேன். உடனே விழுந்து விழுந்து சிரித்துவிட்டு, "சரியாகக் கண்டுபிடித்தீர்கள்" என்று கூறினார்.

'ஜனசக்தி' நாளிதழின் கட்டுரைப் பகுதி ஆசிரியராக நான் பணியாற்றிக் கொண்டிருந்தபோது அதன் அலுவலகம் அப்போது சென்னை கிண்டியில் இருந்தது. இந்தக் காலகட்டத்தில் சென்னை தி.நகரில் நடந்த சீமானின் 'நாம் தமிழர் கட்சி'க் கூட்டத்தில் எங்கள் இயக்குநர் பேசுவதை அறிந்து நான் அங்கு சென்றேன்.

அப்போதும் என்னிடம் எங்கள் இயக்குநர், "ஜீவா! என் உடல்நிலை ரொம்பப் பாதிச்சிருச்சு.. விரைவில் நான் செத்து விடுவேன்" என்று சொல்லி கண்கலங்கினார். அப்போதும் எங்கள் இயக்குநரிடம், "எப்போதும் சாவைப் பற்றியே பேசிக் கொண்டிருக்காதீர்கள். உங்களுக்கு ஒன்றும் ஆகாது" என்று சொல்லிவிட்டு நானும் கண்கலங்கினேன். இதுதான் நாங்கள் சந்தித்துக் கொண்ட கடைசி சந்திப்பாகிவிட்டது.

சிறிதுகாலத்தில் 'ஜனசக்தி' நாளிதழ் அலுவலகம் சென்னை ராயப்பேட்டை ஜானிஜான்கான் சாலையில் உள்ள பாவை அச்சகத்தின் மாடிக்கு மாற்றப்பட்டது. அப்போதும் நான் 'ஜனசக்தி' நாளிதழின் கட்டுரைப் பகுதி ஆசிரியராகப் பணியாற்றிக் கொண்டிருந்தேன்.

15.06.2013 அன்று என் பிறந்தநாள். பிறந்த நாளை என்றும் நான் பெரிதாக நினைப்பதும் இல்லை. கொண்டாடுவதுமில்லை. அதனால் என் பிறந்த நாளை மறந்து 'ஜனசக்தி' பணியில் நான் மூழ்கியிருந்தேன்.

என் கைபேசி வழியாக என்னைத் தொடர்பு கொண்ட நண்பர் சந்தனப்பாண்டியன், "சார்! நம்ம இயக்குநர் இறந்துவிட்டார்" என்றார்.

உடனே எனக்கு ஒன்றும் ஓடவில்லை.

தொடர்ந்து சந்தனப்பாண்டியன் என்னிடம், "சார்! நம்ம இயக்குநர் அவருடைய சொந்த வீட்டில் இல்லை. ஈக்காடுதாங்கலில் வாடகை வீட்டில் இருந்தார். அங்குதான் இறந்தார்" என்று சொல்லிவிட்டு அந்த வீட்டின் முகவரியையும் எனக்குக் கொடுத்தார்.

உடனே ஆட்டோவில் அங்கு விரைந்தேன். அங்கே பெரும் கூட்டம்... முண்டியடுத்து எங்கள் இயக்குநரைப் பார்க்க முன்னேறினேன்... கண்ணாடிப் பேழைக்குள் எங்கள் இயக்குநர்... அவர் காலடியில் மலர் மாலையை வைத்துவிட்டு விலகி நின்றேன்.

கண்ணாடிப் பேழையைச் சுற்றி நடிகர் சத்யராஜ், நடிகரும் இயக்குநருமான மனோபாலா, 'நாம் தமிழர்' இயக்கத்தின் ஒருங்கிணைப்பாளர் சீமான், எங்கள் இயக்குநரின் மகன் ரகு, ஒளிப்பதிவாளர் டி.சங்கர் ஆகியோர் கவலை தோய்ந்த முகத்துடன் நின்றனர்.

ஒதுங்கி நின்ற என்னைக் கவனித்து விட்ட நடிகர் சத்யராஜ் உதவியாளர் சேகர், என் கைகளைப் பற்றிக் கொண்டு,

“அண்ணே! இயக்குநர் உங்கள்மீது கொண்டிருந்த அன்பை நானறிவேன். நீங்கள் ஒதுங்கி இருக்கலாமா?” என்று சொல்லிவிட்டு கண்ணாடிப் பேழைக்கு அருகில் என்னை அழைத்துச் சென்றார்.

அங்கு சிறிது நேரம் நின்ற நான், எங்கள் இயக்குநர் மனைவியைப் பார்ப்பதற்காக வீட்டிற்குள் சென்றேன். பெண்கள் சூழ, மொட்டையடித்திருந்த எங்கள் இயக்குநரின் மனைவி கதறிக் கொண்டிருந்தார்.

அந்தக் கவலையிலும் எங்கள் இயக்குநரின் மனைவி தலையை மொட்டையடித்திருந்ததன் காரணம் புரியாமல் தம்பி சேகரிடம் அதற்கான காரணத்தைக் கேட்டேன்.

அவர், “அண்ணிக்குக் கேன்சர்” என்றார்.

அதைக் கேட்டதும் என்னால் அங்கு நிற்க முடியவில்லை.

கண்கள் குளமாகின; கால்கள் தடுமாறின; மயக்கம் வருவது போல் இருந்தது.

உடனே ஆட்டோவைப் பிடித்து என் வீட்டிற்கு வந்து சேர்ந்தேன்.

என் மனைவியும் துயரத்தில்...

ஏதும் பேசாமல் வீட்டின் ஓரத்தில் நான்...

சிறிது நேரத்தில் கைபேசி வழியாக என்னைத் தொடர்பு கொண்ட தோழர் ஆர்.நல்லகண்ணு, “நான் மணிவண்ணன் வீட்டில்தான் இருக்கிறேன். நீங்கள் எங்கே இருக்கிறீர்கள்?” என்றார்.

“அங்கு நான் வந்தேன். எங்கள் இயக்குநர் கண்மூடித் தூங்குவதையும், எங்கள் இயக்குநரின் மனைவியின் கதறலையும் கண்டு என்னால் அங்கு இருக்க இயலவில்லை. அதனால் வீட்டிற்கு வந்துவிட்டேன்” என்றேன்.

எங்கள் இயக்குநரின் மனைவி செங்கமலம் பிராமணக் குடும்பத்தில் பிறந்தவர். எங்கள் இயக்குநரைக் கைபிடித்தபின் எங்கள் இயக்குநரின் குடும்பத்தின் முதுகெலும்பாகத் திகழ்ந்தவர்.

எங்கள் இயக்குநரின் பெற்றோருக்கு மகளாகவும், எங்கள் இயக்குநருக்கு மனைவியாகவும் திகழ்ந்த எங்கள் இயக்குநரின் மனைவி ஜோதி, ரகு ஆகிய இரண்டு குழந்தைகளுடன் எங்கள் இயக்குநரின் கடைசித் தங்கை மேகலாவையும் தன் குழந்தையாக வளர்த்தவர்.

நெற்றியில் திலகம்; எங்கள் இயக்குநரைத் தேடி வருபவர்களை அன்போடு வரவேற்பது; எப்போதும் சிரித்த முகம்; அதிர்ந்து பேசாதவர் என வாழ்ந்த எங்கள் இயக்குநரின் மனைவியின் இறுதிக் காலத் தோற்றம் என்னைக் கலங்க வைத்தது.

எங்கள் இயக்குநர் 2013 ஜூன் 15 இல் மறைந்தார். அதே ஆண்டு ஆகஸ்ட் 16 அன்று எங்கள் இயக்குநரின் மனைவியும் இறந்துவிட்டார்.

ஆம்! எங்கள் இயக்குநர் இல்லத்தில் என் மீது பேரன்பு காட்டிய எங்கள் இயக்குநர் தந்தை மறந்தார்; அதன்பின் தாய் மறைந்தார்; அடுத்து எங்கள் இயக்குநர் மறைந்தார்; தொடர்ந்து எங்கள் இயக்குநரின் மனைவியும் இறந்துவிட்டார்.

ஒவ்வொரு ஆண்டும் ஜூன் 15 வருகிறது... அன்று என் பிறந்தநாள் என்பதைவிட எங்கள் இயக்குநர் மறைந்தநாள் என்பதே பெரிதும் என்னை வாட்டுகிறது.

ஆம்! ஒவ்வொரு ஆண்டும் ஜூன் 15 என் பிறந்தநாளன்று எங்கள் இயக்குநர் மறைந்ததை நினைத்து, நான் கண்ணீர் சிந்தித்துக் கொண்டிருக்கிறேன்!

பின் இணைப்பு - 1

[எங்கள் இயக்குநரின் அக்கா பரிமளமுத்து உயிரோடு இல்லை; பெரிய தங்கை பூங்கோதை ஹைதராபாத்தில்; மகள் ஜோதி அமெரிக்காவில்; மகன் ரகு இலண்டனில்.

எங்கள் இயக்குநர் வளர்த்து, படிக்க வைத்து, திருமணம் செய்துவைத்த தங்கை மேகலா கோவையில் இருக்கிறார். இந்த நூலுக்காக 04.05.2023 அன்று கோவையில் மேகலாவைப் பேட்டி எடுக்கத் துவங்கினேன்.

பேட்டித் தொடங்குவதற்குமுன் எங்கள் இயக்குநர் குடும்பத்திற்கும், எனக்கும் இருந்த நட்பை மேகலா சோகமாக சொல்லத் தொடங்கினார். அதை இடைமறித்து மேகலாவிடம் நான் கேட்ட வினாக்களும் அதற்கு அவர் சொன்ன விடைகளும் இங்கே]

அப்பாவாக அமைந்த அண்ணன்!

* மேகலா அப்பாவைப் பற்றி சொல்லு...

அப்பா ஒரு சிறந்த சிந்தனையாளர். அனைவருக்கும் உதவும் மனம் படைத்தவர். மனிதரை மனிதராக மதிப்பவர். திமுகவில் நகரச் செயலாளராக இருந்தவர். அதற்காக நிறையப் பணம் செலவழித்தவர். எனக்கு விவரம் தெரிந்து எங்கள் வீட்டில் அரசியல் மற்றும் சினிமா தவிர்த்து வேறு எதுவும் பேசி நான் கேட்டதில்லை.

பொருளாதார ரீதியில் நல்ல வசதி படைத்தவராக இருந்தார். நான் பிறந்த சமயத்தில் அவருடைய அண்ணனுக்காக பல சொத்துக்களை விட்டுக் கொடுத்து, அரசியலுக்காகப் பல நிதி உதவிகளைச் செய்துவிட்டு பருப்பு வியாபாரம், ஜவுளிக்கடை என அனைத்தையும் இழந்து அதன்பின் டெய்லர் கடை வைத்திருந்தார்.

* அம்மா அப்பா திருமணம் குறித்து..

அப்பா அம்மாவின் திருமணம் காதல் திருமணம். ஒரே சமூகத்தைச் சேர்ந்தவர்கள். அப்பாவிற்கு அப்பொழுது 18

வயது. அம்மாவிற்கு 14 வயது. இருவரும் ஊரை விட்டு ஓடிச் சென்று திருமணம் செய்துகொண்டனர். திருமணத்தின்போது தாலி எதுவும் கட்டவில்லை. ரயிலில் செல்லும்போது அப்பா ஒரு செயினை அம்மாவிற்குப் போட்டிருக்கிறார். அதைத்தான் தாலியாக நினைத்துக் கொண்டதாக, அவர்களது 60 ஆம் கல்யாணம் நிகழ்வில் அம்மா கூறினார். 60 ஆம் கல்யாணத்தின் போதுதான் நாங்கள் அளித்தத் தாலியை அப்பா அம்மாவிற்குக் கட்டினார்.

அப்பா பலருக்குக் கலப்புத் திருமணம் செய்து வைத்திருக்கிறார். அந்தக் காலத்தில் அண்ணா மற்றும் கலைஞர் மீட்டிங்கிற்கு சூலூருக்கு வரும்போது எங்கள் வீட்டில்தான் விருந்து நடக்கும் என்று கூறக் கேள்விப் பட்டிருக்கிறேன். அப்பா எந்தக் கஷ்டத்திலும் தனது சுயமரியாதையை விட்டுக் கொடுத்ததில்லை. அதையே எங்களுக்கும் அறிவுறுத்துவார்.

ஒருமுறை எனக்கு 7 அல்லது 8 வயது இருக்கும். என்னைவிட எட்டு வயது மூத்த என் அக்கா, எங்கள் வீட்டிருக்கு வந்த சலவைத் தொழில் செய்பவரை, "அப்பா ஆறுமுகம் வந்திருக்கான்" என்று கூறியதும், அப்பா அக்காவை அழைத்து ஓங்கி ஒரு அறைவிட்டார். "அவர் வயது என்ன, உன் வயது என்ன, ஆறுமுகம் வந்திருக்கான் என்று எப்படி சொல்வாய்? அண்ணா வந்திருக்கிறார் என்று சொல்லவேண்டும்" எனக் கூறினார். இந்த நிகழ்வு என் மனதில் பதிந்துவிட்டது. யாராக இருந்தாலும் அவர்கள் எந்த வேலை பார்த்தாலும் அவர்களுடைய வயதுக்குரிய மரியாதையை நாம் அளிக்கவேண்டும் என்று கூறுவார்.

எங்கள் வீட்டில் சாமிபடம் இருந்ததில்லை. கோவிலுக்கும் நாங்கள் சென்றதில்லை. எங்கள் அப்பாவின் அம்மா புகைப்படம் மட்டுமே இருக்கும். தினமும் குளித்து விட்டு தன் அம்மாவின் படத்தை வணங்கி விட்டுத்தான் அப்பா சாப்பிடுவார். இந்த வழக்கத்தை அவர் இறக்கும்வரை கடைபிடித்தார்.

*** இயக்குநர் சினிமாவிற்கு வருவதற்கு முன் என்ன செய்து கொண்டிருந்தார்?**

அண்ணா பல வேலைகள் செய்திருக்கிறார். பெயிண்டிங் வேலை, எலெக்டரிஷியன் வேலை, பிளாஸ்டிக் பொருட்கள் தயாரித்தல், மரவேலை, நூல் நூற்கும் தொழிற்சாலையில் வேலை என்று எல்லா வேலைகளும் செய்திருக்கிறார். ஆனால் எந்த வேலையிலும் அதிக நாள் நிலைத்ததில்லை. இப்பொழுது சூலூரில் ஆர்.வி.எஸ் என்ற கல்லூரி இருக்கிறது. அவர்கள் ஒரு மில் கம்பெனி வைத்திருந்தார்கள். என் அண்ணா அந்த மில்லிற்கு வேலைக்குச் சென்றபோது உழைப்பாளர்களின் ஊதியப் பிரச்சனைக்கு சங்கம் அமைத்து குரல் கொடுத்ததால் அண்ணாவை வேலையை விட்டு வெளியில் அனுப்பிவிட்டார்கள். அதே கல்லூரியில் அண்ணாவின் தலைமையில் ஒரு நிகழ்வு நடந்தபோது அண்ணா இதைப் பகிர்ந்துக் கொண்டார்.

எனக்கு ஒன்பது வயது இருக்கும். அண்ணா கடைக்கு அழைத்துச் சென்று எனக்குப் புது டிரெஸ் மற்றும் பட்டாசு வாங்கிக் கொடுத்தார். அப்போது போலீஸார் வந்து அண்ணாவை அழைத்துச் சென்றுவிட்டார்கள். நான் அழுதுகொண்டே வீட்டிற்குத் தனியாக வந்து அப்பாவிடம் கூறினேன். ரஜினிகாந்தின் சம்மந்தி வணங்காமுடியின் அப்பா அவர்கள் என் அம்மாவின் மாமா. அவரிடம் கூறித்தான் அண்ணாவை அடுத்த நாள் ரிலீஸ் செய்தார்கள்.

*** இயக்குநர் எப்படி சினிமாவிற்கு வந்தார்?**

'கிழக்கே போகும் ரயில்' படம் பார்த்துவிட்டு நாற்பது பக்க நோட்டில் அண்ணா விமர்சனம் எழுதி பாரதிராஜா அவர்களுக்கு அனுப்பியிருக்கிறார். அண்ணா கையெழுத்து நன்றாக இருக்கும். கே.ஆர்.ஜி சினிமா கம்பெனியில் அண்ணா வேலைக்குச் சேர்ந்தார். அங்கு அண்ணாவைப் பார்த்த டைரக்டர் பாரதிராஜா உதவி இயக்குநராகச் சேர்த்துக் கொண்டார்.

எண்பதுகளில் இயக்குநர் பாரதிராஜாவின் 'நிழல்கள்' படத்தில் அண்ணா உதவி இயக்குநராகப் பணி புரிந்தார். பாரதிராஜா இயக்கத்தில் வந்த இந்தப் படத்தில் கதை வசனமும் எழுதியிருந்தார்.

இந்த காலகட்டத்தில்தான் என் சின்ன அக்காவிற்குச் சூலூரில் திருமணம் நடந்தது. 'நிழல்கள்' படக்குழுவினர் அனைவரும் திருமணத்திற்கு வந்திருந்தனர். அந்தப் படம் திரைக்கு வருவதற்கு முன்னரே அக்காவின் திருமணத்தில் 'நிழல்கள்' படத்தின் பாடல்கள் ஒலிபரப்பப்பட்டது.

* இயக்குநரின் திருமணம் குறித்து...

பாரதிராஜா அவர்களின் நண்பர் ஆறுமுகம் அண்ணாவின் தந்தையும், என் அண்ணியின் தந்தையும் தஞ்சாவூர் கோவிலில் ஒன்றாக வேலை பார்த்தனர். அண்ணி பிராமணக் குடும்பத்தைச் சேர்ந்தவர். ஆறுமுகம் அண்ணாவின் வீட்டில்தான் அண்ணி வளர்ந்தார். ஒருமுறை அண்ணா, பாரதிராஜா மற்றும் ஆறுமுகம் அனைவரும் காரில் செல்லும் பொழுது, செங்கமலம் என்ற ஒரு பெண் ஆறுமுகம் வீட்டில் இருப்பதாகவும்; அவருக்குத் திருமணம் செய்ய வேண்டும் என்றும் பாரதிராஜா கூறியிருக்கிறார். உடனே அண்ணா அண்ணியைப் பார்க்காமலேயே அவரைத் திருமணம் செய்து கொள்வதாகக் கூறியிருக்கிறார். அதன்பின் அண்ணா எங்கள் வீட்டில் உள்ள அனைவரிடமும் கூறி அவரையே திருமணம் செய்து கொண்டார்.

* அண்ணி பிராமணக் குடும்பத்தை சேர்ந்தவராக இருந்தாலும் உங்கள் அனைவருடனும் தன்னை ஐக்கியப் படுத்திக்கொண்டு உன்னையும் தன் மகளாக பார்த்திருக்கிறார். அது குறித்து...

அண்ணி என்னிடம் ஆரம்பத்தில் இருந்தே மிகவும் பாசமாக இருப்பார். பள்ளிக்குச் செல்லும் போது தலைவாரி விடுவார். அண்ணனைப் போலவே என்மீது அன்பு செலுத்தினார். இருவரும் எனக்கு இன்னொரு அம்மா அப்பாதான். அப்பா அம்மா போனபிறகும் இவர்கள் அந்த உணர்வை எனக்குக் கொடுத்தார்கள். அண்ணி எப்போது புடவை எடுத்தாலும் நகை வாங்கினாலும் எனக்குப் போட்டுப் பார்க்கவே ஆசைப்படுவார். இப்படி ஒரு பெண்ணைப் பார்ப்பது கடினம். அண்ணி மிகவும் பொறுமைசாலி. எங்கள் அப்பா, அம்மாவிடம் அதிகப் பாசம் கொண்டிருந்தார். எங்கள் அம்மா இறந்தபோது அண்ணி அழுவதைப் பார்த்து பாரதிராஜா அவர்களின் மனைவி, "ஒரு மாமியாரின் இறப்பிற்கு இப்படி அழுகிறார் என்றால் அந்த மாமியார் தன் மருமகள் மீது எந்த அளவு பிரியம் வைத்திருப்பார்" என்று கூறினார்.

* இயக்குநர் படங்களில் உனக்குப் பிடித்த படம்...

எல்லோரும் அண்ணனின் 'குவாகுவா வாத்துக்கள்' படம் பிடிக்காது என்று கூறுவார்கள். ஆனால் அந்தப் எனக்குப் பிடிக்கும். அதேபோல 'இனி ஒரு சுதந்திரம்', 'அமைதிப்படை', 'இளமைக் காலங்கள்', 'இங்கேயும் ஒரு கங்கை', 'தீர்த்தக் கரையினிலே' ஆகிய படங்கள் எனக்கு பிடிக்கும்.

* இயக்குநரின் படப்பிடிப்புகளுக்குச் சென்றதுண்டா?

எல்லாப் படப் பிடிப்புகளுக்கும் சென்றிருக்கிறோம். அவுட்டோர் எங்கு நடந்தாலும் நாங்கள் செல்வோம். அங்கு நடிகர்கள் அனைவரும் எனக்கு சகோதரர்கள் போல எந்த வித்தியாசமும் இல்லாமல் பழகுவார்கள். நான் யாரிடமும் ஒரு ஆட்டோகிராப் வாங்கியதோ, ஒரு போட்டோ எடுத்துக் கொண்டதோகூட இல்லை.

*** இயக்குநரைப் பற்றிய மறக்க முடியாத ஒரு நிகழ்வு...**

அப்பா இறந்து அடக்கம் செய்துவிட்டு வந்தவுடன் அன்று இரவு அனைவரும் ஹாலில் படுத்துக்கொண்டோம். அதுவரை அண்ணா அழவில்லை. அன்றிரவு, "அறுபத்து மூன்று வருடங்கள் நமக்காக வாழ்ந்த ஒரு மனிதர் இப்பொழுது மண்ணுக்குள்?" என்று சொல்லி கதறியழுதார். கோடிக்கணக்கில் பணம் காசு போனபோதும் அண்ணா கலங்கியதில்லை. அது எனக்கு மிகப்பெரிய ஆச்சரியமாக இருந்தது. நூறு ரூபாய் தொலைந்தாலே நூறு முறை யோசிப்போம். ஆனால் அண்ணா கோடிக்கணக்கில் அவர் கஷ்டப்பட்டு உழைத்துச் சம்பாதித்த பணத்தை இழந்தபோதும்கூட கவலைப்பட்டதில்லை. அடுத்தவர்களுக்கு உதவி செய்வதை அவர் வெளியில் சொல்லவேமாட்டார். அண்ணா இறந்த ஒரு வாரம் கழித்து அவருக்குத் தெரிந்த ஒருவர் இறந்தார். அவரை ஹாஸ்பிடலில் சேர்த்துப் பண உதவி செய்தது அண்ணாதான் என்று கூறினார்கள். இதுபோல வெளியே தெரியாமல் நிறைய உதவிகள் செய்துள்ளார்.

அண்ணன் இறந்த பிறகும்கூட உங்களைப் போல, சத்யராஜ் அண்ணன், காமிராமேன் சங்கர் அண்ணா, கலை அண்ணா, இளவரசன் அண்ணா, அண்ணனின் மேனேஜர் ரங்கநாதன் ஆகியோர் இன்றும் முன்போலவே தொடர்பில் இருக்கிறார்கள்.

* **இயக்குநருடன் பிறந்தவர்கள் எத்தனை பேர்? அவர்கள் என்ன தொழில் செய்தனர்?**

அம்மாவிற்கு நாங்கள் பத்துக் குழந்தைகள். நான் பத்தாவது. அதில் இருந்தது மூன்று பெண்கள் ஒரு பையன் மட்டுமே. பரிமளம் அக்கா அண்ணாவை விட நான்கு வயது மூத்தவர். அவர்கள் ஈ.பி.யில் வேலை பார்த்தார். கவிஞர்; எழுத்தாளர். அடுத்தது அண்ணா. அண்ணாவிற்கு அடுத்து நான்கு வருடம் இளையவர் பூங்கோதை அக்கா. அதன் பிறகு நான். அண்ணாவிற்கும் எனக்கும் பன்னிரண்டு வயது வித்தியாசம்.

* **இயக்குநரின் வாரிசுகள் எங்கு இருக்கிறார்கள்? என்ன செய்கிறார்கள்?**

அண்ணாவின் மகள் ஜோதி அமெரிக்காவில் இருக்கிறாள். அவளது கணவர் பரமக்குடியைச் சேர்ந்தவர். மலேசியாவில் செட்டில் ஆனவர்கள். மகன் ரகு லண்டனில் வேலை பார்க்கிறார். அவரது மனைவி இலங்கைத் தமிழ்ப் பெண். அவர் குடும்பம் லண்டனில் இருப்பதால் ரகுவும் அங்கு இருக்கிறார்.

* **இப்பொழுது நீ சூலூருக்குச் செல்வதில்லையா?**

இல்லை. நெருங்கிய உறவுக்காரர்களின் திருமணம் அல்லது விசேஷங்களுக்கு மட்டும் செல்வேன். அங்கு இருந்த வீடு சொத்து எல்லாம் அண்ணா இருந்தபோதே கொடுத்துவிட்டோம்.

* **சின்ன அக்கா எங்கு இருக்கிறார்?**

அவர் ஹைதராபாத்தில் இருக்கிறார். அவருக்கு ஒரு மகன் மற்றும் ஒரு மகள் உள்ளனர்.

* **சென்னையில் இயக்குநரின் படம் ரிலீஸ் ஆனதும் முதல் காட்சிக்குச் செல்வீர்களா?**

ஆமாம். படம் ரிலீஸ் ஆனதும் முதல் காட்சிக்கு ஒரு தியேட்டர் செல்வோம். அடுத்து இரண்டாவது காட்சிக்கு வேறு ஒரு தியேட்டர் செல்வோம். தொடர்ந்து இரண்டு மூன்று நாட்களுக்கு சென்று ஆடியன்ஸ் என்ன பேசுகிறார்கள்; என்ன விமர்சனம் கூறுகிறார்கள் என்று பார்த்து விட்டு வந்து அண்ணாவிடம் சொல்வோம்.

*** இயக்குநராக இருந்து நடிகராக அண்ணன் மாறிய போது உனக்கு எப்படி இருந்தது?**

அது கொஞ்சம் வித்தியாசமாக இருந்தது. அவர் நடிப்பைப் பார்க்க எங்களை அழைத்துச் சென்றதில்லை. ‘சமுத்திரம்’, ‘வள்ளல்’ போன்ற படங்களுக்குப் போயிருக்கிறோம். நான் திருமணம் முடிந்து சென்ற பிறகு பொள்ளாச்சியில்தான் படப்பிடிப்புகள் நடக்கும். அண்ணாவிற்கு அங்கு ஒருவீடு இருந்தது. மாதத்தில் இருபது நாட்கள் பொள்ளாச்சியில் தான் இருப்பார்.

அண்ணாவின் அனைத்து வருமானமும் சரியான ஆடிட்டர் வைத்துப் பார்க்காததால் வருமான வரி மூலம் இழந்து விட்டார். கே.கே.நகர் வீடும், சூர்யா ஹாஸ்பிடல் அருகில் ஒரு காம்ப்ளக்ஸும் மட்டுமே இப்பொழுது இருக்கிறது.

*** இயக்குநரின் மறைவு குறித்து...**

அண்ணிக்கு கேன்சர் வந்து, 2004 இல் அவருக்கு அறுவைச் சிகிச்சை செய்தனர். ஐந்து வருடங்கள் கழித்து உடலில் பல்வேறு உறுப்புகளில் மீண்டும் பரவியதால் சில வருடங்கள் மட்டுமே இருப்பார் என்று டாக்டர்கள் கூறினர். அதன் பிறகு மூன்று வருடங்கள் அண்ணி இருந்தார்.

2013 இல் அவர் சில மாதங்களே இருப்பார்கள் என்று கூறியதும் அதை அணணாவால் ஏற்றுக்கொள்ள முடியவில்லை. அண்ணாவின் மரணத்திற்கு அதுதான் உண்மையான காரணம்.

அண்ணாவின் தோழர் பாமரன் அவர்களிடம் ஃபோன் செய்து அண்ணி இறந்துவிடுவார் என்ற செய்தியைக் கூறி, "அவள் இல்லாமல் எப்படி வாழப்போகிறேன்" என்று தெரியவில்லை என்று அண்ணா அழுதிருக்கிறார். அண்ணாவிற்கு டயாபட்டீஸ், பிபி எதுவும் இல்லை. அவருக்கு ஸ்பைனல் சர்ஜரி செய்ததால் தாங்கித் தாங்கி நடந்தர். மற்றபடி அவருக்கு எந்த உடல் நோயும் இருந்ததில்லை.

அண்ணாவிற்கு லிவர் ப்ராப்ளம் வந்ததும் ஆறு ஏழு வருடங்களாக மது சாப்பிடுவதை நிறுத்திவிட்டார். அண்ணியின் உடல் நிலையை நினைத்து மீண்டும் மது அருந்தி இருக்கிறார். அடுத்த நாள் காலை தலைவலி என்று கூறியிருக்கிறார். அண்ணி தலைவலி மாத்திரை கொடுத்து விட்டு காப்பி கொடுத்திருக்கிறார்.

அப்பொழுது, "எனக்கு தோள்பட்டை வலிக்கிறது. ரகுவை கொஞ்சம் தைலம் தேய்த்து விடச் சொல்" என்று கூறி இருக்கிறார். அண்ணா எப்பொழுதும் இடது புறம் படுத்துக் கொண்டு புத்தகம் படித்துக் கொண்டே இருப்பார். படித்தது அனைத்தையும் உள்வாங்கி இருப்பார். மகத்தான நினைவாற்றல் கொண்டவர். ரகு தைலம் தேய்க்கும்போது "செங்கமலம்" என்று அண்ணியின் பெயரைக் கூறிக்கொண்டே அண்ணா வலது புறம் திரும்பி இருக்கிறார். மேசிவ் அட்டாக். காலை 11.30 மணி இருக்கும். அண்ணா ஜூன் 15 அன்று இறந்தார். அதன்பிறகு இரண்டு மாதங்களில் ஆகஸ்ட் 16 அன்று அண்ணி இறந்துவிட்டார்.

அண்ணாவின் மகள் எனக்கு ஃபோன் செய்து அப்பா இறந்துவிட்டார் என்று கூறும்போது கூட அவள் அம்மா என்று சொல்வதற்குப் பதில் அப்பா என்று தவறாகச் சொல்கிறாள் என்று நினைத்தேன்.

அண்ணா இறப்பதற்கு முன் ஒரு மாதம் அவர் உடலைக் கெடுத்துக் கொள்கிறார் என்ற கோபத்தில் நான் அவருடன் சரியாகப் பேசாமல் இருந்தேன். என்னால் அதில் இருந்து மீண்டுவர முடியவில்லை.

அவர் பயன்படுத்திய புத்தகங்களை வைத்து சூலூரில் ஒரு நூலகம் அமைக்க வேண்டும் என்பது அவர் ஆசை. என் அண்ணனின் சொத்து சுகம் பொருள் அனைத்தும் எப்படிப் போனது என்றே எனக்குத் தெரியவில்லை. எனக்கு என் அண்ணன் உயிர் போகும் போதுகூட என் உயிர் போகவில்லையே என்று வருத்தமாக இருந்தது. கூடப் பிறந்த எனக்கே இந்த வருத்தம் இருக்கும் போது தாய் தகப்பன் இருவரையும் ஒன்றாக இழந்த அந்த குழந்தைகளுக்கு எப்படி இருந்திருக்கும். அவர் புத்தகங்களை யார் எடுத்துக்கொண்டு சென்றார்கள் என்று தெரியவில்லை. சில புத்தகங்களை மட்டும் பாமரன் அண்ணனுக்கு ஜோதி கொண்டுவந்து கொடுத்திருக்கிறாள்.

* **இயக்குநர் படித்த புத்தகங்கள் குறித்து உங்களிடம் பகிர்ந்திருக்கிறாரா?**

புத்தகங்கள் படிப்பார். அதில் அடிக்கோடிட்டு, அது குறித்து ஏதாவது சொல்வார். ஒரு மணி நேரத்தில் அறுநூறு பக்கங்கள் படிப்பார்.

பத்திரிகைகளின் அட்டைப் படங்களில் வரும் புடவை விளம்பரங்களைப் பார்த்து, "நீ ஒன்று அண்ணி ஒன்று வாங்கிக் கொள்ளுங்கள்" என்று கூறுவார். எந்த ஊருக்குப் போனாலும் அந்த ஊரில் உள்ள புடவைகளை வாங்கி வந்து தருவார். வீட்டிற்குப் புடவை எடுத்து வந்து விற்பவரிடம் நான் ஏதாவது புடவை எடுத்தால், "இதே கலர் இதே டிசைன் உன்னிடம் இருக்கிறது" என்று கூறுவார். எனக்கு அது நினைவு இருக்காது. ஆனால் அவர் ஞாபகம் வைத்திருப்பார்.

அண்ணி பிராமணர் என்பதால் அசைவம் சாப்பிட மாட்டார். ஆனால் சமைத்து என் குழந்தைகளுக்கு ஊட்டி விடுவார்கள். அண்ணனின் கல்யாண நாள் அன்று நான், அண்ணன், அண்ணி மூன்று பேரும் டைரக்டர் பாரதிராஜா வீட்டிற்குச் செல்வோம். டைரக்டர் முன்னால் அண்ணன் உட்கார மாட்டார். நின்று கொண்டேதான் பேசுவார். இரண்டு மூன்று முறை சென்ற பிறகு அண்ணி "இனி டைரக்டர் வீட்டிற்குச் செல்ல வேண்டாம். நீங்கள் நின்றுக் கொண்டிருக்கிறீர்கள்.

நான் உட்கார்ந்துக் கொண்டிருக்கிறேன். எனக்குச் சங்கடமாக இருக்கிறது” என்றார். டைரக்டர் ஆட்டோகிராப் போட்ட ஒரு மிகப்பெரிய புகைப்படத்தை வீட்டில் ஹாலில் அண்ணா வைத்திருந்தார்.

பாரதிராஜா அவர்களின் மகன் மனோஜ் அளித்த ஒரு பேட்டியில், “மணிவண்ணன் சாருடன் உங்கள் நினைவு குறித்து கூறுங்கள்” என்று கேட்டபோது “மணிவண்ணன் அவர்கள் எனக்கு அப்பா மாதிரி. என்னை ஸ்கூலில் சென்று விட்டிருக்கிறார். அவரது திறமைகளை வார்த்தைகளால் சொல்ல முடியாது.” என்று கூறியிருந்தார்.

பாரதிராஜா அவர்களின் அம்மா இறந்த போது பாரதி ராஜா அவர்கள் கோபத்தில் மாடியில் சென்று அமர்ந்து கொண்டார். படையல் போட அவர் வரவேண்டும் என்பதால் அவரைச் சென்று அழைக்க எல்லோரும் தயங்கினர். நானும் அண்ணாவும் சென்று கதவைத் தட்டிய போது கோபமாகக் கதவைத் திறந்தவர்; நாங்கள் அழைத்ததும் கீழே வந்தார்.

அண்ணனின் படம் பார்க்கும் போது, “என் அண்ணன் படம் நல்லா இருக்கும்” என்று கூறுவேன். “கரெக்டா சொல்லு” என்று அண்ணா கேட்பார். எல்லாப் படத்தின் கதைகளும் முன்னரே எங்களிடம் கூறுவார். சில சீன் எடுத்த பிறகு அந்த சீன் பற்றி விளக்குவார். சினிமாவில் நடக்கும் காஸிப் பற்றியெல்லாம் ஒருநாள் கூட வீட்டில் பேசியதில்லை. யாரைப் பற்றியும் அண்ணா பேசமாட்டார். அது அவரது சிறந்த குணமாக நான் நினைக்கிறேன். ரகுவைப் பற்றி ஜோதி ஏதாவது குறை கூறினாலும், “உன் வேலை என்னவோ அதை மட்டும் பார். அவனைப் பற்றி பேசாதே” என்பார். யாரும் யாரையும் பற்றி குறை கூறுவதற்கு வாய்ப்பே அளிக்க மாட்டார்.

வீட்டிற்கு யார் வந்தாலும் மரியாதை அளிப்பார். அது அவர் அப்பாவிடம் கற்றுக்கொண்டது. அண்ணா படிக்கும் போது டபுள் ப்ரமோஷன் எல்லாம் வாங்கியிருக்கிறார். ரொம்ப நன்றாகப் படிப்பார். மிக அற்புதமாக வரைவார். அண்ணாவின் கையெழுத்து அருமையாக இருக்கும்.

'அலைகள் ஓய்வதில்லை' படத்தில் விழியில் விழுந்து பாடலில் வரும் பேப்பரில் இருக்கும் கையெழுத்து அண்ணாவுடையது. அண்ணா 'மணிவண்ணன்' என்று தமிழில்தான் கையெழுத்து போடுவார். நன்றாகப் பாடுவார். இளையராஜா சார் மியூசிக்கில் இரண்டு மூன்று பாடல்கள் பாடியிருக்கிறார்.

அலைகள் ஓய்வதில்லை படத்தில் தியாகராஜனின் வண்டி ஓட்டுபவராக ரங்கராஜன் அண்ணா நடித்திருப்பார். அவருக்குப் பின்னணிக் குரல் கொடுத்தது அண்ணாதான்.

* இயக்குநர் நடித்த படங்களில் உன் மனதிற்கு நெருக்கமான கதாப்பாத்திரங்கள் என்ன?

'கோகுலத்தில் சீதை' படத்தில் கார்த்திக் சாரின் அப்பாவாக வருவார். அது என் அண்ணாவின் ஒரிஜினல் கேரக்டர். அது போலத்தான் அண்ணா வீட்டில் இருப்பார். அந்தக் கேரக்டர் எனக்குப் பிடிக்கும். 'சங்கமம்' படத்தில் அவரது கேரக்டர் பிடிக்கும்.

'பாலைவன ரோஜாக்கள்', 'விடிஞ்சா கல்யாணம்' இரண்டு படங்களும் நூறு நாட்கள் ஓடியது. ஒரே வருடத்தில் 13 படங்கள் அண்ணா டைரக்ட் செய்திருக்கிறார். 'நூறாவது நாள்' படம் பதினெட்டு நாட்களில் எடுத்தார். அந்தச் சமயத்தில் அது போன்ற சாதனைகளை யாரும் செய்ததில்லை.

எந்தப் படத்திற்கும் திரைக்கதை எழுதியதில்லை. படப்பிடிப்புக்குச் சென்ற பிறகே அதை முடிவு செய்வார். முதல் பதினெட்டு படங்கள் மோகனை வைத்தே அண்ணா எடுத்திருந்தார். அண்ணா டைரக்ட் செய்த மொத்தப் படங்கள் ஐம்பது.

'காதலர் தினம்' படம் எடுக்கும்போது ஒரே நாளில் பாம்பே மற்றும் சென்னைக்குப் போய் வருவார். ஸ்பைஸ் ஜெட் ஃப்ளைட்டில் தொடர்ந்து டிராவல் செய்ததற்காக அவருக்கு கிப்ட் கொடுத்தார்கள்.

***

மேகலாவைப் பேட்டி எடுத்துவிட்டு வெளியே வந்தேன். மனசெல்லாம் எங்கள் இயக்குநரைப் பற்றிய நினைவுகள்தான்.

சினிமாவில் எங்கள் இயக்குநர் சேர்த்த சொத்துகளும், இழந்த சொத்துகளும் அதிகம். ஆனால் அவருடைய திரைப்படங்கள் காலாகாலத்திற்கும் எங்கள் இயக்குநர் பெயரைச் சொல்லிக் கொண்டிருக்கும். அதுவே எங்கள் இயக்குநரின் மகத்துவம்!

பின் இணைப்பு - 2

இயக்குநர் மணிவண்ணன்

பிறப்பு: 31 சூலை 1953 இறப்பு: 15 சூன் 2013

தமிழ்த் திரைப்பட நடிகரும், இயக்குநரும், தமிழுணர்வாளரும் ஆவார். 400க்கும் மேற்பட்ட திரைப்படங்களில் நடித்தும், 50 திரைப்படங்களை இயக்கியும் உள்ளார்.

மணிவண்ணன் சூலூர் அரசு சிறுவர் உயர்நிலைப் பள்ளியில் கல்வி கற்றார். பின்னர் அரசு கலைக் கல்லூரியில் சேர்ந்தார். கோவையில் பல்கலைக்கழகத்திற்கு முந்தையப் படிப்பை முடித்தபோது, அவர் சத்தியராஜூடன் பழகி நண்பரானார். சத்யராஜின் கூற்றுப்படி, அவர் மணிவண்ணனுக்கு மோசமான வழிகாட்டுதல்களை வழங்கினார், மேலும் அவரை மேம்பட்ட ஆங்கில வரலாற்றில் பட்டம் பெறச் சொன்னார். இதனால் சேக்ஸ்பியரின் பாடங்களால் படிப்பதற்கு சிரமப்பட்டுப் படிப்பை பாதியில் நிறுத்த வேண்டிய கட்டாயத்திற்கு ஆளானார். கல்லூரியில் படித்தபோது, மணிவண்ணன் மேடைப் பிழையால் கிண்டலடிக்கப்பட்டார். இதன் விளைவாக இவர் ஒரு சில நிகழ்ச்சிகளை நடத்தினார்.

கிழக்கே போகும் ரயில் (1978) திரைப்படம் ஏற்படுத்திய தாக்கத்தால் ஈர்க்கப்பட்ட இவர், இயக்குநர் பாரதிராஜாவுக்கு நூற்றுக்கும் மேற்பட்ட பக்கங்களில் கடிதங்கள் எழுதினார்.

பாரதிராஜா இவரை ஒரு உதவியாளராக ஏற்றுக் கொண்டார். 1979 ஆம் ஆண்டு, 'கல்லுக்குள் ஈரம்' திரைப்படத்தில் பாரதிராஜாவுடன் இணைந்தார்.

இவர் 1980லிருந்து 1982 வரை பாரதிராஜாவின் திரைப்படங்களில் கதை வசனம் எழுதினார். நிழல்கள், டிக் டிக் டிக், அலைகள் ஓய்வதில்லை மற்றும் காதல் ஓவியம், லவ்வர்ஸ் இந்தி), கோத்தா ஜீவிதாலு, இவர் 1980 இலிருந்து 1982 வரை பாரதிராஜாவின் திரைப்படங்களில் கதை, வசனம் எழுதினார். நிழல்கள், டிக் டிக் டிக், அலைகள் ஓய்வதில்லை மற்றும் காதல் ஓவியம், லவ்வர்ஸ் (இந்தி), கோத்தா ஜீவிதாலு (தெலுங்கு), ரெட் ரோஸ் (இந்தி) போன்ற ஒரு சில படங்களில் மணிவண்ணன் பாரதிராஜாவுக்கு உதவினார். பாரதிராஜாவின் உதவியாளராக இரண்டு ஆண்டுகளில் கடுமையாகவும் வேகமாகவும் திரைப்படக் கலையைக் கற்றுக்கொண்ட இவர் 1982 ஆம் ஆண்டு இயக்குநராக அறிமுகமானார்.

மணிவண்ணன் தமிழில் இயக்கிய 50 திரைப்படங்களில் 34 திரைப்படங்கள் வெற்றி பெற்றிருந்தாலும், இவர் மக்களிடையே நடிப்புத் திறனுக்காக மிகவும் பிரபலமானவர். இவரது புத்திசாலித்தனம் மற்றும் சிறந்த பாத்திரங்களுக்காக திரைத்துறையில் தனித்துவமானவராகக் கருதப்பட்டார். சிவாஜி கணேசன், கமல்ஹாசன், ரஜினிகாந்த், சத்யராஜ், கார்த்திக், மோகன், மாதவன், விஜய், அஜித் குமார், சூர்யா உள்ளிட்ட பல நட்சத்திரங்களுடன் இவர் நடித்திருந்தார். 400க்கும் மேற்பட்ட படங்களில் நடித்துள்ளார். மணிவண்ணன் இயக்கிய அமைதிப்படை, ஒரு நடிகராக இவருக்கு முன்னேற்றம் அளித்ததாக நம்பப்படுகிறது. அதன் பின்னர் நிறைய திரைப்பட வாய்ப்புகளைப் பெற்றார்.

மணிவண்ணன் தமிழ், தெலுங்கு, மலையாளம் மற்றும் இந்தி மொழிகளில் ஒருசில முயற்சிகள் உட்பட 50 படங்களை இயக்கினார். ஒரு இயக்குநராக, இவர் காதல் வகைகளில் இருந்து திரெல்லர், நாடகம் வரை வெவ்வேறு வகைகளில் திரைப்படங்களை இயக்கினார்.

1990 ஆம் ஆண்டின் பிற்பகுதியிலும் 2000 ஆம் ஆண்டின் முற்பகுதியிலும், மணிவண்ணன் தனது நடிப்பு வாழ்க்கைக்கு முன்னுரிமை அளித்தார். இவரது நடிப்பு வாழ்க்கையின் உச்சத்தில், இவர் நடித்த ஆறு படங்களும் ஒரே நாளில் 1998 ஜனவரியில் வெளியிடப்பட்டன.

வாழ்க்கைச் சுருக்கம்

கோவை மாவட்டத்தில் உள்ள சூலூர் என்ற கிராமத்தில் பிறந்தவர் மணிவண்ணன். இவரின் இயக்கத்தில் 50 திரைப்படங்கள் தமிழ், தெலுங்கு, மலையாளம், ஹிந்தி போன்ற மொழிகளில் வெளிவந்துள்ளன. மேலும் இவர் நடிகர் சத்தியராஜின் கல்லூரி நண்பர் ஆவார், சத்யராஜை வைத்து சுமார் 25 திரைப்படங்கள் எடுத்துள்ளார்.

அரசியல் தாக்கம்

சிறு அகவையிலிருந்தே அரசியல் பின்னணியில் வளர்ந்த மணிவண்ணன் நக்சலைட்டுகளின் தலைவராக இருந்த சாரு மஜூம்தாரைச் சந்தித்தவர். நாத்திகம் மற்றும் திராவிடக் கொள்கையில் பிடிப்புள்ள மணிவண்ணன் தமிழீழ போராட்டத்தையும் விடுதலைப் புலிகளையும் ஆதரித்தவர் மறுமலர்ச்சி திராவிட முன்னேற்றக் கழகத்திலும் நாம் தமிழர் கட்சியிலும் பணியாற்றியவர்.

மறைவு

மணிவண்ணன் 2013 சூன் 15 அன்று மாரடைப்பால் மரணமடைந்தார். மணிவண்ணன் ஏற்கனவே முதுகில் தண்டுவட அறுவைச் சிகிச்சையும் செய்திருந்தார். அதனாலேயே சில ஆண்டுகள் படங்கள் இயக்காமல் இருந்தார். மணிவண்ணனுக்கு ஜோதி என்ற மகளும், ரகுவண்ணன் என்ற மகனும் உள்ளனர்.

நன்றி: விக்கிபீடியா

பின் இணைப்பு - 3

நடித்த திரைப்படங்கள்

ஆண்டு	திரைப்படம்	கதாபாத்திரம்	மொழி
2014	சூரன்		தமிழ்
2014	நினைத்தது யாரோ	மணிவண்ணனாக	தமிழ்
2013	நாகராஜ சோழன் எம்.ஏ.எம்.எல்.ஏ	அரசியல்வாதி (மணிமாறன்)	தமிழ்
2013	நான் ராஜாவாக போகிறேன்	காமராஜ்	தமிழ்
2012	மதகஜராஜா		தமிழ்
2011	வேலாயுதம்	அரசியல்வாதி (ரத்னவேலு)	தமிழ்
2011	சதுரங்கம்		தமிழ்
2011	வெங்காயம்		தமிழ்
2011	புலிவேசம்		தமிழ்
2011	இளைஞன்		தமிழ்
2010	தில்லாலங்கடி		தமிழ்
2010	பொள்ளாச்சி மாப்பிள்ளை		தமிழ்
2009	நாளை நமதே	மணி	தமிழ்
2009	இன்னொருவன்	சதாசிவம்	தமிழ்
2009	மாயாண்டி குடும்பத்தார்	மாயாண்டி	தமிழ்
2008	ராமன் தேடிய சீதை	மாணிக்கவேல்	தமிழ்

நடித்த திரைப்படங்கள்

ஆண்டு	திரைப்படம்	கதாபாத்திரம்	மொழி
2008	குருவி	வெற்றிவேலின் தந்தை	தமிழ்
2008	பொம்மலாட்டம்	கிராமத் தலைவர்	தமிழ்
2008	தொடக்கம்		தமிழ்
2008	எல்லாம் அவன் செயல்	வீரமணி	தமிழ்
2008	ஆயுதம் செய்வோம்	வி பி ஆர்	தமிழ்
2008	நெஞ்சத்தைக் கிள்ளாதே	வசந்த்தின் தந்தை	தமிழ்
2008	சாது மிரண்டா		தமிழ்
2007	புலி வருது	ரமேஷின் தந்தை	தமிழ்
2007	நம் நாடு	புருஷோத்தமன்	தமிழ்
2007	இராமேஸ்வரன்	ஜீவனின் தாத்தா	தமிழ்
2007	சீனா தானா 001	காவல்துறை ஆய்வாளர்	தமிழ்
2007	நீ நான் நிலா	செல்லப்பா	தமிழ்
2007	முதல் கனவே		
2007	சிவாஜி	ஆறுமுகம்	தமிழ்
2006	தம்பி		தமிழ்
2006	ஆதி	ஆதியின் வளர்ப்பு தந்தை	தமிழ்
2006	சம்திங் சம்திங் உனக்கும் எனக்கும்	ஜேபி	தமிழ்
2006	கோடம்பாக்கம்		தமிழ்
2006	ரெண்டு		தமிழ்

நடித்த திரைப்படங்கள்

ஆண்டு	திரைப்படம்	கதாபாத்திரம்	மொழி
2006	சிவப்பதிகாரம்	சத்யமூர்த்தியின் தந்தை	தமிழ்
2006	வாத்தியார்	சுப்ரமணியன்	தமிழ்
2005	மஜா	கோவிந்தன்	தமிழ்
2005	ஜீ	காசி	தமிழ்
2005	அயோத்யா	சபாபதி	தமிழ்
2005	அற்புதத் தீவு	மஹாராஜா	தமிழ்
2005	பதவி படுத்தும் பாடு	மருதநாயகம்	தமிழ்
2005	லண்டன்	பாஸ்கரன்	தமிழ்
2004	எங்கள் அண்ணா	கண்ணனின் தந்தை	தமிழ்
2004	கோமதி நாயகம்	நஞ்சப்பன்	தமிழ்
2004	விஸ்வ துளசி		தமிழ்
2004	மதுர		தமிழ்
2004	சுள்ளான்	மணி	தமிழ்
2004	அரசாட்சி		தமிழ்
2004	ஜனா		தமிழ்
2003	ஆஞ்சநேயா	பரமகுருவின் நண்பர்	தமிழ்
2003	காதல் கிசு கிசு	ஸ்ரீராமின் தந்தை	தமிழ்
2003	எனக்கு 20 உனக்கு 18		தமிழ்
2003	அலாவுதீன்		தமிழ்
2003	பார்த்திபன் கனவு	சத்யாவின் தந்தை	தமிழ்

நடித்த திரைப்படங்கள்

ஆண்டு	திரைப்படம்	கதாபாத்திரம்	மொழி
2003	வசீகரா	மணி (பூபதியின் தந்தை)	தமிழ்
2003	பிரியமான தோழி	ஜூலியின் தந்தை	தமிழ்
2003	அன்பே அன்பே		தமிழ்
2002	பாண்டோம் (Phantom)	வரதராஜ பெருமாள்	மலையாளம்
2002	என் மன வானில்		தமிழ்
2002	குபுஷம் (Kubusam)		தெலுங்கு
2002	யூத்	சந்தியாவின் தந்தை	தமிழ்
2002	குருவம்மா		தமிழ்
2002	பம்மல் கே. சம்பந்தம்		தமிழ்
2002	பஞ்சதந்திரம்		தமிழ்
2002	ரெட்	நாராயணன்	தமிழ்
2002	ராஜ்ஜியம்		தமிழ்
2001	நிலா காலம்		தமிழ்
2001	மிட்டா மிராசு		தமிழ்
2001	அழகான நாட்கள்	ராஜசேகர்	தமிழ்
2001	கபடி கபடி		தமிழ்
2001	ஆண்டான் அடிமை	சூசை	தமிழ்
2001	சொன்னால்தான் காதலா	ரோஜாவின் தந்தை	தமிழ்

நடித்த திரைப்படங்கள்

ஆண்டு	திரைப்படம்	கதாபாத்திரம்	மொழி
2001	லவ்லி	மகாதேவன்	தமிழ்
2001	டும் டும் டும்	சிவாஜி	தமிழ்
2001	காசி	இருளாண்டி	தமிழ்
2001	பிரியாத வரம் வேண்டும்	தாடி	தமிழ்
2001	அசத்தல்		தமிழ்
2001	பார்த்தாலே பரவசம்	நெல்லை அமரன்	தமிழ்
2001	தாலி காத்த காளியம்மன்	தர்மலிங்கம்	தமிழ்
2001	எங்களுக்கும் காலம் வரும்	மண்ணாங்கட்டி	தமிழ்
2000	I have found it	பாலாவின் நண்பன்	
2000	முகவரி	கடை ஓனர்	தமிழ்
2000	ரிதம்		தமிழ்
2000	உன்னைக் கொடு என்னைத் தருவேன்		தமிழ்
2000	சந்தித்த வேளை		தமிழ்
2000	கண்டுகொண்டேன் கண்டுகொண்டேன்	சிவஞானம்	தமிழ்
2000	மாயி	வேலைக்காரர்	தமிழ்
2000	வானவில்	ராம்சாமி	தமிழ்
2000	பொட்டு அம்மன்		தமிழ்
2000	பட்ஜெட் பத்மநாபன்		தமிழ்
2000	பெண்கள்	சுடலை	தமிழ்

நடித்த திரைப்படங்கள்

ஆண்டு	திரைப்படம்	கதாபாத்திரம்	மொழி
2000	என்னவளே	சுப்ரமணி	தமிழ்
1999	கள்ளழகர்		தமிழ்
1999	அண்ணன்	ராசப்பன்	தமிழ்
1999	பூமனமே வா		தமிழ்
1999	சிம்ம ராசி		தமிழ்
1999	நெஞ்சினிலே	மணி	தமிழ்
1999	சின்ன ராசா	மணி	தமிழ்
1999	கண்ணோடு காண்பதெல்லாம்		தமிழ்
1999	புது குடித்தனம்	கோகுல கிருஷ்ணன்	தமிழ்
1999	பாட்டாளி		தமிழ்
1999	மின்சாரகண்ணா	மணி	தமிழ்
1999	ஹலோ		தமிழ்
1999	ஆனந்தப் பூங்காற்றே		தமிழ்
1999	ஒருவன்		தமிழ்
1999	பெரியண்ணா		தமிழ்
1999	பூமகள் ஊர்வலம்	சிதம்பரம்	தமிழ்
1999	தாஜ்மகால்		தமிழ்
1999	துள்ளாத மனமும் துள்ளும்	மணி	தமிழ்

நடித்த திரைப்படங்கள்

ஆண்டு	திரைப்படம்	கதாபாத்திரம்	மொழி
1999	சின்னத் துரை		தமிழ்
1999	காதலர் தினம்	மணிவண்ணன்	தமிழ்
1999	முதல்வன்	முதன்மைச் செயலாளர்	தமிழ்
1999	முகம்	முத்தண்ணன்	தமிழ்
1999	நிலவே முகம் காட்டு		தமிழ்
1999	படையப்பா	படையப்பாவின் சித்தப்பா	தமிழ்
1999	ராஜஸ்தான்		தமிழ்
1999	சங்கமம்	ஆவுடைபிள்ளை	தமிழ்
1999	தொடரும்		தமிழ்
1998	உதவிக்கு வரலாமா	மைதிலியின் தந்தை	தமிழ்
1998	தினந்தோறும்	எம்.எல்.ஏ கேசவமூர்த்தி	தமிழ்
1998	ஸ்வர்ணமுகி	வரதராஜன்	தமிழ்
1998	சந்திப்போமா		தமிழ்
1998	குருபார்வை		தமிழ்
1998	கலர் கனவுகள்		தமிழ்
1998	பூந்தோட்டம்		தமிழ்
1998	பொற்காலம்		தமிழ்
1998	வீரம் வெளைஞ்ச மண்ணு	மணிகண்டன்	தமிழ்
1998	எல்லாமே என் பொண்டாட்டிதான்		தமிழ்
1998	நினைத்தேன் வந்தாய்	கோகுலனின் மாமா	தமிழ்

நடித்த திரைப்படங்கள்

ஆண்டு	திரைப்படம்	கதாபாத்திரம்	மொழி
1998	நாம் இருவர் நமக்கு இருவர்	மணி	தமிழ்
1998	ப்ரியமுடன்	ஹவுஸ் ஓனர்	தமிழ்
1998	வீரத் தாலாட்டு		தமிழ்
1998	ஆசைத் தம்பி		தமிழ்
1998	உன்னுடன்	சந்தோஷின் மாமா	தமிழ்
1998	என் ஆசை ராசாவே		தமிழ்
1998	கல்யாண கலாட்டா		தமிழ்
1998	ஜீன்ஸ்		தமிழ்
1998	காதலே நிம்மதி	வேலாயுதம்	தமிழ்
1998	தேசீய கீதம்		தமிழ்
1998	கண்ணாத்தாள்	மோகன சுந்தரம்	தமிழ்
1998	காதல் கவிதை	விஸ்வத்தின் அப்பா	தமிழ்
1998	நிலவே வா	துபாய்க்காரர்	தமிழ்
1997	காலமெல்லாம் காத்திருப்பேன்	தரகர்	தமிழ்
1997	தர்மசக்கரம்	வெள்ளைச்சாமி	தமிழ்
1997	காலமெல்லாம் காதல் வாழ்க	நாயர்	தமிழ்
1997	நந்தினி		தமிழ்
1997	பொற்காலம்		தமிழ்
1997	எட்டுப்பட்டிராசா	மாரிமுத்து	தமிழ்
1997	வள்ளல்	விருமாண்டி	தமிழ்

நடித்த திரைப்படங்கள்

ஆண்டு	திரைப்படம்	கதாபாத்திரம்	மொழி
1997	விடுகதை		தமிழ்
1997	நேசம்		தமிழ்
1997	புதையல்		தமிழ்
1997	சிஷ்யா		தமிழ்
1997	பிஸ்தா		தமிழ்
1997	ஒன்ஸ் மோர்	விஜயின் தாய்மாமா	தமிழ்
1997	நாட்டுப்புற நாயகன்		தமிழ்
1997	வி.ஐ.பி	ஆட்டோ மெக்கானிக்	தமிழ்
1997	நேருக்கு நேர்		தமிழ்
1997	பெரிய மனுஷன்	ஜான்சன்	தமிழ்
1997	சூர்யவம்சம்	ராசப்பா	தமிழ்
1997	ஜானகிராமன்		தமிழ்
1997	காதலுக்கு மரியாதை	கேசவனின் தந்தை	தமிழ்
1997	பெரிய இடத்து மாப்பிள்ளை	மணியன் கவுண்டர்	தமிழ்
1997	கடவுள்	கடவுள்	தமிழ்
1996	நேதாஜி		
1996	சுபாஷ்		தமிழ்
1996	கோபாலா கோபாலா		தமிழ்
1996	கோகுலத்தில் சீதை		தமிழ்
1996	காதல் கோட்டை	கலியபெருமாள்	தமிழ்

நடித்த திரைப்படங்கள்

ஆண்டு	திரைப்படம்	கதாபாத்திரம்	மொழி
1996	கல்லூரி வாசல்	குமாரசாமி, பூஜாவின் தந்தை	தமிழ்
1996	ஆவதும் பெண்ணாலே அழிவதும் பெண்ணாலே	சிவலிங்கம்	தமிழ்
1996	அம்மன் கோயில் வாசலிலே		தமிழ்
1996	பரிவட்டம்		தமிழ்
1996	திரும்பிப்பார்	சொக்கு	தமிழ்
1996	டாடா பிர்லா	ராமநாதன்	தமிழ்
1996	சேனாதிபதி	நாகப்பன்	தமிழ்
1996	விஸ்வநாத்	நாராயணன்	தமிழ்
1996	மேட்டுக்குடி		தமிழ்
1996	மாண்புமிகு மாணவன்		தமிழ்
1996	பூமணி		தமிழ்
1996	புருஷன் பொண்டாட்டி	வேல்முருகன்	தமிழ்
1996	மாணிக்கம்		தமிழ்
1996	உள்ளத்தை அள்ளித்தா	விஸ்வநாதன் காசிநாதன்	தமிழ்
1996	தமிழ்ச்செல்வன்	வெடிமுத்து	தமிழ்
1996	செல்வா	செல்வாவின் தந்தை	தமிழ்
1996	அவ்வை சண்முகி	முதலியார்	தமிழ்
1996	காதல் கோட்டை		தமிழ்
1995	மாமன் மகள்		தமிழ்

நடித்த திரைப்படங்கள்

ஆண்டு	திரைப்படம்	கதாபாத்திரம்	மொழி
1995	முறை மாப்பிள்ளை	கையெழுத்து கவுண்டர்	தமிழ்
1995	ராணி மகாராணி		தமிழ்
1995	தேவா		தமிழ்
1995	தொண்டன்	அமைச்சர்	தமிழ்
1995	வில்லாதி வில்லன்	எம்.எல்.ஏ. குப்புசாமி	தமிழ்
1995	கங்கை கரை பாட்டு	ஸ்டீபன் ஆண்டனிராஜ்	தமிழ்
1995	ஆணழகன்		தமிழ்
1994	தாய்மாமன்	பரமசிவன்	தமிழ்
1994	அமைதிப் படை	மணிமாறன்	தமிழ்
1994	வீரப்பதக்கம்	பழனிச்சாமி	தமிழ்
1994	ராசா மகன்		தமிழ்
1992	அக்ரிமெண்ட்		தெலுங்கு
1992	கவர்மெண்ட் மாப்பிள்ளை		தமிழ்
1991	சிறை கதவுகள்		தமிழ்
1991	புது மனிதன்		தமிழ்
1990	வாழ்க்கைச் சக்கரம்		தமிழ்
1989	மனிதன் மாறிவிட்டான்		தமிழ்
1988	கொடி பறக்குது	G.D	தமிழ்
1984	நூறாவது நாள்		தமிழ்
1982	ராக பந்தங்கள்		தமிழ்
1980	நிழல்கள்		தமிழ்
1980	கல்லுக்குள் ஈரம்		தமிழ்

இயக்கிய திரைப்படங்களில் சில...

ஆண்டு	திரைப்படம்	மொழி
2013	நாகராஜ சோழன் எம்.ஏ., எம்.எல்.ஏ	தமிழ்
2001	ஆண்டான் அடிமை	தமிழ்
1995	கங்கை கரை பாட்டு	தமிழ்
1994	அமைதிப்படை	தமிழ்
1994	ராசாமகன்	தமிழ்
1994	தோழர் பாண்டியன்	தமிழ்
1994	வீரப் பதக்கம்	தமிழ்
1993	மூன்றாவது கண்	தமிழ்
1992	தெற்குத் தெரு மச்சான்	தமிழ்
1992	கவர்மெண்ட் மாப்பிள்ளை	தமிழ்
1992	அக்ரிமெண்ட்	தெலுங்கு
1991	புது மனிதன்	தமிழ்
1990	வாழ்க்கைச் சக்கரம்	தமிழ்
1990	சந்தனக் காற்று	தமிழ்
1989	கோபால ராவ் காரி அப்பாய் (Gopala Rao Gaari Abbai)	தெலுங்கு
1989	ஹம் பி இன்சான் ஹெய்ன் (Hum Bhi insaat Hain)	இந்தி
1989	மனிதன் மாறிவிட்டான்	தமிழ்
1989	காதல் ஓய்வதில்லை	தமிழ்
1988	கனம் கோர்ட்டார் அவர்களே	தமிழ்
1988	உள்ளத்தில் நல்ல உள்ளம்	தமிழ்

இயக்கிய திரைப்படங்களில் சில...

ஆண்டு	திரைப்படம்	மொழி
1987	தீர்த்தக் கரையினிலே	தமிழ்
1987	கல்யாண கச்சேரி	தமிழ்
1987	புயல் பாடும் பாட்டு	தமிழ்
1987	சின்னத் தம்பி பெரிய தம்பி	தமிழ்
1987	ஜல்லிக் கட்டு	தமிழ்
1987	இனி ஒரு சுதந்திரம்	தமிழ்
1986	பாலைவன ரோஜாக்கள்	தமிழ்
1986	விடிஞ்சா கல்யாணம்	தமிழ்
1986	முதல் வசந்தம்	தமிழ்
1985	டார்ஜா டோங்கா (Dorja Dongai)	தெலுங்கு
1985	கூனி (Khooni)	தெலுங்கு
1985	அன்பின் முகவரி	தமிழ்
1984	அம்பிகை நேரில் வந்தாள்	தமிழ்
1984	இங்கேயும் ஒரு கங்கை	தமிழ்
1984	24 மணிநேரம்	தமிழ்
1984	ஜனவரி 1	தமிழ்
1984	குவா குவா வாத்துக்கள்	தமிழ்
1984	Noorava Roju	தெலுங்கு
1984	நூறாவது நாள்	தமிழ்
1983	இளமைக் காலங்கள்	தமிழ்

1983	ஜோதி	தமிழ்
1983	வீட்டுல ராமன் வெளியில கிருஷ்ணன்	தமிழ்
1982	கோபுரங்கள் சாய்வதில்லை	தமிழ்

உதவி இயக்குநராகவும், கதை வசனம் எழுதியும் பங்களிப்பு செய்த திரைப்படங்கள்

ஆண்டு	திரைப்படம்	பங்களிப்பு	மொழி
1997	நேசம்	வசனம்	தமிழ்
1982	லாட்டரி டிக்கெட்	உதவி இயக்குநர் & வசனம்	தமிழ்
1982	காதல் ஓவியம்	உதவி இயக்குநர் & வசனம்	தமிழ்
1982	ஆகாய கங்கை	கதை, வசனம்	தமிழ்
1981	சீதக்கோக சிலக்கா	கதை	தெலுங்கு
1981	டிக் டிக் டிக்	உதவி இயக்குநர்	தமிழ்
1981	அலைகள் ஓய்வதில்லை	கதை, வசனம்	தமிழ்
1980	நிழல்கள்	உதவி இயக்குநர் & வசனம்	தமிழ்
1980	கல்லுக்குள் ஈரம்	உதவி இயக்குநர்	தமிழ்
1980	கொத்த ஜீவிதாலு	உதவி இயக்குநர்	தெலுங்கு
1980	ரெட் ரோஸ்	உதவி இயக்குநர்	ஹிந்தி

டப்பிங் கலைஞராக, பாடகராக பங்களிப்பு செய்த திரைப்படங்கள்

ஆண்டு	திரைப்படம்	பங்களிப்பு	குறிப்பு
1999	சண்முக பாண்டியன்	கோட்டா சீனிவாசராவுக்கு டப்பிங் குரல்	சமரசிம்ஹா ரெட்டி என்ற தெலுங்குப் படம் தமிழில் டப் செய்யப்பட்டு வெளியானது
1997	எட்டுப்பட்டி ராசா	காரிகாளை ஏத்திக்கிட்டு பாடல்	தேவா இசை
1997	நந்தினி	மானூத்து ஓடையிலே	சிற்பி இசை
1996	பூமணி	எடுத்து விடுடா மாப்பிள்ளை	இளையராஜா இசை

தொலைக்காட்சி தொடர்கள்

கங்கா யமுனா சரஸ்வதி (ராஜ் டிவி)
திருமகள் (கலைஞர் டிவி)
நம்ம குடும்பம் (கலைஞர் டிவி)

விருதுகள்

அலைகள் ஓய்வதில்லை படத்தில் சிறந்த கதை மற்றும் வசனத்திற்காக தமிழ்நாடு அரசின் விருது பெற்றவர். விடுகதை(1997), தேவா(1995) ஆகிய படங்களில் சிறந்த நகைச்சுவை நடிகருக்கான தமிழ்நாடு மாநில அரசின் விருது பெற்றிருக்கிறார்.

எங்கள் இயக்குநரின் காலடிச்சுவடுகள்

எங்கள் இயக்குநரின் தந்தை ஆர்.சுப்பிரமணியன்

எங்கள் இயக்குநரின் தாய் மரகதம்

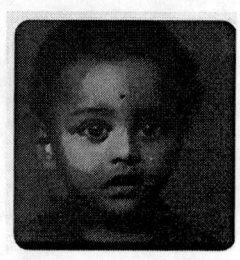

குழந்தைப் பருவத்தில் எங்கள் இயக்குநர்

இயக்குநர் பாரதிராஜாவிடம் எங்கள் இயக்குநர் உதவி இயக்குநராகப் பணியாற்றியபோது...

மணமகனாக எங்கள் இயக்குநர்

மகள் ஜோதி, மகன் ரகு ஆகியோருடன்
எங்கள் இயக்குநர்

இயக்குநராக எங்கள் இயக்குநர்

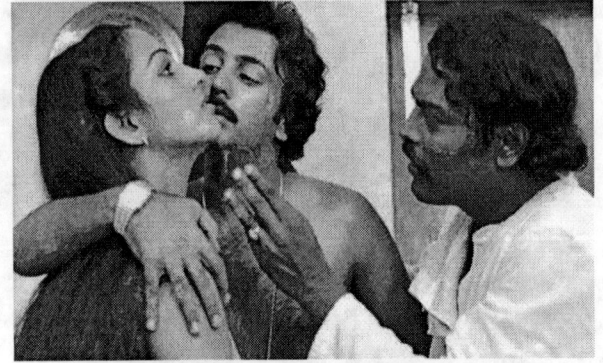

இயக்குநராக எங்கள் இயக்குநர்

கதை வசனகர்த்தா சண்முகப்பிரியனுடன்
எங்கள் இயக்குநர்

இசைஞானி இளையராஜாவுடன்
எங்கள் இயக்குநர்

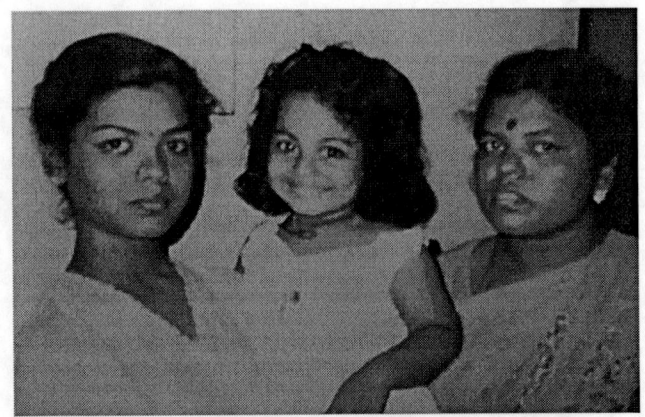

எங்கள் இயக்குநரின் தங்கை மேகலா, மகள் ஜோதி,
அக்கா பரிமளமுத்து

இயக்குநரின் தங்கை மேகலா
பெற்றோருடன்

எங்கள் இயக்குநர் தங்கை மேகலா திருமணத்தில் கலைஞர் மு.கருணாநிதி

எங்கள் இயக்குநர் தங்கை மேகலா திருமணத்தில் நான்

எங்கள் இயக்குநரின் தங்கை மேகலா திருமணத்தின் போது மண்டபத்தில் நான், தயாரிப்பு நிர்வாகிகள் ஷெரீப், விஜயன்

எங்கள் இயக்குனரின் தங்கை மேகலாவின் வளைகாப்பு நிகழ்வில் எங்கள் இயக்குநர். இடது ஓரத்தில் இயக்குநர் பாரதிராஜாவின் அன்னை

மகள் ஜோதி திருமணத்தில் எங்கள் இயக்குநர்

எங்கள் இயக்குநரின் இளைய தங்கை மேகலா,
மூத்த தங்கை பூங்கோதை

மகன், மருமகள், மனைவியுடன் எங்கள் இயக்குநர்

எங்கள் இயக்குநர் பயன்படுத்திய கேரவன்.
திரைக்கலைஞர்களிலேயே முதன்முதலில்
கேரவன் வாங்கியது எங்கள் இயக்குநர்தான்

எங்கள் இயக்குநரின் பன்முகத் தோற்றம்

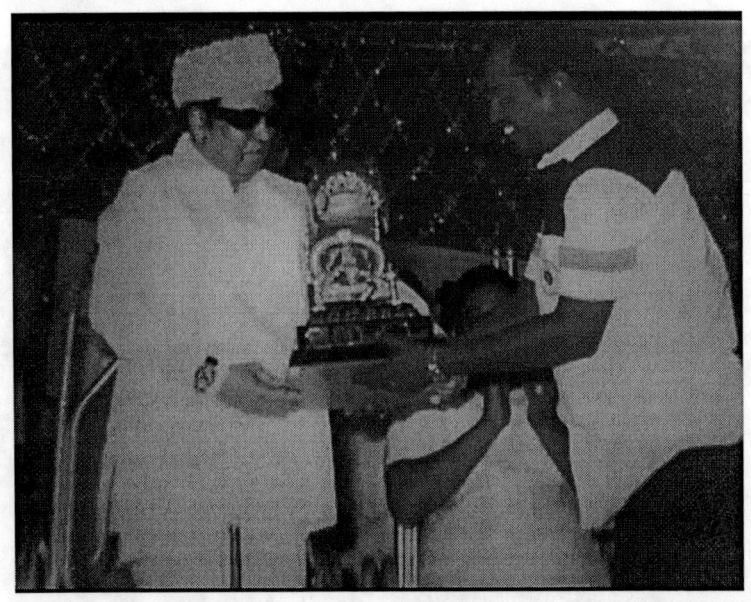

'ஜல்லிக்கட்டு' படத்தின் வெற்றி விழாவில் தமிழ்நாடு முதலமைச்சர் எம்.ஜி.ஆரிடம் நினைவுப் பரிசு பெறுகிறார்.

இசைஞானி இளையராஜா இயக்குநர் கே.பாக்யராஜ் ஆகியோருடன் எங்கள் இயக்குநர்

ஊட்டியில் எங்கள் இயக்குநர், நண்பர்கள், நான்

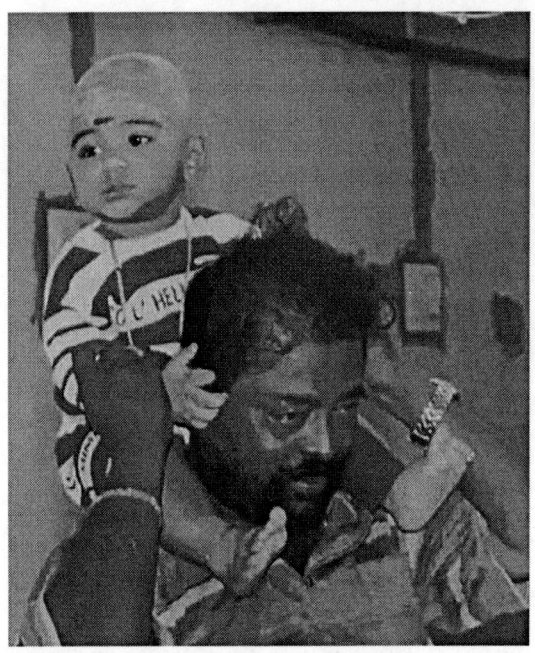

பாசத்தின் வெளிப்பாடு

குறிப்புகளுக்காக

நம்
பதிப்பகம்

எழுத்தாளர் கே.ஜீவபாரதியின்
'இயக்குநர் மணிவண்ணனும் நானும்'
நூல் வெளியீட்டு விழா அழைப்பிதழ்

இடம்: இரண்டாம் தளம், அண்ணா நூற்றாண்டு நூலகம்,
கோட்டூர்புரம், சென்னை – 600 085
தேதி: 18.09.2023
நேரம்: மாலை 5.10 மணி